वैनतेय

वि. स. खांडेकर

संपादक

डॉ. सुनीलकुमार लवटे

मेहता पब्लिशिंग हाऊस

✆ +91 020-24476924 / 24460313 / Mob. No. 9545000513

Email : production@mehtapublishinghouse.com

Website : www.mehtapublishinghouse.com

◆ *या पुस्तकातील लेखकाची मते, घटना, वर्णने ही त्या लेखकाची असून त्याच्याशी प्रकाशक सहमत असतीलच असे नाही.*

VAINTEY by V. S. KHANDEKAR

वैनतेय : वि. स. खांडेकर / लेखनसंग्रह

संपादक : डॉ. सुनीलकुमार लवटे

Email : author@mehtapublishinghouse.com

प्रकाशक : सुनील अनिल मेहता, मेहता पब्लिशिंग हाऊस,
१९४१, सदाशिव पेठ, माडीवाले कॉलनी, पुणे - ४११०३०.

मुद्रक : ट्रिनिटी ॲकॅडमी फॉर कॉर्पोरेट ट्रेनिंग लिमिटेड

मुखपृष्ठ : सतीश भावसार

प्रथमावृत्ती : ऑक्टोबर, २०१९

किंमत : ₹ ३००

P Book ISBN 9789353173463

E Book ISBN 9789353173470

E Books available on : amazonkindle Apple Books Google Play Books

---

व्रतस्थ पत्रकारितेचा वस्तुपाठ

पार्श्वभूमी

एकोणिसाव्या शतकाच्या पूर्वार्धात मराठी वृत्तपत्रांचा प्रारंभ झाला. मराठीतील पहिलं वृत्तपत्र 'दर्पण'– बाळशास्त्री जांभेकर यांनी ६ जानेवारी, १८३२ मध्ये मुंबईतून प्रकाशित केलं. प्रारंभी, ते पाक्षिक होतं. ४ मे, १८३२ पासून ते साप्ताहिक झालं. ते दर शुक्रवारी प्रकाशित व्हायचं. ते १८४० मध्ये बंद पडलं. ती परंपरा पुढे 'प्रभाकर'ने चालवली. ते वृत्तपत्र २४ ऑक्टोबर, १८४१ रोजी सुरू झालं. लोकहितवादी गोपाळ हरी देशमुख यांची 'शतपत्रे' प्रथम प्रकाशित झाली, ती 'प्रभाकर' मधूनच. मुंबईनंतर पुण्यातून मराठी वृत्तपत्रं सुरू झाली. 'मित्रोदय' (१८४४), 'ज्ञानप्रकाश' (१८४९) यांसारख्या वृत्तपत्रांबरोबर, मुंबईतून 'इंदुप्रकाश' (१८६२) सुरू झालं. 'ज्ञानसिंधु' (१८४२), 'हिंदुपंच' (१८७२) सुरू झाले. पण मराठी वृत्तपत्रं राष्ट्रीय चळवळीची मुखपत्रं बनली, ती मात्र 'मराठा' व 'केसरी' मुळे. पैकी 'मराठा' इंग्रजी वृत्तपत्र होतं. ते २ जानेवारी, १८८१ मध्ये सुरू झालं. त्याचे पहिले संपादक लोकमान्य टिळक होते. 'केसरी' मराठी वृत्तपत्र होतं. ते ४ जानेवारी, १९८१ रोजी सुरू झालं. त्याचे पहिले संपादक गोपाळ गणेश आगरकर होते.

विसाव्या शतकाच्या प्रारंभी, महाराष्ट्रात राष्ट्रीय चळवळीचे दोन विचारप्रवाह जहाल आणि मवाळ प्रचलित होते. 'काळ', 'केसरी', 'हिंदुपंच'सारखी वृत्तपत्रं जहाल विचारधारेचं प्रतिनिधित्व करत असायची. तिकडे दुसरीकडे, नेमस्त वा मवाळाचं प्रतिनिधित्व 'ज्ञानप्रकाश', 'इंदुप्रकाश' करीत. वि. स. खांडेकरांचं वय त्या वेळी अवघं आठ-दहा वर्षांचं असेल. (सन १९०८-१०) ते आपल्या मामांकडे म्हणजे आजोळी सांगलीस राहत. त्यांचे मामा म्हणजे, सांगलीचे प्रख्यात माईणकर वकील. ते नामदार गोखले यांचे चाहते व समर्थक. 'भारत सेवक समाज'चे हितचिंतक असल्याने त्यांच्या घरी नेमस्त पक्षाची समर्थक वृत्तपत्रं 'ज्ञानप्रकाश',

'इंदुप्रकाश', 'हिंदुपंच' येत असत. वि. स. खांडेकर ती चाळत; वाचत मोठे झाले. 'केसरी'ही असायचा. घरी मामा नि त्यांच्या मित्रांत 'जहाल-मवाळ' असे वादविवाद होत. कळो न कळो, खांडेकरांच्या ते कानांवरून जायचं. त्यातून त्यांच्या मनात राष्ट्रीय चळवळीविषयी जिज्ञासा व जागृती निर्माण होण्यास मदत झाली. वि. स. खांडेकरांचा स्वभाव बुजरा, मवाळ असल्याने त्यांना टिळक, आगरकर, केळकर, कोल्हटकर– प्रभृतींच्या लेखनांचं आकर्षण होतं.

सन १९१६ मध्ये वि. स. खांडेकर (पूर्वाश्रमीचं नाव गणेश आत्माराम खांडेकर) सावंतवाडीच्या काकांना– म्हणजे– सखारामपंत खांडेकरांना दत्तक गेले व सावंतवाडीत आले. त्या वेळी ते अठरा वर्षांचे होते. मॅट्रिक होऊन त्यांनी पुण्याच्या फर्ग्युसन महाविद्यालयातून प्रथम वर्षाचं (प्रिव्हियस) शिक्षण पूर्ण केलं होतं. इंटरच्या वर्गात प्रवेश घेतला होता. त्या काळात त्यांना नाटककार राम गणेश गडकरी यांचा सहवास लाभला होता. इंग्रजी वाचन, व्याख्यान, चर्चा, समीक्षा अशा चतुरस्र विकासातून वि. स. खांडेकरांची भाषा व साहित्यविषयक जिज्ञासा प्रबळ होत गेली होती. पुढे शिकायची इच्छा असूनही, दत्तक वडिलांच्या आर्थिक पाठबळाअभावी त्यांना शिक्षण अर्धवट सोडून सावंतवाडीस परतावं लागलं होतं. सन १९१७ला त्यांना पुण्याहून सावंतवाडीस यावं लागणं हा त्यांच्या इच्छेविरुद्धचा प्रवास होता. तो जिव्हारी लागला होता. त्यामुळे १९१७ -१८ असा काळ आजार, उपचारांत गेला. दत्तक बहिणी वारल्यामुळे ते सावरले, तरी मन स्थिर नव्हतं.

अशा मन:स्थितीत त्यांना सावंतवाडीत मेघश्याम शिरोडकर नावाचा समानशील मित्र मिळाला. मैत्री अर्थातच साहित्यवाचन, चर्चेतून झाली. शिरोडकर खांडेकरांपेक्षा वयाने दोन-तीन वर्षांनी लहान होते. असहकार आंदोलन शिगेला असताना शिरोडकर पुण्याच्या टिळक महाविद्यालयात शिक्षण घेत होते. पदवीधर झाल्यावर त्यांनी न. चिं. केळकर, शिवरामपंत परांजपे यांच्या हाताखाली वृत्तपत्रसृष्टीचे प्रारंभिक धडे गिरविले. भारतात सन १९२० ते १९३० चं दशक म्हणजे पंचविशीतील खांडेकर, शिरोडकर यांच्यासारख्या तरुणांच्या दृष्टीने मंतरलेले दिवस होते. महात्मा गांधींच्या 'खेड्याकडे चला', 'शिक्षण बहिष्कार' अशा आंदोलनांच्या मुशीतून त्या वेळची तरुण पिढी आदर्शवाद, ध्येयवादाने झपाटलेली होती.

'वैनतेय'चा प्रारंभ

सन १९२० साली सावंतवाडी हे तत्कालीन मुंबई इलाख्यातलं एक छोटं संस्थान होतं. वि. स. खांडेकर शिरोड्यातील 'ट्यूटोरियल इंग्लिश' स्कूलचे मुख्याध्यापक म्हणून रुजू झाले होते. 'नवयुग', 'उद्यान', 'महाराष्ट्र साहित्य' यांसारख्या

मासिकांतून त्यांचे लेख, कविता, कथा प्रकाशित होत होत्या. परिसरात ते 'साहित्यिक' म्हणून परिचित होते. मेघश्याम शिरोडकरांनी लोकांचा कैवार घेणारं, त्यांची दुःखं वेशीवर टांगणारं वृत्तपत्र सुरू करायचं ठरवलं. कोकणच्या कुशीतल्या या लहानशा संस्थानाचं स्वातंत्र्याकरिता तहानलेलं, बाहेरच्या जग नि भारताशी जे नातं होतं, ते त्याला समजावून सांगणाऱ्या वर्तमानपत्राची उणीव सावंतवाडी संस्थानात होती.

ती उणीव भरून काढण्याच्या उद्देशाने, मेघश्याम शिरोडकरांनी एक साप्ताहिक काढायचं ठरवलं. शिरोडकर 'संपादक' झाले. त्यांनी 'सहसंपादक' म्हणून वि. स. खांडेकरांची निवड केली. तिसरे त्यांचे सहकारी होते– मुद्रण व्यवसायी सदाशिवभाऊ साप्ते. त्यांचा सावंतवाडीत 'श्री. गुरुदत्तात्रेय' छापखाना होता. तिथे हे साप्ताहिक छापायचं ठरलं. ही त्रयी 'वैनतेय' साप्ताहिकाची 'संस्थापक' झाली.

नावाची निवड

साप्ताहिकाच्या नावाची निवड वि. स. खांडेकरांनी केली होती. आपण 'वैनतेय' नावाची निवड का केली हे स्पष्ट करताना, वि. स. खांडेकरांनी 'एका पानाची कहाणी' मध्ये नमूद केलं आहे की, ''हे नाव निवडताना माझ्या डोळ्यांसमोर दोन गोष्टी होत्या. जिकडे-तिकडे डोंगरांनी वेढलेला हा दक्षिण कोकणचा भाग. त्या डोंगराच्या एखाद्या खडकावर बसून सूर्याकडे टक लावून पाहणाऱ्या गरुडासारखं काम आपणाला करायचं आहे. धार्मिक, सामाजिक, राजकीय– सर्व बाबतींत लोक गतानुगतिक आहेत, भित्रे आहेत, सत्याच्या सूर्याकडे टक लावून पाहण्याची या समाजाला सवय नाही– अशा समाजात प्रत्येक आठवड्याला विचारजागृती करणाऱ्या वृत्तपत्राला 'वैनतेय' नाव शोभून दिसेल. शिवाय, मेघश्याम हे केळकर, शिवरामपंत परांजपे अशा गुरूंपासून वृत्तपत्राचे धडे घेऊन आले होते. ही सारी परंपरा 'केसरी'ची होती. सिंह हा जसा पशूंचा राजा, तसा गरुड हा पक्ष्यांचा राजा. तेव्हा आपल्या त्या दृष्टीनंसुद्धा वृत्तपत्राला 'वैनतेय' हे नाव देणं उचित होईल.'' (पृ. ३२४)

ध्येय

'वैनतेय'साप्ताहिकाचं ध्येय सूचित करणारा खालील श्लोकही वि. स. खांडेकरांनीच रचला होता–

''वसे दास्यी माता, नयनसलिली मग्न विनता
असे पंगु भ्राता, अहिकुलछले भीत जनता
नसे साह्या कोणी, अमृत लपले स्वर्गभुवनी
हसे माता आणि, विहगपति शत्रुस वधुनी''

या श्लोकार्थाची फोड करत 'पहिली पावलं' या आपल्या साहित्यिक आत्मकथनातील 'तांबड्या मातीतील उठाबश्या' लेखात स्पष्ट केले आहे की, ''वरील श्लोकात 'वसे दास्यी माता' हा उल्लेख उघडउघड त्या वेळच्या भारतमातेच्या पारतंत्र्याला उद्देशून केला होता. मात्र दुसऱ्या ओळीतील, 'अहिकुलछले भीत जनता' याचा संबंध केवळ ब्रिटिश राजवटीशी नव्हता. आपल्याच समाजाचा एक भाग दुसऱ्यावर हुकमत गाजवतो, त्याची छळवणूक करतो, देशाला जसं स्वातंत्र्य मिळालं पाहिजे, त्याप्रमाणे हा 'अहिकुलछल'ही नाहीसा झाला पाहिजे, असा विचार अंधूकपणे माझ्या मनात डोकावत होता.'' (पृ. ५४)

पहिला अंक

'वैनतेय' साप्ताहिकाचा पहिला अंक बुधवार, दि. २९ ऑक्टोबर, १९२४ रोजी प्रकाशित करण्यात आला होता. तो दिवस निवडण्याचं एक विशेष औचित्य होतं. सावंतवाडी संस्थानाचे अधिपती बापूसाहेब महाराज त्या दिवशी सिंहासनारूढ व्हायचे होते. तो दिवस बलिप्रतिपदेचा होता. राजवाड्यात अनेक वर्षांनी खरी दिवाळी साजरी होत होती. हे संस्थान सन १८३८ पासून कार्यरत होतं. येथील कारभार ब्रिटिशांच्या अखत्यारीत चालत असे. महाराजांच्या राज्याधिकाराचं औचित्य लक्षात घेऊन, अंकात बापूसाहेब महाराजांचं दुर्मीळ छायाचित्र छापण्यात आलं होतं. त्यात राणीसाहेब व राजकुमारी यांचीही छबी होती. हा फोटो मुंबईहून करवून आणला होता.

'वैनतेय' साप्ताहिक उभ्या आकाराचं चार पृष्ठांचं होतं. त्या काळची 'विविधवृत्त', 'धनुर्धारी', 'नवयुग' इत्यादी वृत्तपत्रं अशाच आकाराची असत. फुटकळ अंकाची किंमत १/- आणा होती. पहिला अंक सायंकाळी संपन्न राज्याभिषेक समारंभात प्रकाशित करण्यात आला होता. पहिला अंक प्रकाशित होताच हातोहात संपला. म्हणून, पहिल्या अंकाची दुसरी आवृत्ती दोन तासांतच प्रकाशित करावी लागली होती. ('वैनतेय', नाथ पै विशेषांक, जानेवारी, १९७७, पृ. २८) दुसऱ्या आवृत्तीत मजकुरात किरकोळ फेरफार करण्यात आले होते. पहिल्या अंकात जाहिरातदर, वर्गणीदर देण्यात आले होते. जाहिराती होत्या. 'वैनतेय'वर आधारित विठ्ठल कृष्ण नेरूरकर यांची कविता प्रकाशित करण्यात आली होती. पहिल्या अंकात 'स्वागतम! सुस्वागतम!!' शीर्षक-अग्रलेख होता. त्यात श्रीमंत बापूसाहेब महाराज यांची स्वागतपर प्रशस्ती करण्यात आली होती. महाराज गौरवगीतही प्रकाशित करण्यात आलं होतं. सावंतवाडी संस्थानचा इतिहास संक्षिप्त गोषवाऱ्याच्या रूपात प्रकाशित करण्यात आला होता. श्रीमंत राजेबहाद्दर खेमसावंत भोसले सरदेसाई यांच्या राज्यारोहणाचा एका अर्थाने हा विशेषांकच होता. त्यात राज्याभिषेक सोहळ्याचा कार्यक्रम देण्यात

आला होता.

'वैनतेय' चं पहिलं वर्ष

मेघश्याम शिरोडकर व वि. स. खांडेकरांनी 'वैनतेय' साप्ताहिकासंबंधी वेळोवेळी लिहिलेले लेख, आठवणी, भाषणं, आत्मकथन इत्यादींतून 'आपण हे साप्ताहिक का चालवलं, त्याचं ध्येय, उद्दिष्टं काय' यासंबंधी लिहिलेलं आहे. 'वैनतेय'च्या प्रारंभीच्या एका अग्रलेखाचं (दि. ४ नोव्हेंबर, १९२४) शीर्षकच मुळी 'मी कोण व माझे नाव काय?' होतं. तो अग्रलेख वि. स. खांडेकरांनी लिहिलेला होता. तो 'वैनतेय'शीर्षक लेखनसंग्रहात मध्ये समाविष्ट आहे. त्यात खांडेकरांनी म्हटलं आहे की, "वैनतेय खराखुरा गरुड राहील; व्यक्तीविषयक कुचेष्टेची काकदृष्टी, उदरभरणाचे बकध्यान, डाळिंबाच्या दाण्यांच्या लोभाने होणारी पोपटपंची, या सर्वांपासून सर्वथैव अलिप्त राहणे हेच 'वैनतेय'चे ध्येय आहे." 'वैनतेय' सुरू झालं, तेच मुळी लोकशिक्षणाचं अमोघ साधन म्हणून. लोकांना समाजसेवातत्पर बनवणं हा या साप्ताहिकाचा उद्देश होता. लोककल्याणार्थ तसंच राष्ट्रीय चळवळीस शक्ती मिळावी म्हणूनही त्याचं प्रकाशन योजलं होतं. म्हणून 'वैनतेय'ने वर्षभरात वाङ्मय प्रकाशन, प्रबोधनपर लेख, लेखमालिका इत्यादींद्वारे सावंतवाडी– परिसरातील उद्योग, शिक्षण, जंगल, सहकारी पतपेढ्या इत्यादींचे प्रश्न मांडले. इतकंच नव्हे, तर जुगारबंदी, वसंत व्याख्यानमाला यांसारखे उपक्रम हाती घेऊन तडीस नेले. अस्पृश्यता निवारणार्थ सार्वजनिक संक्रांत सण साजरा करून समाजात एकात्मता, समता व सामंजस्य निर्माण होईल, असं पाहिलं. अंधश्रद्धा बळावणाऱ्या जाहिराती आपल्या साप्ताहिकात प्रकाशित न करण्याचं धोरण स्वीकारून, पदरास खार लावून प्रतिकूल परिस्थितीतही मूल्यनिष्ठेची पखरण केली. सार्वजनिक संस्थांत मांसाहाराचं आयोजन करण्यास विरोध करून, सार्वजनिक जीवन पवित्र राहील, असं पाहिलं. एका अर्थाने 'वैनतेय'ने 'व्रतस्थ पत्रकारितेचा वस्तुपाठ'च घालून दिला. 'वैनतेय' हे चिकित्सक, बुद्धिवादी, विवेकशील वृत्तपत्र आहे, याची जाण त्याने आपल्या कृतीतून निर्माण केली. त्यामुळे, वर्षाच्या अल्पावधीतच हे साप्ताहिक दक्षिण कोकणचा 'जागल्या' (Wistle Blower) म्हणून प्रसिद्ध झालं व पंचक्रोशीत घरोघरी, दारोदारी व महाराष्ट्राच्या कानाकोपऱ्यांत वाचलं जाऊ लागलं.

बातम्यांचं धोरण

'वैनतेय' प्रकाशित झालं, त्या वेळचा कोकण अज्ञान, अंधश्रद्धा, दारिद्र्य यांनी घेरलेला होता. समाजावर परंपरा, धर्म, चमत्कार, चेटूक, भुताटकी यांचं प्राबल्य

होतं. वृत्तपत्रात चुरचुरित, चमत्कारपूर्ण, चर्चेचं चर्वितचर्वण, चऱ्हाट, गुऱ्हाळ चालत राहील, अशा बातम्या देणारी वृत्तपत्रं काही कमी नव्हती. अशा पार्श्वभूमीवर 'वैनतेय'ने बातमी, जाहिरातीसंबंधी आपलं धोरण स्थापनेपासूनच पुरोगामी व सामाजिक बांधिलकीचं ठेवलं होतं. खून, मारामाऱ्यांना ठळक प्रसिद्धी देऊन समाजात हिंसा वाढीस साहाय्य होतं, म्हणून अशा बातम्यांना 'वैनतेय'ने प्रथमपासूनच दुय्यम मानलं. स्त्रीचा पुरुष होणं वा पुरुषाची स्त्री होणं हा चमत्कार नसून निसर्गक्रम आहे. म्हणून अशा सनसनाटी बातम्या देणं टाळलं. भुताटकी, भानामती, करणी यांसारख्या अंधश्रद्धांना प्रसिद्धी न देता त्यांचे वैयर्थ समजावले. विशेष म्हणजे, कोकणात यांचं त्या काळात मोठं प्रस्थ होतं. अशा काळात अंधश्रद्धा निर्मूलनाचा वैज्ञानिक व विवेकवादी दृष्टिकोन स्वीकारून आपलं वृत्तपत्र अन्यांपेक्षा वेगळं आहे, यावर कृतीने शिक्कामोर्तब करून घेतलं. 'कल्याण व्हावे सर्वांचे! कोणी दु:खी असू नये।।' अशी 'वैनतेय'ची असलेली भूमिका हे वृत्तपत्र सामाजिक बांधिलकी जपणारं प्रबोधन-साधन होय, हे सिद्ध केलं. या वृत्तपत्राच्या बातम्या आणि जाहिरातविषयक सदर भूमिकेमुळे 'वृत्तपत्र प्रकाशन धंदा नसून धर्म आहे' हा संस्कार रुजवला. 'ध्येयवादी वृत्तपत्र' म्हणून प्रसिद्ध असलेल्या 'वैनतेय'ची राजकीय, सामाजिक, धार्मिक, आर्थिक, शैक्षणिक प्रश्नविषयक धारणा व ध्येय जगजाहीर होतं. त्यामुळे, या वृत्तपत्रास केळकर, कोल्हटकर, यशवंतराव चव्हाण यांच्यासारखे वाचक आणि एस. एम. जोशी, ना. ग. गोरे यांच्यासारखे हितचिंतक मिळाले. चि. त्र्यं. खानोलकर, आनंद साधले, शंकर साठे यांच्यासारखे लेखक 'वैनतेय'ने महाराष्ट्रास दिले, असं म्हटलं तर वावगं ठरू नये, कारण त्यांचं आरंभिक लेखन 'वैनतेय'मध्येच प्रकाशित झालं होतं. साहित्य, बातम्यांबरोबर सदरं, वृत्तं स्फुटं, टिपा, कार्यक्रम, सूचना यांचीही या वृत्तपत्रात रेलचेल असायची.

योगदान

'वैनतेय' साप्ताहिकाने स्थापनेपासून आजवरच्या नऊ दशकांच्या प्रवासात त्या त्या काळच्या सामाजिक, राजकीय, शैक्षणिक, सामाजिक, आर्थिक प्रश्नांवर आवाज उठवून भारताच्या स्वातंत्र्य, समता, बंधुता, लोकशाही, विज्ञाननिष्ठा या पंचशील तत्त्वांचा स्वीकार केला. आपल्या विविध लेखन व उपक्रमांतून धर्मनिरपेक्षता, जातीय सलोखा, पुरोगामित्व, विवेकवादी मूल्यांचा पुनरुच्चार केला. असं असलं तरी, 'वैनतेय'चं सर्वांत मोठं योगदान जर कोणतं असेल तर सावंतवाडी संस्थानाचं विलीनीकरण, गोवा स्वातंत्र्यसंग्राम, मिठाचा सत्याग्रह, आणीबाणी विरोध, राजकारणातील समाजवादी विचारधारेचं समर्थन व नेतृत्व हे सांगता येईल.

स्वातंत्र्यपूर्व काळात महात्मा गांधी कोकणात आले असताना, निधीसंकलनापासून ते त्यांचा दौरा, प्रचार यशस्वी व्हावा म्हणून केलेलं वार्तापत्रांचं प्रसारण लक्षवेधी ठरलं. सन १९३०च्या मिठाच्या राज्यस्तरीय सत्याग्रहाचं आयोजन 'वैनतेय'च्या कार्यक्षेत्रातील 'शिरोडे' या तत्कालीन मुंबई व गोवा सीमारेषेवर असलेल्या गावी करण्यात आलं होतं. त्यासंबंधी जागृती, प्रचार-प्रसाराचं कार्य तर 'वैनतेय'ने केलंच; पण पोलिसी अत्याचाराचा विरोधही केला. सर्वांत मोठी लोकचळवळ म्हणजे, सावंतवाडी प्रजापरिषद स्थापन करून, तिच्याद्वारे संस्थान विलीनीकरणाचं केलेलं नेतृत्व. त्यासाठी प्रारंभी तुरुंगवास पत्करणं, राजा-राणीच्या रोषास पात्र ठरून दंड, जप्ती, कोर्ट-कचेरी, अटक इ. सत्रांना सामोरं जात, आपल्या विचार व ध्येयाशी एकनिष्ठ राहून उद्दिष्ट साध्य करणं, या 'वैनतेय'च्या संघर्षशील बाण्यामुळे मेघश्याम शिरोडकर यांची प्रतिष्ठा व 'वैनतेय'चा लौकिक राजापेक्षा कमी नव्हता. परिणामी, स्वातंत्र्योत्तर काळात 'वैनतेय'चे दोन संपादक सर्वश्री श्याम कोचरेकर व जयानंद मठकर हे 'लोकप्रतिनिधी' म्हणून 'आमदार' झाले. हे 'वैनतेय'चं 'राजकीय योगदान व मिळकत' म्हणून नोंदवावं लागेल.

आपल्या वृत्तपत्राद्वारे दुष्ट सामाजिक रीती-परंपरांचा विरोध करून, 'वैनतेय'ने स्वातंत्र्यपूर्व काळात अंधश्रद्धा विरोध, अस्पृश्यतानिवारण, जुगारबंदी, सार्वजनिक संस्थानांचं पावित्र्य, सामाजिक प्रश्न निर्भीडपणे मांडून ते पूर्ण करणं – अशी लोकहिताची अनेक कार्यं तर केलीच; पण स्वातंत्र्योत्तर काळातही गोवा मुक्तिसंग्राम, आणीबाणी विरोधाचं नेतृत्व करून आपलं वृत्तपत्र लोकशाहीचा 'चौथा स्तंभ' आहे हे 'काया, वाचा, मने' सिद्ध केलं.

वाङ्मयीन क्षेत्रातील 'वैनतेय'चं योगदान म्हणायचं झालं, तर ज्ञानपीठ विजेते साहित्यिक वि. स. खांडेकर या साप्ताहिकाचे संस्थापक-संपादक होते. शेकडो पृष्ठं भरतील, असं त्यांचं वैविध्यपूर्ण लेखन 'वैनतेय'मध्ये प्रकाशित झालं. 'वैनतेय' राजकीय जागृतीचं जसं साधन होतं, तसं ते वाङ्मयीन अभिवृद्धीचं माध्यम म्हणूनही सर्वश्रुत होतं. प्रा. वामन मल्हार जोशी, चिं. वि. जोशी, कवी यशवंत, गिरीश, माधव ज्युलियन, बा. भ. बोरकर यांचं लेखन 'वैनतेय'च्या दिवाळी अंकातून प्रसिद्ध झालं. कोकणच्या लेखकांना घडवण्याचं ते 'व्यासपीठ'च बनलं होतं. चिं. त्र्यं. खानोलकर, य. न. केळकर, द. ग. येरवडेकर, सुमती दडकर, चंपुबाई राणे, शंकर साठे, आनंद साधले आदि प्रभृतींचं प्रारंभिक लेखन 'वैनतेय'मधूनच प्रकाशित झालं होतं. वि. स. खांडेकरांचे अग्रलेख, स्फुटं, टिपणी, वार्तापत्रं तर 'वैनतेय' वाचकांची आकर्षणं होती. शिवाय, खांडेकरांनी लिहिलेली विविध सदरं, मालिका त्या वेळी वाचकप्रिय ठरल्या होत्या. 'गाढवाची गीता', 'गाजराची पुंगी' , 'बहुरत्ना वसुंधरा', 'रानफुले', 'कल्पनातरंग', 'समुद्रमंथन', 'कणसाचे दाणे', 'वाङ्मयविचार', 'परिचयाची

परडी', 'पुस्तकपरिचय' यांसारख्या लेखनाने हे साप्ताहिक महाराष्ट्र सारस्वतांत 'मानाचं पान' बनून मिरवत होतं.

वि. स. खांडेकरांचं लेखन

'एका पानाची कहाणी' (पृ. ३२३) मध्ये उल्लेख केल्यानुसार, वि. स. खांडेकरांनी सन १९२४ ते १९३०-३२ या काळात विपुल लेखन केलं. प्रारंभी ते दर आठवड्याला लिहीत. 'शेकडो पृष्ठं भरतील, इतका मजकूर मी 'वैनतेय'त लिहिला' अशी कबुली देणारे खांडेकर (पृ. ३२५) आपल्या या वृत्तपत्रातील लेखनाचा पैस स्पष्ट करतात. 'वैनतेय'मधील लेखनाने वि. स. खांडेकरांमधील लेखकाला 'समग्र साहित्यिक' बनवलं. कारण साहित्याचे व वृत्तपत्रासाठी आवश्यक सर्व लेखनप्रकार त्यांनी हाताळले. खांडेकरांची लेखनप्रवृत्ती मूलत: साहित्यकाराची. आपला प्रकृतिधर्म पत्रकाराचा नाही, याची जाणीव वि. स. खांडेकरांना होती. तथापि, सामाजिक सुखदु:खाशी त्यांची जी नाळ जोडलेली असायची, त्यातून त्यांचं लेखन घडलं. विशेषत:, कोकणातील सर्वसामान्य जनतेचं दारिद्र्य, अज्ञान, पांरपरिकता, अंधश्रद्धा हे खांडेकरांच्या लेखनाचे चिंता व चिंतनाचे विषय प्रारंभापासूनच दिसून येतात. सन १९२४ साली 'वैनतेय' सुरू झाला, तेव्हा वि. स. खांडेकर शिरोड्याच्या ट्यूटोरियल इंग्लिश स्कूलचे हेडमास्तर होते. शाळेचं अध्ययन, अध्यापन, प्रशासन, विकास (इमारत उभारणी) या सर्व कामांतून वेळ काढून, ते 'वैनतेय'साठी लिहीत. शिवाय, त्यांचं नियतकालिकांसाठी म्हणून स्वतंत्र व सातत्यपूर्ण लेखन सुरू असायचंच. मेघश्याम शिरोडकरांबरोबर विविध समाजहितवर्धक उपक्रमांत सहकारी म्हणून ते सक्रिय असायचेच. डॉन क्विझोटप्रमाणे, आदर्शाची पूजा खांडेकर करत राहत असत. 'हे असंच चालायचं' ही सामाजिक मानसिकता बदलून समाजमन प्रागतिक, पुरोगामी बनवणं हे 'वैनतेय'चं ध्येय हाच वि. स. खांडेकरांच्या लेखनाचा स्थायिभाव बनून राहिला. विशेष म्हणजे, जीवनाच्या अंतापर्यंत खांडेकर सतत प्रागतिक विचार करत. ते समकालाची आव्हानं स्वीकारत लेखन करीत राहिले.

वि. स. खांडेकरांनी, सन १९२४ मध्ये 'वैनतेय' मध्ये लेखन सुरू केलं. सन १९३६मध्ये 'छाया' चित्रपटाच्या पटकथेच्या निमित्ताने ते कोल्हापूरला जाऊ लागले. सन १९३८च्या प्रारंभी, त्यांनी आपलं बिऱ्हाड कोल्हापूरला हलवलं. तोपर्यंत म्हणजे १९३७च्या शेवटापर्यंत वि. स. खांडेकर नियमितपणे 'वैनतेय'मध्ये लिहीत राहिले. एका तपाच्या तपश्चर्यापूर्ण लेखनकाळात वि. स. खांडेकरांनी 'वैनतेय'मध्ये अग्रलेख, स्तंभ, स्फुटं, वार्तापत्र, टिपणं, कथा, कविता, विनोद, पुस्तकपरिचय, वैचारिक, वाङ्मयीन, सामाजिक असं चतुरस्र लेखन केलं. 'वैनतेय', 'समुद्रमंथन',

'वाङ्मय विचार', 'कल्पनातरंग' हे चार लेखनसंग्रह त्यांचाच संग्रह होय. ते वाचत असताना, खांडेकरांच्या लेखनापेक्षा वाचनाचं क्षितिज किती व्यापक व वैविध्यपूर्ण होतं, ते पाहून आश्चर्य वाटल्याशिवाय राहत नाही. पुढील ओळीत 'वैनतेय'मधील वि. स. खांडेकरांच्या लेखनाचा आढावा व आवाका शब्दबद्ध करण्याचा प्रयत्न केला आहे.

अग्रलेख

जया दडकर यांच्या 'वि. स. खांडेकर वाङ्मय सूची'नुसार वि. स. खांडेकरांनी ४ नोव्हेंबर १९२४ ते २० मे १९३०या कालखंडात सुमारे ४० अग्रलेख लिहिल्याची नोंद आढळते. (पृ. ४९, ५०). परंतु, मेघश्याम शिरोडकरांनी 'वैनतेय' साप्ताहिकाच्या रौप्यमहोत्सवी भाषणात 'पहिल्या वर्षी ३४ अग्रलेख खांडेकरांनी लिहिले होते' (वैनतेय, १६ मे, १९५० पृ. १) अशी ग्वाही दिली होती. वृत्तपत्रातील अग्रलेख संपादक लिहितात. पण कोणा संपादकाने तो लिहिला, त्याचं नाव न लिहिण्याचा प्रघात आजही सर्व वृत्तपत्रांतून रूढ आहे. त्यामुळे, वि. स. खांडेकरांनी लिहिलेल्या अग्रलेखांची खानेसुमारी करणं अशक्य. तथापि, हे निश्चित, की उपलब्ध नोंदीपेक्षा अधिक अग्रलेख वि. स. खांडेकरांनी लिहिले असावेत. अग्रलेख-लेखनासाठी अनिवार्य असलेला वाचन, संदर्भाचा व्यासंग व टीका, टिप्पणी करायची हातोटी, कोटीबाज भाषा ही खांडेकरांच्या लेखनाची जुनीच वैशिष्ट्यं होत.

'मी कोण व माझे नाव काय?' अग्रलेख लिहून वि. स. खांडेकरांनी 'वैनतेय' साप्ताहिकाचं ध्येय, धोरण, उद्देश स्पष्ट करत वाचकांना याची ग्वाही दिली की, "राजकीय, सामाजिक, धार्मिक, शैक्षणिक अगर औद्योगिक उलाढालींना श्रोते (वाचक) मिळविणं हीच काही वर्तमानपत्रांची इतिकर्तव्यता नाही. श्रोत्यांतून कर्ते निर्माण करणे, स्फूर्ती देऊन अगर दिशा दाखवून, सामान्य व्यक्तींना समाजसेवा-तत्पर बनवणं हे आजच्या वर्तमानपत्राचं एक आवश्यक कर्तव्य आहे." दक्षिण कोकणातील सावंतवाडी संस्थानातून प्रकाशित होणारं हे साप्ताहिक 'कोकणचं मुखपत्र' बनावं म्हणून 'वैनतेय'ने घेतलेले कष्ट रौप्यमहोत्सवाच्या निमित्ताने महाराष्ट्रातील सर्व अग्रगण्य दैनिक, नियतकालिकांनी मान्य केल्याची नोंद 'वैनतेय'च्या रौप्यमहोत्सवी अंकात अधोरेखित झाली आहे. त्या 'कोकणचे छायचित्र' अग्रलेखात खांडेकरांनी नमूद केलं आहे की, 'कोकण धनाने दरिद्री; पण बुद्धीने श्रीमंत आहे,' या पूर्ण अग्रलेखात खांडेकरांनी कोकणचे दोष चित्रित करून त्यांवर मात करण्याचं केलेलं आवाहन संपादकाचं दायित्व सिद्ध करणारं आहे. 'जुगारी जत्रा' अग्रलेखातून

जत्रेमध्ये चालणाऱ्या जुगारांवर कोरडे ओढून जुगारबंदीची मागणी केली आहे. खांडेकरांनी लिहिलेल्या अग्रलेखांचं विषयवैविध्य लक्ष्यवेधी आहे. 'वैनतेय'मधून खांडेकरांनी शिक्षण, राष्ट्रीयता, अस्पृश्यता, न्याय, धर्म, संस्कृती, इतिहास, राजकारण, सहकार, अर्थशास्त्र, संप, संघटन, व्यक्तिगौरव, साहित्य, भाषा असा गोफ विणत 'संपादक' म्हणून आपला व्यासंग सिद्ध केला आहे. समाजजीवनाची चारी दिशांची जाण, निरीक्षण यांतून खांडेकर अग्रलेखांत आपलं नुसतं मत नोंदवून थांबत नाहीत, तर समस्या-विमोचनाचे उपाय सुचवत, ते आपलं वृत्तपत्रीय उत्तरदायित्वही निभावतात, हे स्पष्ट होतं.

विविध सदरे आणि स्तंभलेखन

● 'समुद्रमंथन'

'समुद्रमंथन' हे समकालीन घटना, प्रसंग यांवर भाष्य, टीका करणारं वा मत व्यक्त करणारं सदर होय. वि. स. खांडेकरांनी 'वैनतेय' साप्ताहिकात ते २३ नोव्हेंबर १९२६ ते १२ ऑक्टोबर १९३७ अशी निरंतर दहा वर्षं लिहिलं. त्रेसष्ट अंकांतून ते प्रकाशित झालं. एका अंकात कधी तीन, कधी पाच तर कधी सात स्फुटं ते लिहीत असत. बहुधा, ती वेगवेगळ्या विषयांवर असत. कधी एका विषयावर पूर्वार्ध व उत्तरार्ध लिहीत. कधीकधी पूर्ण सदर एकाच विषयाला वाहिलेलं असायचं. साहित्य, समाज, शिक्षण, भाषा, धर्म अशा सांस्कृतिक विषयांच्या परिघात वि. स. खांडेकर या सदरात लेखन करीत. पण त्याचा पट मात्र वैश्विक होता. जगभर घडणाऱ्या वरील क्षेत्रांतील घटनांची नोंद घेण्याचा खांडेकरांचा कटाक्ष होता. ॲक्विसथच्या आत्मचरित्रापासून ते 'भाला'कार भोपटकर यांच्यापर्यंतचे विषय ते हाताळत. लेखनात मार्मिकता होती. पारंपरिकतेवर प्रहार असायचा. त्यामुळेच, या सदरात 'भाला'कार भोपटकर खांडेकरांच्या लेखनाचं लक्ष्य अनेकदा झाल्याचं दिसून येतं. 'समुद्रमंथन' हे सदराचं शीर्षक असल्याने विचारांचं मंथन असायचं; पण चर्वितचर्वण मात्र नसे. लेखनातून कधीकधी ते निष्कर्षवजा विधानं करीत. ती विधानं म्हणजे, वि. स. खांडेकरांच्या विचार, व्यवहार, निरीक्षण, तर्क यांची ती प्रचिती असायची. या विधानांना सुभाषिताचं रूप आल्याचं आढळतं. उदाहरणार्थ सांगायचं झालं तर, 'संधिकाळाचा फायदा संधिसाधु घेतात' (५ ऑक्टोबर, १९३७), 'जगाच्या निकषावर आलेले सोने कसा व मग आपल्या बावनकशीपणाच्या बढाया

मारा' (१४ डिसेंबर १९२६) अशी सैद्धान्तिक विधानं या सदरात जागोजागी आढळतात. त्यामुळे, हे सदर आज ९० वर्षांनंतरही वाचनीय व प्रस्तुत ठरतं, हे विशेष. मूळ मजकुरात शीर्षके नव्हती. संपादन करताना तो मजकूर वाचला जावा म्हणून ती नव्याने घालण्यात आली आहेत, याची नोंद घ्यावी.

'समुद्रमंथन' स्तंभात विषयांचं वावडं नसायचं. उलटपक्षी, जीवनाच्या सर्वांगांना स्पर्श करत हा मजकूर वाचकांना प्रगल्भ करत राहायचा. खांडेकरांच्या या लेखनात वाचकांना अंतर्मुख करून त्यांचे जीवनव्यवहार, विचार बदलण्याची शक्ती दिसून येते. स्वातंत्र्यपूर्व काळातील समाज हा पारंपरिकतेच्या गर्तेत अडकलेला होता. त्याला 'प्रागतिक' आणि 'पुरोगामी' बनवण्याचं 'वैनतेय'च्या संपादकांचं ध्येय होतं खरं. पण आज, २०१५ साली या ओळी लिहीत असतानाही समाजात मूलभूत परिवर्तन होऊन तो धर्मनिरपेक्ष, वैज्ञानिक, विवेकवादी, जातीयतामुक्त झाला, असं म्हणता येत नाही. म्हणूनही या सदराचं वाचन समकालातही प्रसंगोचित ठरतं. 'वैनतेय' साप्ताहिकामधील लेखनाच्या 'समुद्रमंथन', 'कल्पनातरंग', 'वाङ्मय विचार' आणि 'वैनतेय' या चार संग्रहाचे संपादन, प्रकाशन करत असताना 'संपादक' म्हणून मला वाटतं की, वि. स. खांडेकरांच्या असंकलित, अप्रकाशित साहित्याचं संपादन म्हणजे, जुन्या लेखनाचा केवळ संग्रह नव्हे. तो शिळ्या कढीला ऊत तर मुळीच नाही. बऱ्याचदा 'जुनं ते सोनं' असतं. 'दवा, दारू जितकी जुनी तितकी लागू' चा रिवाजही त्यामागे आहे. इतिहास हा विस्मरणाचा घटक नसून तो पुनर्मूल्यांकनाचं साधन आहे, हे आपण या संदर्भात लक्षात घ्यायला हवं.

'समुद्रमंथन' हे सदराचं शीर्षक मिथकीय असलं, तरी ते निष्कर्षजन्यतासूचक आहे. समुद्रमंथनातून जशी रत्नं हाती आली होती, तशी या लेखातून तत्कालीन घटना, प्रसंगजन्य विचारमौक्तिकं आजही हाती लागतात. भाषेच्या दृष्टीने हे सदर तत्कालीन भाषिक परंपरा प्रस्तुत करणारं आहे. उदाहरण सांगायचं झालं तर, यातील कितीतरी शब्दकळा आज वापरात नाहीत. त्यामुळे, त्यांचे संदर्भित अर्थ मजकूर वाचल्याशिवाय लक्षात येणं अवघड. भाषेच्या जुन्या चीजांचा संग्रह म्हणूनही मला 'समुद्रमंथन' सदराचं ऐतिहासिक, सांस्कृतिक महत्त्व वाटतं. 'पुनर्घटना' शब्द आज वापरात नाही. विसाव्या शतकाच्या पूर्वार्धात तो 'परिवर्तन' या अर्थाने प्रचलित होता. 'उपाय पडू लागणे' या वाक्प्रचाराचा अर्थ 'परिणाम दिसणे, प्रभाव पडणे' होता. 'पुरवणे' ही क्रिया अथवा क्रियापद 'परवडणे' या अर्थाने वापरलं जायचं. एकूण खर्चासाठी 'वट्ट' शब्द वापरात होता. 'शेकोटी' या अर्थाने 'शेगोटी' शब्द प्रचारात होता. अशा भाषाशास्त्रीय विकास व अर्थपरिवर्तन या अंगानेही मला या सदराचं महत्त्व वाटतं. कोकण, बेळगाव, गोवा अशा प्रदेशांतील 'तत्कालीन भाषेचे प्रतिबिंब' म्हणूनही या लेखनाकडे पाहता येईल.

'समुद्रमंथन' लेखनाची व्याप्ती तिला वैविध्य-सौंदर्य बहाल करणारी आहे. यात बॅरिस्टर जयकरांपासून ते रुपयार्ड किपलिंगपर्यंतच्या व्यक्ती, विचारांचा परामर्श आहे. सोनार, शिंपी, कुळकर्णी – साऱ्या वर्गांची यात हजेरी आहे. इंग्लंड, ब्रह्मदेश, इटली इथे आहे. नि सोलापूर, बेंगलोरही. हिंदू, ख्रिश्चन, मुसलमान ही सर्व धर्म घटनांची नोंद घेण्याचा उदारपणा या लेखनात प्रतिबिंबित आहे. विद्यार्थ्यांद्वारा बाराव्याच्या जेवणावर बहिष्कार घालण्यासारख्या छोट्या घटनेची नोंद हा स्तंभ घेतो, तद्वतच बर्नार्ड शॉने नोबेल पुरस्काराची रक्कम स्वीडिश अकादमीस परत केली, हे सांगायलाही हे सदर विसरत नाही. श्रद्धांजली सभा असो वा निवडणुकीची सभा, त्याची मल्लिनाथी झाली नाही, असं घडलं नाही. स्वातंत्र्यपूर्व काळात दक्षिण कोकणातील सावंतवाडीसारख्या छोट्या संस्थानातून प्रकाशित होणारं हे साप्ताहिक, तत्कालीन मुंबई इलाख्यात (महाराष्ट्र, कर्नाटक, गोवा, गुजरातमध्ये) वाचलं जायचं, याचं श्रेय वि. स. खांडेकरांच्या 'वैनतेय'मधील बहुअंगी व बहुआयामी लेखनासच द्यावं लागेल. 'समुद्रमंथन' सदर तत्कालीन समाजाचं मंथन करणारं ठरलं होतं व आजही ते तेच कार्य करण्यास उपयुक्त वाटतं यातच सदरलेखनाची कालातीतता, मृत्युंजयत्व सिद्ध होतं. यांतील काही स्फुटे मात्र अशी आहेत की, त्यांच्या विचारांशी आज सहमत होता येत नाही.

● वाङ्मय-विचार

हे सदर साप्ताहिक 'वैनतेय'मध्ये निनावी प्रकाशित होत असलं, तरी ते वि. स. खांडेकरांचं लेखन असल्याची नोंद जया दडकर यांच्या 'वि. स. खांडेकर वाङ्मय सूची'त आहे (पृ. ५५). शिवाय, सदरलेखनाची भाषा आणि शैलीही ते सिद्ध करतं. तत्कालीन संपादकीय व्यासंगही खांडेकरपूरक आहे. वि. स. खांडेकरांनी २० डिसेंबर १९२७ ते २६ नोव्हेंबर १९२९ अशा दोन वर्षांच्या कालखंडात या स्तंभाचं लेखन केलं. ते एकूण १७ अंकांत प्रकाशित झालं. पैकी उपलब्ध १५ भागांचा विचार इथे करण्यात आला आहे.

वि. स. खांडेकर शिरोड्यासारख्या आडगावी राहत होते. पण पुणे-मुंबईला जोडलेले मित्र, साहित्यप्रेमी, प्रकाशक, साहित्यिक-सहकारी यांच्यातून त्यांना वाचनाचा विलक्षण छंद जडला होता. मराठी व इंग्रजी या भाषांतील साहित्य व नियतकालिकं ते नित्य वाचत. अशा वाचनाच्या अनुषंगाने मनात निर्माण झालेले विचार, प्रतिक्रियांची नोंद खांडेकर 'वाङ्मय-विचार' सदरात करताना दिसतात. एका अर्थाने ते प्रतिक्रियात्मक लेखन असलं, तरी वाचकांचा प्रतिसादात्मक व्यवहार अपेक्षित असायचा. कारण, या लेखनात जागोजागी तशा अपेक्षा व्यक्त केलेल्या दिसतात. एका अंकात वा

भागात कधी एका तर कधी अनेक घटना, प्रसंग, साहित्यकृती, विचारांवर लिहिलेलं आढळतं. सर्व लेखनाचा उगम प्रकाशित वा वाचलेलं साहित्य असून वाङ्मयाच्या परिघातच हे सारं लेखन झालं आहे. ते अल्पाक्षरी आहे. त्याचा हेतू वाचकांना प्रगल्भ करणे, त्यांची वाचन, विचारकक्षा रुंदावणे हा स्पष्टपणे लक्षात येतो.

'वाङ्मय-विचार' सदरात केलेलं लिखाण पाहता स्पष्ट होतं, की समकालीन साहित्यव्यवहाराची नोंद घेत मराठी भाषा व साहित्यव्यवहार गतिमान करणे, विकसित व प्रगल्भ करणे त्याचा उद्देश आहे. यात वेळोवेळी उठणाऱ्या साहित्य प्रवाहांची केवळ नोंद नसून, तदनुषंगिक विचारही आवर्जून नोंदवले गेले आहेत. मेरी कॉरेलीच्या 'The Sorrow of Satan' कादंबरीची नोंद घेताना खांडेकर संपादकांच्या टिपणीच्या अनुषंगाने भाष्य करतात. म्हणून हे सदर माहितीपर नसून विश्लेषक वाटत राहतं. महर्षी धोंडो केशव कर्वे यांच्या सहकारी पार्वतीबाई आठवले यांची आत्मकथा 'माझी कहाणी' खांडेकर वाचतात. तिचं कथानक न देता, त्यातील अनुभव, प्रसंगांच्या निमित्ताने 'पौर्वात्य ब्राह्मविवाह' (पालकांनी ठरवलेले विवाह) आणि पाश्चात्त्य प्रेमविवाह यांची तुलना करत, कालौघात कोणता विवाह योग्य – तेही सुचवायला विसरत नाहीत. यातूनही 'वैनतेय' आणि खांडेकरांचं पुरोगामीपण लक्षात येतं. धर्म, ब्राह्मण्य इ. अनुषंगानेही खांडेकर समाजास काळाच्या पुढे नेण्याचा प्रयत्न करताना दिसतात. 'वैनतेय'मध्ये एकाच 'वाङ्मयविचार' सदरात अनेक स्फुट प्रकाशित करून प्रसृत करून वाचकांपुढे एकाच नाण्याच्या दोन बाजू प्रकाशित करून, प्रश्न वाचकांवर सोडतात. वाचकांत निर्णयक्षमता, स्वतंत्र विचारबुद्धी निर्माण करण्याचा प्रयत्न म्हणून १७ जुलै १९२८ मधील पालेकरांचा लेख व खांडेकरांचं हे सदर ताडून पाहता येतं. वि. स. खांडेकर 'विविध विस्तार' या तत्कालीन वाचनीय नियतकालिकाचे नियमित वाचक होते. तदनुषंगिक प्रतिक्रियात्मक लेखनही खांडेकर या सदरात करीत. ते विचार करायला भाग पाडणारं होतं व आहे, हे आजही वाचताना स्पष्ट होतं. 'किर्लोस्कर खबर' मासिकात प्रकाशित महादेवशास्त्री दिवेकरांच्या 'देववाद' लेखाचं खंडन करीत, खांडेकर देवावर भरिभार घालून स्वस्थ बसणाऱ्यांवर कोरडे ओढायला विसरत नाहीत. 'साहित्य ही शब्दसृष्टी खरी; पण तिचा जीवनाशी संबंध नसेल, तर सारंच शून्य' हे समजावत, वि. स. खांडेकर 'जीवनासाठी कला' हा आपला विचारपक्ष इथेही अधोरेखित करतात. या नि अशा अनेक उदाहरणांनी संपन्न असं हे सदर वाचकांनी मुळातच वाचलं पाहिजे. वि. स. खांडेकरांचं लेखन अनुभवसंपन्न वाटतं, त्यामागे वाचन व विचारांचं अद्वैत होतं, ते स्पष्ट करणारं हे स्तंभलेखन होय. इथेही 'समुद्रमंथन'प्रमाणे मूळ मजकुरात नसलेली शीर्षके इथे देण्यात आली आहेत. मजकूर वाचला जावा हाच उद्देश त्यामागे आहे.

● कणसाचे दाणे

'विहंगम' या टोपणनावाने वि. स. खांडेकरांनी 'कणसाचे दाणे' या सदराचं लेखन केलं. यापूर्वी सांगितल्याप्रमाणे, वि. स. खांडेकरांचं वाचन 'वैविध्यपूर्ण' असं होतं. 'लेखक' म्हणून खांडेकर आपण वाचलेलं इतरांना सांगण्यास सतत उत्सुक असायचे. हे त्यांच्याशी झालेल्या संवादातूनही स्पष्ट होत राहायचं. तीच उत्सुकता लेखनातही दिसून येते. २८ मे, १९२९ ते २१ सप्टेंबर, १९३७ या सुमारे साडेसात वर्षं हा स्तंभ चालला. या काळात सदर स्तंभाचे ३० भाग प्रकाशित झाले. प्रत्येक भागात कधी तीन तर कधी चार-पाच स्फुटं असत. बहुधा, प्रत्येक स्फुटाचा विषय वेगळा असायचा. पण कधी एकाच विषयाचे अनेक पैलू सांगायचे झाले, तर अनेक स्फुटं सलग एकाच विषयाला वाहिलेली असायची.

अन्य सदरांतून केलेलं लेखन हे वि. स. खांडेकरांचं स्व-लेखन असायचं. या सदरात 'विहंगम' हे टोपणनाव संग्राहक म्हणून लिहिलेलं आढळतं. हे माहितीपर सदर होतं. खांडेकर या सदरातून वाचकांना जीवनातील विविध विषयांवरील माहिती पुरवून, 'वैनतेय' वाचकांचं सर्वसामान्य ज्ञान वाढेल, असा प्रयत्न करायचा. 'जे जे आपणास ठावे । ते ते सकळास शिकवावे।। शहाणे करून सोडावे! सकळ जन।।' असा या लेखांचा बाज असायचा. ज्ञान, विज्ञान, व्यक्ती, विचार, भाषा, साहित्य, शिक्षण, राजकारण, इतिहास, भाषण, पर्यावरण, संस्कृती, देश, ग्रंथ, नियतकालिकं अशा कितीतरी विषयांना खांडेकरांनी या सदरातून स्पर्श केलेला आहे. नवंकोरं, ताजं देण्यावर खांडेकरांचा भर असायचा. यामागे, वाचकांना अग्रेसर बनवण्याची धडपड स्पष्ट दिसून येते. सदर अल्पाक्षरी होतं. स्फुटं आटोपशीर होती. भाषा सुबोध असायची. रंजनातून शिक्षणाचा भाव या लेखनामागे होता.

मक्याचं कणीस, त्यातील दाणे सुटे असले, तरी कणीस एकसंध असतं. ज्ञानकण स्वतंत्र खरे; पण त्याच्या वैविध्य व समग्रतेतून माणसास पूर्णत्व प्रदान करण्याच्या भावाने झालेलं हे लेखन वाचनाच्या अंगाने रंजक खचितच असायचं. अळंबी आणि प्रकाशमान वनस्पती, शिक्षकाचे दीपधारकत्व, हिंदू-मुस्लीम ऐक्य, सिनेतारका सीतादेवीची मुलाखत, जर्मन प्रेसिडेंट हिंडेनबर्ग यांचा साधेपणा, कुराण, पशुबली प्रथा, पुतळे आणि कलामीमांसा, स्त्रीचा मासिकधर्म, पर्यावरणशास्त्र, दंडबैठका व भारतीय देहयष्टी हे नुसते विषय वाचले, तरी मजकूरवैविध्य स्पष्ट व्हावं. खांडेकरांनी या सदरात कोणताच विषय वर्ज्य मानला नाही. मजकूर लेखनामागे अंतिमत: समाजहिताची दृष्टी असायची. काही स्फुटं दीर्घही आढळतात. पण अपवाद (उदा. २१ सप्टेंबर १९३७). काही स्फुटांतून खांडेकर सांख्यिकी माहिती (आकडेवारी) देऊन वाचकांचं ज्ञान अद्ययावत बनवितात. उदाहरणार्थ, दि. ११ जून

१९२९च्या भागात वृत्तपत्रांची दिलेली आकडेवारी. काही स्फुटांत खांडेकर मिश्कीलपणे भाष्य करतात, तुलना करतात. एका स्फुटात ते पांजरपोळाची तुलना पेन्शनर्सशी करत त्यांच्या रिकामटेकडेपणावर बोट ठेवतात.

खांडेकर 'कणसाचे दाणे' मधून माहितीपर मजकूर देत असले, तरी त्यामागे लोकशिक्षणाचा उद्देश नक्कीच असायचा. कधीकधी तो उघड व्हायचा. कोरियातील 'किल' नावाच्या एका गृहस्थावर जपानने तो सिगारेटविरोधी प्रचार करतो म्हणून राजद्रोहाचा खटला भरला होता. ते वृत्त वाचून खांडेकर स्फुट लिहितात. खटल्याची सविस्तर माहिती देतात. पण शेवटी निष्कर्ष द्यायला विसरत नाहीत. लिहितात, ''विजयी राष्ट्र लांडग्यासारखे असते. मग ते पाश्चिमात्य असो वा पौर्वात्य असो.'' या सदरात साहित्यविषयक मजकूर जिज्ञासावर्धक आहे. इतकी वर्षं उलटूनही, तत्कालीन माहिती आजही उत्कंठावर्धक ठरते, याचं श्रेय मात्र खांडेकरांच्या चिकित्सक निवडीसच द्यावं लागेल. या सदरातील स्फुटांनाही वाचनीय व्हावीत म्हणून शीर्षके दिली आहेत. ती मूळ मजकुरात नव्हती याची वाचकांनी नोंद घ्यावी.

● रानफुले

'वैनतेय' साप्ताहिकात वि. स. खांडेकरांनी जे विपुल आणि वैविध्यपूर्ण स्तंभलेखन केलं, त्यात 'रानफुले' हे सदर आगळंवेगळं होतं. एका विशिष्ट साहित्यप्रकाराला वाहिलेलं सदर म्हणून 'रानफुले' व्यवच्छेदक ठरतं. या सदरात वि. स. खांडेकरांनी फक्त लघुनिबंध लिहिले. मराठी साहित्यात प्रा. ना. सी. फडके यांनी 'गुजगोष्टी' लिहून लघुनिबंधाला जन्म दिला. म्हणून, ते मराठी लघुनिबंधाचे 'जनक' मानले जातात. पण पुढे वि. स. खांडेकरांनी मराठीत इतके विपुल नि वैविध्यपूर्ण लघुनिबंध लिहिले, की त्यांच्याकडे समीक्षक 'मराठी लघुनिबंधाचे विकासक' म्हणून पाहतात. खांडेकरांचा पहिला लघुनिबंध 'निकाल द्या' हा 'वैनतेय' साप्ताहिकातच प्रसिद्ध झाला होता.

'रानफुले' सदर – वि. स. खांडेकरांनी १९२७ ते १९२९ अशा सुमारे दोन वर्षांच्या कालखंडात लिहिलं. 'वैनतेय'मध्ये हे सदर खांडेकरांनी 'आदर्श' या टोपणनावाने लिहिलं होतं. 'वैनतेय'मधून खांडेकरांचे २०-२२ लघुनिबंध प्रकाशित झाले. ते 'वायुलहरी' आणि 'रानफुले' या लघुनिबंधसंग्रहांत संकलित आहेत. 'रानफुले' सदरात 'पांढरपेशा', 'अरसिक किती हा', 'दूधभात', 'मनुष्य व यंत्र', 'वृद्धांची पतंगक्रीडा', 'काळोखाचे दिवस', 'नीचपणा नको', 'विषमता', 'लग्न' यांसारखे लघुनिबंध प्रकाशित झाले होते.

आकर्षक प्रारंभ, अप्रत्यक्षित वा अनपेक्षित घटनांची मालिका, निष्कर्षवजा

शेवट अशा सूत्रांनी बांधलेले हे निबंध होत. साध्या विषयातून मोठा आशय सांगण्याचं सामर्थ्य या निबंधांतून आढळतं. कल्पनाविलास, संवादशैली, अनुप्रासिक भाषा ही खांडेकरीय लेखनवैशिष्ट्यं इथे न आढळती, तरच आश्चर्य! जीवनदृष्टी देणारे हे लघुनिबंध वाचनीय आहेत. इथे नमुन्यादाखल एकच देण्यात आला आहे. कारण वि. स. खांडेकर याच्या प्रकाशित लघुनिबंध संग्रहांतून यापूर्वीच ते उपलब्ध झाले आहेत.

● गाढवाची गीता

'गाढवाची गीता' सदरलेखन नाट्यछटेच्या रूपात लिहिलं गेलं. इथे रूपबंधापेक्षा आशय महत्त्वाचा होता. सन १९२४-२५ च्या दरम्यान, म्हणजे 'वैनतेय' साप्ताहिकाच्या प्रारंभीच्या काळातच हे सदर प्रकाशित झालं. या लेखनामुळे, वि. स. खांडेकरांचा लौकिक 'विनोदी लेखक' म्हणून सर्वदूर पसरला होता. नाट्यछटा एका विशिष्ट घटना वा प्रसंगावर बेतलेली असते. तीत एकच एक प्रगट पात्र असतं. अन्य सूचक पात्रं जरूर असतात; पण ती गौण वा पूरक कार्य करतात. हा तसा एकपात्री प्रयोग असतो. स्वगत संवाद व प्रगट कथनांनी नाट्यछटा आकारत असते. खांडेकरांनी या रूपबंधात १८ अध्याय लिहिले. शिवाय, नंतर 'गीतारहस्य' शीर्षकाने प्रास्ताविक लिहिलं. पुढेही त्यानंतर 'गाढवापुढे गीता' म्हणून आणखीन दोन अध्याय लिहिले. या समग्र लेखनाचं स्वतंत्र पुस्तक 'गाढवाची गीता आणि गाजराची पुंगी' मधून या ओळीच्याच लेखकाने संपादित केले असल्याने, ते या संग्रहात संकलित करण्यात आलेलं नाही.

या सदरातून खांडेकरांनी सुशिक्षितांची मोफत वाचण्याची खोड, संपादकांची भूमिका, महागाई, भ्रष्टाचार, सावकार, केशवपन, श्रमप्रतिष्ठा, अंधश्रद्धा, नशीब, म्हातारपण, सदाचार यांसारख्या विषयांवर विनोदी शैलीतून केलेलं हे लेखन समाजाच्या तत्कालीन विसंगतीवर बोट ठेवणारं होतं. पण, आजही ते तितकंच प्रस्तुत ठरतं. काळ बदलला; पण माणसाच्या वृत्ती-प्रवृत्तींत मात्र बदल झालेला दिसत नाही, हे शल्य आजच्या वाचकांना खुपल्याशिवाय राहणार नाही. हे लेखन एक प्रकारे वाचकांशी सहज, रंजक पद्धतीनं केलेलं हितगूज होतं, म्हणून ते हृदयस्पर्शी झालं आहे.

• गाजराची पुंगी

'वैनतेय' साप्ताहिकात 'गाढवाची गीता'नंतर केलेलं विनोदी लेखन म्हणून 'गाजराची पुंगी' या सदराकडे पाहावं लागतं. सन १९२५ च्या मध्यास २ जून, १९२५ रोजी हे सदर सुरू झाले. ते २१ डिसेंबर, १९२६ पर्यंत चालले. या दीड वर्षाच्या कालखंडात याचे सप्तसूर (सात भाग) प्रकाशित झाले. सप्तकात या सदराची रचना करण्यात आली होती. असं दुसरं सप्तक लिहिलं गेलं होतं. पण त्याचा एकच सूर (भाग) हाती आला आहे. हे सारं लेखन 'गाजराची पुंगी' या स्वतंत्र पुस्तकात प्रकाशित झाल्याने द्विरुक्ती भयापोटी इथे देण्याचं टाळलं आहे.

विनोदी लेख असं या सदराचं रूप होतं. 'जोड्याचे आत्मवृत्त', 'साधुसंत विश्वविद्यालय' यांसारख्या लेखशीर्षकावरून लेखनाचं स्वरूप स्पष्ट होतं. या लेखनातून खांडेकरांनी आपली समाजनिरीक्षणं टिपली आहेत. हे लेखन केवळ समाजचित्रण नसून, त्याची चिकित्सा, भाष्य, समीक्षा म्हणूनही महत्त्वाचं ठरतं.

वि. स. खांडेकरांचा 'लेखक' म्हणून झालेला प्रवास हा गमतीकडून गांभीर्याकडे सरकत गेलेला दिसतो. प्रारंभी कोट्या करणारे खांडेकर, नंतर सुभाषितवजा भाषा वापरतात. आरंभी उदाहरणांची खैरात व उपमांचा पाऊस पाडणारी त्यांची लेखणी उत्तरकाळात गंभीर तत्त्वचिंतनात रमलेली दिसते. एक 'लेखक' म्हणून खांडेकरांचा झालेला विकास पाहायचा, तर 'कल्पनातरंग'मधील लेखन पायाभूत ठरतं. वृत्तपत्रीय लेखन नियमित करावं लागतं. सातत्यातून कौशल्य विकसित होतं, हे गायकाच्या बाबतीत जेवढं खरं आहे, तितकंच ते लेखकाच्या बाबतीतही! 'गाढवाची गीता' आणि 'गाजराची पुंगी' या शीर्षकाने प्रकाशित स्वतंत्र ग्रंथातून दोन्ही एकत्र वाचणं, म्हणजे खांडेकरांचं विनोदी लेखन समजून घेणं होय.

• बहुरत्ना वसुंधरा

'गाढवाची गीता' आणि 'गाजराची पुंगी' सारखंच लिहिलेलं 'वैनतेय' साप्ताहिकातील तिसरं सदर म्हणजे, 'बहुरत्ना वसुंधरा' होय. ते निनावी असलं, तरी लेखनशैली व मांडणी लक्षात घेता, ते वि. स. खांडेकरांचंच होतं, हे सांगायला कोण्या भविष्यवेत्त्याची गरज नाही. वरील दोन स्तंभांच्या तुलनेत हे सदर 'अल्पकालिक'च म्हणावं लागेल. कारण या सदरात तीन रत्नंच (भाग) प्रकाशित झालीत.

पैकी पहिल्या रत्नात खांडेकरांनी सन १९२८-२९ या शैक्षणिक वर्षात अध्यापनात इंग्रजांनी 'डायरेक्ट मेथड' वापरण्याच्या काढलेल्या फतव्याचा फटकारे मारत परामर्श घेतला आहे. दुसरं रत्न गायक गाण्यासाठी कायकाय प्रयत्न करून नक्कल करत असतात, त्याची खिल्ली उडवली आहे. तर तिसरं रत्न साहित्याच्या

मवाळ भूमिकेचा खरपूस समाचार घेतं. हे लेखन शैलीच्या अंगाने महत्त्वाचं ठरतं.

स्वातंत्र्यपूर्व काळात जून, जुलै, १९२८ मध्ये झालेलं हे लेखन. विसंगती वा अनुकरणावर बोट ठेवणारं हे लेखन. या लेखनात धार आहे खरी. पण सशाच्या शिकारीला सिंहाच्या शिकारीची तयारी केल्यासारखं त्याचं स्वरूप आहे. वि. स. खांडेकर अशा प्रकारचं लेखन करतात, तेव्हा त्यांचा युक्तिवाद मात्र बिनतोड असतो खरा! अशा लेखनात क्रोध, सुरसुरी भरलेली असली, तरी अल्पकालीन मनोरंजन, हास्य यांपलीकडे त्याचं महत्त्व राहत नाही. लेखनातील कलात्मकता कधी महत्त्वाची तर कधी आशय. त्या दृष्टीने पाहिलं, तर या लेखनाचं महत्त्व भाषा आणि शैली-सौंदर्यापुरतंच मर्यादित राहतं, हे मात्र नाकारता येणार नाही.

● कल्पनातरंग

एखाद्या क्रिकेटवीराचा पहिल्या चेंडूवर झेल जावा अथवा त्रिफळा उडावा, तसंच 'कल्पनातरंग' या सदराचं झालं. त्याचा अवघा एक भाग 'वैनतेय' साप्ताहिकाच्या दि. २३ जुलै १९२९ च्या अंकात प्रकाशित झाला होता. तो भाग पहिला व शेवटचा ठरला. हे लेखनही 'बहुरत्ना वसुंधरा'प्रमाणे निनावी असलं तरी भाषा, शैली, उदाहरणं, लकब पाहता ते खांडेकरांचंच होय. या स्फुटात दोन भाग आहेत. पहिल्या भागात 'अति तेथे माती' वा 'अति सर्वत्र वर्जते' चा भाव आहे. दुसरा भाग त्याचाच, त्याच विषयभावाचा उत्तरार्ध असून दृष्टान्त, उदाहरण वेगळे आहे इतकंच. अतिरेकामुळे काव्य आणि व्यवहार, निवृत्ती आणि प्रवृत्तींमध्ये हाडवैर निर्माण होतं, अशी शिकवण देणारा हा मजकूर.

एखादी छोटी कल्पना घेऊन त्याचा तरंग विस्तारित करणारं हे सदर. त्याला 'कल्पनेचे तारे तोडणं' असं एवढ्याचसाठी म्हणता येणार नाही, कारण खांडेकर कधीच निरुद्देश्य लिहीत नसतात. खांडेकरांच्या लेखनाचा फेर सतत मनुष्यहिताभोवती पिंगा घालत राहतो. खांडेकरांमध्ये मनुष्यहिताचा अखंड असा एक प्रवाह निरंतर झरत असतो, त्याचं प्रत्यंतर 'कल्पनातरंग' सदरामधूनही येतं. खांडेकरांच्या लेखनात पाश्चात्त्य लेखकांचं उदाहरण व पौर्वात्य मिथकांचा प्रयोग, वापर यांची सरमिसळ नित्य असते. भूतकाळास भविष्यलक्ष्यी बनवण्याचा खांडेकरांचा छंद जुनाच. तो या लेखनात न आढळता, तरच आश्चर्य! आपणास सांगायची गोष्ट खांडेकर नेहमी शर्करा वेष्टनातून सांगतात, त्याचा प्रत्यय या लेखनातूनही येतो.

● परिचयाची परडी

ज्याला पुस्तकपरिचय, परीक्षण, टीका, समीक्षा म्हणता येईल, अशी दोन सदरं वि. स. खांडेकरांनी 'वैनतेय' साप्ताहिकात लिहिल्याचं दिसून येतं. पैकी एक होतं 'परिचयाची परडी'. हे सदर वि. स. खांडेकरांनी ११ नोव्हेंबर, १९२४ ते २२ एप्रिल, १९३० अशी सुमारे सहा वर्षं सतत लिहिलं. ते 'आदर्श' या टोपणनावाने ते लिहीत. दुसरं होतं, 'पुस्तकपरिचय'. ते निनावी असे. हे सदर २८ फेब्रुवारी, १९२८ ते ५ ऑक्टोबर, १९३७ असं सुमारे नऊ वर्षं चाललं. दोन्हींत थोडा फरक दिसतो. 'परिचयाची परडी'मध्ये खांडेकर आपल्याला आवडलेल्या पुस्तकांबद्दल विस्ताराने व मनस्वीपणे लिहीत. त्यात एक प्रकारची अनौपचारिकता, प्रेम, आदरभाव दिसतो. 'पुस्तकपरिचय'मधील परीक्षणं ही 'साहित्यिक-संपादक' म्हणून आलेल्या औपचारिक जबाबदारीची परिपूर्ती असायची. 'परिचयाची परडी'मध्ये एका भागात एकच पुस्तकाबद्दल मनसोक्त लिहिलं जायचं. कधीकधी तर ते अनेक भागांत लिहिलं जायचं. उदाहरणच द्यायचं झालं, तर तांबेशास्त्रीलिखित 'धर्म-मीमांसा' ग्रंथाचं देता येईल. या सदराच्या प्रारंभीच सदर ग्रंथावर लिहिलं गेलं, तेही तीन भागांत. हे परीक्षण सततच्या तीन अंकात (११, १५ नोव्हेंबर आणि ३० डिसेंबर, १९२४ ते प्रकाशित करण्यात आलं.

'परिचयाची परडी' मधून वि. स. खांडेकरांनी एकूण २८ ग्रंथांबद्दल लिहिलं आहे. त्यात श्रीपाद कृष्ण कोल्हटकरलिखित कादंबरी 'दुटप्पी की दुहेरी' वि. द. घाटे व माधव ज्युलियनांचा संयुक्तपणे संपादित कवितासंग्रह 'मधु-माधव', अण्णासाहेब लट्ठे रचित 'श्री शाहू छत्रपती चरित्र', 'तुतारीचे पडसाद' हा श्री. वि. वर्तकांचा टीकाप्रबंध अशा अनेक महत्त्वाच्या आणि वैविध्यपूर्ण साहित्यप्रकारांवर बेतलेल्या ग्रंथांचा परामर्श खांडेकरांनी या सदरातून घेतलेला आढळतो. 'परिचयाची परडी'मध्ये ज्या ग्रंथांचा परिचय खांडेकर करून देतात, त्या ग्रंथांची त्यात भलावण असतेच असं नाही. कितीतरी वेळा कठोर टीकाही असते. 'धर्ममीमांसा' या तांबेशास्त्रीलिखित ग्रंथाच्या परीक्षणात ते शास्त्रीबोवांनी केलेल्या धर्माच्या व्याख्येचा 'धर्म आचारप्रभव' असल्याचे मान्य करतात. परंतु धर्मात परिवर्तन करता येत नाही, या मताचं खंडनही. खांडेकरांची ही वस्तुनिष्ठ समीक्षापद्धती अनेक परीक्षणांत आढळून येते. अण्णासाहेब लट्ठे रचित 'श्री शाहू छत्रपती चरित्र' ग्रंथ राजाराम महाराजांमुळे ५०० पृष्ठांचा असूनही अवघ्या दोन रुपयांना मिळत असल्याबद्दल प्रशंसा करतात. 'तपकिरीच्या किमतीत कस्तुरी' असं त्यांचं वर्णन चपखल आहे. 'दलितवर्गाच्या उद्धाराकरिता शाहू छत्रपतींनी जिवाचं रान केलं व ही गोष्ट महाराष्ट्राच्या हृदयपटलावर कायमची कोरलेली राहील,' हे नोंदवायलाही ते विसरत नाहीत. टिळक, गांधी,

गोखले प्रभृती – मान्यवर वा अन्यांबाबतीतही खांडेकरांची मते त्या काळाच्या वेळी होती; पण त्याच व्यक्तींबद्दलचं खांडेकरांचं नंतरच्या काळात झालेलं लेखन 'पूर्वमतांत झालेल्या परिवर्तनाचा पुरावा' म्हणून पाहता येतो. मतभिन्नता व परमताचा आदर हे विवेकशील, लोकशाही जीवनपद्धतीचा अनिवार्य भाग असतो. खांडेकरांच्या या परीक्षणातील मतांबाबत सर्वजण सर्वदा सहमत होतील असं नाही. मीही नाही. यासंदर्भात एक घटना 'वैनतेय'चे संपादक मेघश्याम शिरोडकरांच्या बाबतीत घडलेली असली, तरी या प्रसंगी ती प्रस्तुत म्हणून नोंदवावीशी वाटते. शिरोडकर समाजवादी, धर्मनिरपेक्ष. खांडकेरांप्रमाणेच. सावंतवाडी राष्ट्रीय स्वयंसेवक संघाचे गोळवलकरगुरुजी आलेले असताना भेटायला गेले होते, तेव्हा म्हणाले, 'Let us agree to differ'. गुरुजींनी तत्काळ उत्तर दिलं, 'Let us differ to agree'. विचारांचं मतभेदपूर्ण स्वागत लेखनास उदारतेकडे नेत असतं, हेच खरं प्रागतिकपण होय.

या सदरात 'तुतारीचे पडसाद' या केशवसुतांच्या कवितेवरील टीकाप्रबंधाची चर्चा आहे. ती खांडेकरांचा काव्यविषयक व्यासंग स्पष्ट करणारी आहे. आचार्य अत्रे यांच्या 'झेंडूची फुले'चं परीक्षण मुद्दामहून प्रकाशित करतात. कारण खांडेकरांना गेल्या दोन वर्षांत विनोदी कवितेस ओहोटी लागल्याचं वैषम्य वाटतं. प्रा. ना. सी. फडके यांच्या 'दौलत' कादंबरीची या सदरात करण्यात आलेली चिकित्सा खांडेकरांच्या स्वागतशील समीक्षेचं उदाहरण म्हणून नोंदविता येईल. या सदरात खांडेकरांनी आपले लेखनगुरू श्रीपाद कृष्ण कोल्हटकरांच्या 'दुटप्पी की दुहेरी' (कादंबरी), कथासप्तक (संपादन), 'श्यामसुंदर'ची (कादंबरी) मीमांसा केली आहे. काशीबाई कानिटकर, आनंदीबाई शिर्के प्रभृती स्त्री-लेखिकांच्या लेखनाचा खांडेकरांनी करून दिलेला परिचय त्यांना 'उदारमतवादी टीकाकार' सिद्ध करणारा आहे.

आजच्या वृत्तपत्रात एका परिच्छेदात पुस्तकपरिचय करून देण्याने या वृत्तपत्रांची तत्कालीन वाङ्मयीन महत्ता लक्षात येते. या पार्श्वभूमीवर, 'वैनतेय'सारखं केवळ चार पृष्ठांचं साप्ताहिक असूनही पृष्ठंच्या पृष्ठं खर्च करायचं, यातून त्यांची वाङ्मयीन अभिरुची अधोरेखित होते. या समीक्षा बऱ्याचदा परखड झाल्या आहेत. काहींत पाल्हाळीकता आढळते. 'नमनास घडाभर तेल' अशी त्यांची स्थिती झाली आहे. पण खांडेकर सर्वच परिचयांत जी तार्किक चर्चा घडवतात, त्या मात्र विचारणीय असतात. खांडेकर सोदाहरण आपली सहमती वा मतभिन्नता नोंदवतात. त्यातून त्यांची सव्यसाची वृत्ती स्पष्ट होते. समीक्षेची ठेवण टीकाशास्त्राला धरून असल्याने त्या शास्त्रोक्त झाल्या आहेत. वि. स. खांडेकरांच्या साहित्यिकाबरोबर त्यांच्यातील 'टीकाकार' समांतरपणे घडत गेला. म्हणून त्यांचं लेखन समकालीनांच्या तुलनेत अधिक गुणात्मक, कसदार होत गेलं आहे.

● पुस्तक-परिचय

वर या सदराची पूर्वपीठिका दिली आहेच. या स्तंभात खांडेकरांनी विविध अशा २० ग्रंथांचा परिचय करून दिला आहे. उपरोक्त सदराच्या तुलनेत हे ग्रंथ दुय्यम ठरत असले, तरी वाङ्मयीन इतिहासाच्या दृष्टीने त्यांचं महत्त्व आहे. 'गडकरी यांच्या आठवणी', 'ऐतिहासिक पोवाडे' यांच्याबरोबरीने कादंबरी, काव्य, नाटक, भाषणं यांचा इथे परिचय करून देण्यात आला आहे.

'गडकऱ्यांच्या आठवणी'मधून १९ लोकांच्या विविध आठवणींतून खांडेकर राम गणेश गडकरी यांचं व्यक्तिमत्त्व उभं करतात. 'हिंदुपदपातशाही' ग्रंथाची तुलना खांडेकरांनी न. चिं. केळकरांच्या 'मराठे व इंग्रज' ग्रंथाशी केली आहे. 'भावमंथन' आणि 'माधवी' या वाङ्मयविहार मंडळ प्रकाशित काव्यसंग्रहातील विविध कवी, काव्यप्रकारांचा खांडेकरांनी घेतलेला परामर्श ही त्यांच्या काव्यव्यासंगाची साक्ष होय. सुनीतं आणि गीतं यांमधील बारकावे खांडेकर जाणतात. तसंच, लक्ष्मीबाई टिळक, पांगारकर, गोविंदांच्या काव्यलेखन-कौशल्याची त्यांना पुरेपूर जाण असते. यातून खांडेकरांचं वाचन, विचार, तर्कव्यवहार समजायला ही परीक्षणं उपयोगी ठरतात. वि. स. खांडेकर या सदरातून केवळ ग्रंथांचीच नोंद घेऊन थांबत नाहीत, तर 'वैनतेय' वाचकांसाठी ते अधी-मधी साहित्य संमेलनांच्या निमित्ताने प्रकाशित विविध नियतकालिकांच्या विशेषांकांचा परिचय करून देऊन, संपादक, समीक्षकाची चौफेर चिकित्सा व चौकसबुद्धी सिद्ध करतात. सन १९३७ च्या 'यशवंत' मासिकाचा, ३५० पृष्ठांचा (ज्यात २०० पृष्ठं सचित्र होती), साहित्य संमलेन विशेषांकाचा विशेषत्वाने उल्लेख करावा लागेल. शिवाय, ते संमेलनात प्रसिद्ध झालेल्या ग्रंथांचाही आवर्जून परिचय करून देत. या त्यांच्या धडपडीमुळे, 'वैनतेय'मधील परीक्षण, टीकेस तत्कालीन मराठी साहित्यजगतात प्रतिष्ठा निर्माण झाली होती. या व अन्य नियतकालिकांतील परीक्षणांमुळे खांडेकर 'टीकाकार' म्हणूनही मान्यता पावले होते.

● स्फुट सूचना, वार्तापत्रं, टिपा

ज्याला 'संकीर्ण' म्हणता येईल अशा अनेक स्फुट सूचना, वार्तापत्रं, टिपा खांडेकरांनी 'वैनतेय'ची गरज म्हणून लिहिल्या आहेत. स्वातंत्र्यपूर्व काळात वृत्तपत्राच्या संपादकाला 'वृत्तपत्रीय गरज' म्हणून सर्व प्रकारची कामं करावी लागत. 'वैनतेय' साप्ताहिक शिरोडकर, खांडेकर, साप्ते या त्रिमूर्तींनी राष्ट्रीय ध्येयवादाने प्रकाशित केलं होतं. 'पहिली पावलं' या आपल्या साहित्यिक आत्मकथनात वृत्तपत्र-संपादनासंबंधी 'ताबंड्या मातीत उठाबशा'मध्ये खांडेकरांनी स्पष्ट केलं आहे की, ''माझी भूमिका मजकुराचा माल पुरविणाऱ्या मदतनिसाची होती. अग्रलेखापासून फुटकळ बातमीपर्यंत.

माझ्या या साप्ताहिक पोतडीत सर्व प्रकारच्या चिजा असत.'' यावरून खांडेकर पडेल ते लेखन करायचे, हे स्पष्ट होतं. शिरोड्याचे बातमीदार म्हणूनही खांडेकर लेखन करायचे. 'वैनतेय'मध्ये 'शिरोड्याचं वार्तापत्र' नियमित प्रसिद्ध होत असे. ते खांडेकरच लिहीत. सन १९३० साली शिरोडे येथे झालेल्या राज्यपातळीवरील 'मीठ सत्याग्रह'संबंधी वार्तापत्रं खांडेकरांनी लिहिली होती. खांडेकरांना सत्याग्रहातच प्रत्यक्षात भाग घ्यायचा होता. पण शाळेची नोकरी ही अडचण होती. त्याची भरपाई त्यांनी 'वार्तापत्रं' लिहून केल्याच्या नोंदी आहेत. धोंडो केशव कर्वे, डॉ. वॉनलेस प्रभृतींसंबंधी स्फुटं, टीपा अल्पाक्षरी असल्या, तरी प्रभावी आहेत. 'स्फुट सूचना' मधील 'राष्ट्रीय भाऊबीज', 'येते साहित्य संमेलन', 'मराठी ज्ञानकोश','वा. गो. आपटे निधन', 'शंकराचार्यांपुढील कामे' यांसारखी स्फुटं केवळ वाचनीय नसून ती अंतर्मुख करतात. खांडेकर 'स्फुट लेखक' म्हणून बहुश्रुत, बहुअवधानी होते. स्वल्प आणि दीर्घ दोन्ही प्रकारचं लेखन ते समान तन्मयतेने करीत, हे विशेष. यातूनही त्यांचं सामाजिक मन, धर्मनिरपेक्ष वृत्ती, गैरांप्रति आक्रमकता, प्रागतिकता सारी वैशिष्ट्यं प्रतिबिंबित होत राहायची.

'समुद्रमंथन', 'कल्पनातरंग', 'वाङ्मय विचार' आणि 'वैनतेय' हे चार लेखनसंग्रह हे वरील सर्व लेखनाचे संग्रह आहेत. मुद्रण व वाचनसुविधेसाठी या लेखनाचे चार भाग करण्यात आले आहेत. चार भाग करताना, एकाच स्वरूपाची दोन सदरं वि. स. खांडेकरांद्वारा लिहिली जाणं–हेही एक कारण होय. उदाहरण द्यायचं झालं तर, 'पुस्तकपरिचय' आणि 'परिचयाची परडी' याचं देता येईल. दोन्ही सदरांचं स्वरूप एक आहे; पण उद्देश वेगळा आहे. तीच गोष्ट थोड्याफार फरकाने 'समुद्रमंथन' आणि 'कणसाचे दाणे' या सदरांची. हे लेखनसंग्रह वि. स. खांडेकरांच्या वृत्तपत्र लेखनवैविध्याचा आलेख व नमुना होय. हे ग्रंथ खांडेकरांचे अष्टपैलू वाचन, व्यासंगाचा पुरावा म्हणून महत्त्वाचे. 'स्फुट सूचना', 'वार्तापत्र', 'टिपणे' ही सदरं संकीर्ण, तरीही लेखनकामाठी सिद्ध करणारी. विसाव्या शतकाच्या प्रारंभी, संपादन-लेखनासाठी किती मेहनत घेत हे पाहिलं, की त्यांचे कष्ट व समर्पणाचा अचंबा वाटल्यावाचून राहत नाही. हे सर्व देशासाठीचा त्याग व निष्ठेसाठी होतं, हे महत्त्वाचं. मिळकत – शून्य. कष्ट केवळ ध्येयवादातच शक्य असतात. 'पत्रकारितेचा आदर्श' म्हणूनही या लेखनसंग्रहांचे ऐतिहासिक महत्त्व आहे.

जया दडकर यांच्या 'वि. स. खांडेकर वाङ्मयसूची'मुळे हे चार ग्रंथ संपादित करणं शक्य झाले. पंचम खेमराज महाविद्यालय, सावंतवाडीचे ग्रंथपाल श्री. गं. आ. बुवा यांच्यामुळे हा सारा लेखनसंग्रह उपलब्ध होऊ शकला. त्या उभयतांचे मन:पूर्वक आभार!

'वि. स. खांडेकर रजत स्मृती-प्रकल्प'मधील हा 'रजत स्मृती प्रकल्प' पूर्ण करताना, या प्रकाशनास अनुमती व सहकार्य करणाऱ्या वि. स. खांडेकरांच्या कन्या मंदाताई आपल्यात नाहीत. त्यांचं कृतज्ञ स्मरण आणि हा सारा 'रजत स्मृती प्रकल्प' त्यांना आदरपूर्वक समर्पित! वरील चार ग्रंथांचा हा गुच्छ वाचकांनी मिळवून एकत्रितपणे वाचावा. त्यामुळे वि. स. खांडेकरांच्या 'वैनतेय' साप्ताहिकातील सर्व लेखन वाचल्याचे समाधान वाचकांना लाभेल. त्यातून वि. स. खांडेकरांच्या समग्र लेखनाचे आकलन शक्य होईल. या प्रकल्पाचं प्रकाशन पूर्ण केल्याबद्दल मेहता पब्लिशिंग हाऊस, पुण्याचे अनिलभाई आणि सुनीलभाई पिता-पुत्रांचे मन:पूर्वक आभार! त्यांच्याशिवाय हे शक्य नव्हतं, याची जाणीव आज प्रकर्षाने होते आहे. गेले तपभर केलेल्या कष्टांचे फलित म्हणून या 'रजतस्मृती प्रकल्प'च्या संकल्पपूर्तीकडे पाहावे लागेल.

'रजतस्मृती प्रकल्प' वि. स. खांडेकरांच्या पंचवीसाव्या स्मृती वर्षात (२००१) संकल्पित करुन सुरु केला. सन २०१९मध्ये तो एकूण २८ ग्रंथ प्रकाशित होऊन पूर्ण होत आहे. मुळात २५ ग्रंथ प्रकाशित करण्याची योजना होती. ती ग्रंथसंख्या २८च्या घरात गेली आहे. अद्याप किमान पाच ग्रंथांचे संपादन प्रगतीपथावर आहे. रोजच्या माझ्या खांडेकर शोधाच्या ध्यासात ही संख्या कितीवर जाईल हे सांगणे अशक्य! मराठीतील हा अशा स्वरूपाचा एकमेव बृहत् प्रकाशन प्रकल्प असावा.

डॉ. सुनीलकुमार लवटे

११ एप्रिल, २०१५
महात्मा जोतिबा फुले जयंती

अनुक्रमणिका

अग्रलेख

✧

मी कोण व माझे नाव काय?

बालकाला आपला परिचय चटकदार रीतीने करून देण्याकरिता 'मी कोण व माझे नाव काय?' असा प्रश्न भगवान सूर्यनारायणाने त्याला केला. समुद्रमंथनाने हाच प्रश्न केल्यास, बिनयत्तेतील शेवटचा नंबर न सोडणारा मुलगाही उत्तर देईल, 'तू एक वर्तमानपत्र आहेस; व तुझे नाव समुद्रमंथन आहे'. वरवर पाहता, हे उत्तर बरोबर आहे. साक्षीदाराच्या पिंजऱ्यात उभा राहिलेला मनुष्य सदरहू प्रश्नाला 'मी एक मनुष्य आहे व माझे नाव अमुक आहे' एवढेच काटेतोल उत्तर देईल. पण, मनुष्याप्रमाणे वर्तमानपत्रालाही 'कस्यत्व वा कुत आयात:' या प्रश्नांची उत्तरे देणे– परमेश्वराला स्मरून व सत्याला धरून देणे– आवश्यक असते. खानेसुमारीच्या कारकुनाला किंवा शाळेत नाव घालणाऱ्या शिक्षकाला जी माहिती दिली जाते, ती मनुष्य ओळखायला पुरी असू शकेल. पण ती ओळख बहिरंगाची ओळख किंबहुना तोंडओळखच होते. अर्थात 'मी कोण' याचे उत्तर प्रत्येकाने आपले अंतरंग उघडे केल्याखेरीज मिळाले, असे म्हणता येणार नाही.

वर्तमानपत्रे ही मनुष्याची अपत्ये असली, तरी मानवी सृष्टीचे व व्यवहारांचे नियम ती अनेक वेळा मोडतात. त्यांना नऊ महिने मातेच्या उदरात (अर्थात, संपादकाच्या कल्पनेत) कुचंबत पडावे लागतेच असा काही नियम नाही. पुण्या-मुंबईकडे वर्तमानपत्र काढण्याचे नक्की ठरल्यानंतर ८-१५ दिवसांत त्याचा जन्म होतो. जन्मानंतर १२ दिवस निनावीपणाने काढावे, तेव्हा कुठे पाळण्याचा प्रदेश काबीज करून मनुष्य नाव मिळवितो; पण जन्माला येण्याच्या आधी कित्येक दिवस– किंबहुना महिने– वर्तमानपत्राच्या नावाचा गाजावाजा होत असतो. या सदरांतच जन्माबरोबर जन्महेतू सांगण्याच्या रूढीची व जबाबदारीची गणना करता

येईल. मनुष्यप्राण्याला ज्या वेळी 'ट्यांव ट्यांव' करण्याखेरीज दुसरे काही सुचत नाही, त्या वेळी 'मी येंव् करीन, त्येंव करीन', हे मनोराज्यांतील किल्ले वर्तमानपत्र उभारीत असते. 'बापसे बेटा सवाई खरा.'

आमच्या समाजात अज्ञानामुळे रोगांच्या साथी तेवढ्याच पसरतात असे नाही; तर उद्योगधंदे, वाङ्मय इत्यादी कर्तृत्वाच्या बाबतींतही तोच अनुभव येतो. मोटारीचा एक मोर नाचू लागल्याबरोबर लांडोऱ्यांचा तांडाच्या तांडा धावत आला. हातमागाने एकाला हात दिल्याबरोबर त्याचा माग काढण्याकरिता इतकी गर्दी लोटली की, तिची गणती करण्याकरता एखाद्या जटाधारी भावाने माणसागणीक एक केस काढला असला, तरी तो सहज संन्याशी बनून गेला असता. नाटके लिहिणे किफायतशीर होते, असे आढळल्याबरोबर शहरांतून नाटकांचे एवढे मोठे पीक येऊ लागले आहे, की गिऱ्हाइकांच्या अभावी (बहुधा गुणांच्या अभावीही) ते मालकाच्या घरी कुजून जात आहे. वर्तमानपत्रे या नियमाला अपवाद असतात असे नाही. वर्तमानपत्रासाठी छापखाना निघण्याऐवजी छापखान्यासाठी वर्तमानपत्रे निघतात. कित्येक ठिकाणी वर्तमानपत्रांतील जाहिराती वाचण्याऐवजी जाहिरातींतील वर्तमानपत्रे वाचण्याचा प्रसंग येतो. वर्तमानपत्र कितीही लहान असो अगर त्याचे कार्यक्षेत्र कितीही मर्यादित असो, वाचकांना वाढावयाची मीठभाकरी त्याने निढळाच्या घामाने संपादन केली पाहिजे. पण कित्येक वर्तमानपत्रांचे साहित्य अनेक घरच्या निरनिराळ्या तुकड्यांनी सजविलेलेच आढळते. परंतु, केव्हाकेव्हा अशी नामधारी वर्तमानपत्रे दृष्टीला पडतात म्हणून नवीन वर्तमानपत्रांचा उदय अनुचित कोण म्हणील? मृगाच्या आरंभी दृग्गोचर होणाऱ्या मेघांपैकी एखादा निर्जल असतो म्हणून ढगाकडे आशाळभूपणाने पाहण्याचे शेतकरी सोडीत नाही. काट्यांमुळे फणस आणि करंटामुळे नारळ कोणीही त्याज्य मानीत नाही. समुद्रमंथनाचा अवतारही केवळ चर्वितचर्वणासाठी येनकेनप्रकारेन प्रसिद्धी मिळविण्यासाठी अगर 'कां-कोऽपि जीवति चिरायु वलिंच भुक्ते' ह्या सुभाषिताला पुष्टी देण्यासाठी नाही. समुद्रमंथन खराखुरा गरुड राहील; व्यक्तिविषयक कुचेष्टेची काकदृष्टी, उदरभरणाचे बकध्यान, डाळिंबाच्या दाण्यांच्या लोभाने होणारी पोपटपंची, या सर्वांपासून सर्वथैव अलिप्त राहणे हेच समुद्रमंथनाचे ध्येय आहे.

हिंदुस्थानात हजारो वर्तमानपत्रे असून, त्यांतील शेपन्नास मराठी भाषेत चालली आहेत. या वर्तमानपत्रांच्या संख्येत केवळ आणखी एकाची भर टाकण्यात हाशील नाही, हे समुद्रमंथन जाणून आहे. तथापि, वर्तमानपत्रांना उपमा द्यावयाचीच असल्यास सूर्यपेक्षा ग्रहांची देता येईल. त्यामधे एखादा चंद्र प्रकाशत असला म्हणून इतरांचे तेज लोपत नाही; इतकेच नव्हे, तर प्रत्येकाला आपल्या मर्यादित कक्षेत परिभ्रमण करून प्रकाशावयाला अवसर मिळतो. महाराष्ट्रात अनेक वर्तमानपत्रे असली, तरी त्यांतील बहुतेक राष्ट्रीय व प्रांतिक प्रश्नांचा विचार करतात. यामुळे, वर्तमानपत्र हे

लोकशिक्षणाचे अमोघ साधन असूनही 'आधी कळस मग पायारे' अशी स्थिती दृष्टीस पडत आहे. दिल्ली-सिमल्याला काय चालले आहे याची लोक चर्चा करू शकतात; पण प्रत्येक जिल्ह्याच्या गावी काय चालले आहे हे त्यांच्या गावीही नसते. 'युद्धस्य कथा रम्या:!' ह्या सूत्रानुसार राजकीय, सामाजिक, धार्मिक, शैक्षणिक अगर औद्योगिक उलाढालींना श्रोते मिळविणे हीच काही वर्तमानपत्रांची इतिकर्तव्यता नाही. श्रोत्यांतून कर्ते निर्माण करणे, स्फूर्ती देऊन अगर दिशा दाखवून, सामान्य व्यक्तींना समाजसेवा तत्पर बनविणे हे आजच्या वर्तमानपत्रांचे एक आवश्यक कर्तव्य आहे. परंतु, लोककल्याणासाठी व प्रांतिक चळवळींत भाग घेण्याइतकी शक्ती व स्थिती नाही व जिल्ह्यांत अगर तालुक्यांत तर अनेक ठिकाणी सार्वजनिक कार्यांचा 'श्रीगणेशा'ही झाला नाही अशा कात्रीत सामान्य माणसांच्या उत्साहाच्या चिंधड्या होतात. ज्या वाफेने मोठमोठी इंजिने चालावयाची, ती ध्येययुक्त वर्तमानपत्रांचे झाकण नसल्यामुळे फुकट जात आहे. अर्थात, जिल्हानिहाय वर्तमानपत्रे ही आता मौजेची गोष्ट नसून, जीवनाची होऊन बसली आहे व त्याप्रमाणे रत्नागिरी जिल्ह्यात पहिली सहा वर्तमानपत्रे चाललीही आहेत.

तथापि, रत्नागिरी जिल्ह्यातील वर्तमानपत्रांत सावंतवाडी संस्थानातील वृत्तपत्रांची उणीव दूर होऊ शकत नाही. सूर्य एकच उगवला, तरी अर्ध्या जगात प्रकाश मिळतो; पण वृत्तपत्ररूपी दीपक मर्यादित भागच प्रकाशित करतो. त्यांतून संस्थाने ही समुद्रामधून मधून आढळणाऱ्या बेटांप्रमाणे असल्याने जहाजांवरील या दिव्यांचे किरण त्यांच्यावर क्वचित पडतात. संस्थानांना कोणी अंबोळीतील भोके म्हणो अगर सहारातील हिरवळ म्हणो, प्रत्येक जण आपापल्या उपमेत त्यांचे वैशिष्ट्य कबूल करतोच. सावंतवाडी संस्थान रत्नागिरी जिल्ह्याहून हवा, पाणी, सृष्टी, सौंदर्य, भाषा, चालीरीती इत्यादी बाबतींत विशेष संपन्न नसले, तरी ब्रिटिश मुलखाच्या तलावांत उगवलेल्या कमळाप्रमाणे आहे. तलावात मासे यथेच्छ विहार

(अपूर्ण *)

४ नोव्हेंबर, १९२४

---

* पुढील मजकूर प्रयत्न करूनही उपलब्ध होऊ शकला नाही. क्षमस्व!

कोकणचे छायाचित्र

डोक्यावर सह्याद्रीचे निसर्गनिर्मित छत्र, खाली फलपुष्पसंपन्न सिंहासन व पुढे पादप्रक्षालनाकरिता सज्ज झालेला सागर अशा राजवैभवाने कोकण युक्त आहे. परंतु, मानवी शरीराप्रमाणेच कोकणची स्तुती, निंदा एकाच वेळी करता येईल. आत्मारामाचे देवालय म्हणून शरीराचे माहात्म्य गाता येते अगर मातीचा गोळा किंवा घाणीचे आगर म्हणून त्याला तुच्छही लेखता येते. धर्म, भाषा, परंपरा या सर्व दृष्टींनी कोकण व घाट जुळे भाऊ आहेत. पण 'कोंकण्या' हा शब्द काही घाटावर आदरार्थी वापरला जात नाही. कोकणचा ब्राह्मण म्हणजे, मूर्तिमंत दारिद्र्याचा अवतार ही समजूत अनेक दंतकथांत दृग्गोचर होते. श्रोत्याच्या मनःचक्षूंपुढे कोकणच्या ब्राह्मणाचे जे चित्र या कथा उत्पन्न करितात, त्यात माभळभटी थाट, कंबरेपासून गुडघ्यापर्यंतचा प्रवास ज्याला झेपत नाही असा पंचा, पाठीला लागलेले पोट व अनुस्वराचा सुकाळ असलेली भाषा ह्याच गोष्टी प्रामुख्याने उभ्या राहतात. कोकणचा कवी सुंदर स्त्रीच्या गालाला उपमा देईल, ती आमसुलाच्या साराचीच (कारण कोकणात गुलाब कुठून आढळणार?) असेही कित्येकांना वाटत असेल! ब्रिटिश अमलातील कुलाबा व रत्नागिरी हे दोन जिल्हे, सावंतवाडी संस्थान व गोवें प्रांत या तीन भिन्न राजसत्तांचा त्रिवेणीसंगम कोकणपट्टीत होतो. परंतु कोठेही झाले, तरी पोटाच्या पायी होणारी निर्गत आयातीपेक्षा अतिशय कमी आहे. त्याचा स्वाभाविक परिणाम असा झाला आहे, की पोटार्थी दळणवळणामुळे कोकणविषयींच्या अज्ञानमूलक कल्पना अनेक ठिकाणी प्रचलित आहेत.

कोकण दरिद्री आहे; ही गोष्ट त्याच्या पायाशी रत्नाकर लोळण घेत आहे, या गोष्टीइतकीच सत्य आहे. कोकणात धर्मभोळेपणाचा धुडगूस अद्याप दृष्टीस पडतो, याची साक्ष एखाद्या खेड्यातील जाखाई, जखाई अगर तत्सदृश कोणतेही दैवत

देईल. कलहप्रियतेला एखादे नोबेल प्राइझ ठेवल्यास दर वर्षी ते कोकणासच मिळेल हे सांगावयाला काही ज्योतिषाची जरुरी नाही. परंतु, माध्यान्हकाळी मीठ-भाकरीचा तुकडा, देवांना सळो की पळो करून सोडण्याइतके देवदेवस्कीचे बंड, 'शेंडी तुटो वा पारंबी तुटो' अशा भीष्मप्रतिज्ञेने दुपारी भाकरी नसलेल्यांची तिन्ही कोर्टांवर होणारी स्वारी हे कोकणाच्या फणसाचे वर दिसणारे व बोचणारे काटे आहेत. प्रतिकूल परिस्थितीमुळे त्याच्या रसाळपणाला आज मार्गच मिळेनासा झाला आहे. कोकण धनाने दरिद्री; पण बुद्धीने श्रीमंत आहे. राखेत अग्नी, शिंपल्यांत मोती अगर अर्थहीन वेदपठणात काव्य, जसे लपून जाते त्याप्रमाणे, कोकणातील दोनतीन ढोबळ दोषांनी त्यातील सर्व गुण आज झाकून गेले आहेत. सामान्य प्रवाह पर्वतावर उगम पावून सागराकडे धाव घेतात; पण बुद्धीचा प्रवाह सागरतीरापाशी उगम पावून पर्वतपठार लीलेने चढतो असा मराठ्यांच्या इतिहासाचा अनुभव आहे. अटकेला ज्यांचे घोडे पाणी प्यायले, त्यांचे पूर्वज श्रीवर्धनात यजमानाकडून पाणी सोडवीत होते. दिल्लीच्या तक्तनशीन पातशाहाचे तकदीर ज्यांच्या मर्जीवर झुलत होते, ते बर्चीबहाद्दर मूळचे कैरोचेच. गीतेचे मंथन करून त्यातील रहस्यरत्न काढणाऱ्या पंडित टिळकांचे वडील रत्नागिरीच्या मराठी शाळेत शिष्यवर्गाला पाठ देत होते. कोकणात पर्जन्याप्रमाणे बुद्धिवैभवही विपुल आहे. परंतु, पावसाच्या पाण्याप्रमाणे ही बुद्धी योग्य योजकाच्या अभावी निरुपयोगी होत आहे.

सृष्टिसौंदर्याच्या दृष्टीने कोकण हे महाराष्ट्राचे काश्मीर आहे. दूधसागराचे दर्शन घेणारा महाराष्ट्रीय आजपर्यंत आपण दुधाची तहान ताकावरच भागविली, असे उद्गार काढतो. आंबोलीच्या उंच शिखरावरती उभे राहून भगवान शेषशायीच्या दर्शनाकरिता सागरात बुडी मारणाऱ्या मावळत्या सूर्यनारायणाकडे पाहतापाहता आपले भान कोण विसरणार नाही? रामकथेचे स्मरण करून देणाऱ्या हनुमानाप्रमाणे ठाण मांडून बसलेले सिंधुदुर्ग, विजयदुर्ग, मनोहरगड इत्यादी किल्ले आपल्या पडत्या स्थितीतही कुणाच्या मनात स्फुरण चढवीत नाहीत!

'विळा कोयता धरी दिगंबर
दख्खनचा हात
इकडे कर्णाटक हांसतसे
तिकडे गुजरात
आणि मराठा भाला घेई
दख्खन कंगाल
इकडे इस्तंबूल थरारे
तिकडे बंगाल'

हे गोविंदाग्रजांचे महाराष्ट्राचे स्फूर्तिमय वर्णन कोकणालाही तितकेच लागू आहे.

पण आज कोकण देवाचा दगड, राजाचा रंक अगर रत्नाची गारगोटी झाल्यासारखा दिसत आहे. नापीक भूमीतही मातीचे सोने कसे करावे हे शास्त्रीय ज्ञान नाही, स्वतःच्या रक्ताने दुहीची आग विझविण्यात समाजाचे अंतिम कल्याण असते हे कळले, तरी वळत नाही. 'पोट' हा दोन अक्षरी शब्द राक्षसासारखा भेवडावू लागल्यामुळे काही सुचत नाही, अशी त्रेधा जिथे तिथे दृष्टीला पडत आहे. पण इकडे सह्याद्रीचा प्रेमळ बाहू वाऱ्याच्या झोताने पर्वत डळमळत नाहीत हे त्याला दाखवीत आहे; तर इकडे पोटात वडवानल पेटला असतानही मोत्ये कशी निर्माण करावी हे सागर त्याला शिकवीत आहे. या दोन प्रेमळ गुरूंच्या बाहूंतील कोकण फार दिवस निष्क्रिय व नादान राहणे शक्य नाही. देव करो व विसाच्या शतकाच्या द्वितीय पादांत आपल्या पूर्वेतिहासाला साजेलसा पराक्रम कोकण गाजवो.

वरील सामान्य विचार कोकणाइतकेच सावंतवाडी संस्थानला लागू आहेत. कारण दिव्यांतील सर्व वाती एकाच तेलाच्या बळावर प्रकाशत असतात! आंब्याच्या फांद्या कमीअधिक मोहरल्या, तरी त्यांचे मूळ एकच असते– हे काय सांगायला पाहिजे!

११ नोव्हेंबर, १९२४

आमचा आजचा आळस

उद्योगिन: करालबं करोति कमलालया।
अनुद्योगिंकरालबं करोति कमलाग्रजा।।

लक्ष्मी आणि तिची वडीलबहीण (वडीलबहिणीच्या नात्यामुळे 'आक्काबाई' या नावानेच लोक हिला ओळखतात. प्राकृत भाषेत कोणी हिला 'अवदसा'ही म्हणतात.) या दोन्ही एके ठिकाणी कधीच नांदत नाहीत. बहिणीबहिणींच्या या अहिनकुलराख्याची अगर इळ्याभोपळ्याइतक्या सुताची गुंतागुत सहज उकलता येईल. लक्ष्मी जितकी चंचल, तितकीच तिची वडील बहीण अवदसा! पहिली नेहमीच विष्णूचे पादसंवाहन करणारी तर दुसरी कुंभकर्णकुळाला चिकटून राहणारी! पहिली रत्नाकराची कन्या असून पृथ्वीला स्वर्गरूप देते तर दुसरी रत्नाकरातल्या मगरीप्रमाणे तडाक्यात मिळालेल्या हतभागी मानवाला गिळून टाकते. दोघींच्या स्वभावात दोन ध्रुवांइतके अंतर असल्यामुळे लक्ष्मी सूर्यप्रकाशात नांदत असते तर तिची ज्येष्ठ भगिनी अंधारात चाचपडत असते. दुर्दैवाने, अवगुणांनी पूर्ण; पण कर्तृत्वाने शून्य अशा या आक्काबाईच्या फेऱ्यांत हिंदुस्थान सापडले आहे. पूर्वीच्या सुवर्णभूमीला सहाराचे स्वरूप येत चालले आहे; तपोनिष्ठ ऋषींची जागा पोटार्थी लोकांनी पटकाविली आहे. सुजल, सुफल, शस्यशामल अशा या प्राचीन धर्मभूमीत लाखो लोक आज अर्धपोटी राहून कष्टाने जीवितयात्रा कंठीत आहेत. जगाला आध्यात्मिक ज्ञानाची संधी देणाऱ्या व भीष्माचार्यांप्रमाणे भासणाऱ्या या राष्ट्रात शेकडा ७५ लोक अक्षरशत्रू आहेत. गंगाजलाऐवजी ज्वालामुखीचा रस, जाईजुईच्या फुलांबद्दल कणकीचे काटे, भगवद्गीतेच्या जागी अश्लील चोपडे, भवानी तरवारी ऐवजी टेनिस रॅकेट असे हे स्थित्यंतर आहे. या स्थित्यंतराची कारणे काहीही असोत; ते मर्त्य असताना अमर

भासते, याचे कारण आमचा आळस हेच होय.

'काव्यशास्त्रविनोदेन कालो गच्छति धीमताम्।
व्यसनेन तु मूर्खाणां निद्रया कलहेन वा ॥'

ही मूर्खशहाण्यांची जुनी कसोटी विशेष सूक्ष्म नसली, तरी तिला आमच्यापैकी कितीसे उतरतील. लंका जाळणाऱ्या मारुतीच्या शेपटाप्रमाणे, दारूचे व्यसन समाजात हरघडी वाढत आहे; व सोन्यासारखे संसार दारूच्या एका थेंबाने बेचिराख होत आहेत. दारू ही बोलूनचालून स्त्री; तिला सासरी (म्हणजे पोटात) पोचविताना योग्यतेप्रमाणे लवाजमा पाहिजे. अर्थात अभक्ष्यभक्षण, सिगारेटचा सत्कार, चहाची चंगळ, इत्यादी मदिरादेवींचे दासानुदास आपली कृपादृष्टी आमच्या समाजावर अधिक अधिक रोखू लागले आहेत, यात नवल काय? कलह तर परमेश्वराप्रमाणे जळी, स्थळी, काष्ठी, पाषाणी वेळी अवेळी दिसून येत आहे. खेडेगावातल्या तीन माणसांच्या वाचनालयापासून तेहतीस कोटी लोकांच्या राष्ट्रीय सभेपर्यंत कलह पिशाचाने जिथे आपले थैमान मांडले नाही, अशी संस्थाच सापडणे दुर्मीळ होऊन बसले आहे. एकी एकपट तर कलह दुप्पट, पाणी भरणारी तोटी घटकेत दहा घागरी पाणी आणते तर नेणारी पंधरा नेते असला विपरीत प्रकार सुशिक्षित समाजातदेखील पदोपदी आढळतो. वर वर्णिलेल्या स्थित्यंतराचा रोग राष्ट्रपुरुषाला झाला आहे. अनेक विद्वान, राष्ट्रकल्याणेच्छू धन्वंतरी रसायने, मात्रा, गुटिका देत आहेत; पण क्षुद्र स्वार्थ, कलहप्रियता, आलस्य इत्यादी अपथ्ये जोपर्यंत चालू आहेत, तोपर्यंत गुण यावा कसा?

एखाद्या तळ्याचे पाणी निर्मळ आहे की नाही हे पाहण्यासाठी बाटलीभर पाणी घेऊन त्याचे पृथ्थकरण केले की काम भागते. वरील वस्तुस्थिती पाहण्यासाठी आगगाड्यांच्या मिळकतीत भर घालून सर्व हिंदुस्थान पालथे घालणे आवश्यक आहे असे नाही. खुद्द सावंतवाडी संस्थानकडे सूक्ष्म दृष्टीने पाहिले, तर आपल्या पायाखाली वरील दोषांची खाई पेटलेली आहे, असेच आढळून येईल. गेल्या अर्धशतकात प्रथमत: गोगलगाईच्या; पण नंतर हरणाच्या नाही तरी सशाच्या गतीने संस्थानांत इंग्रजी शिक्षणाचा प्रसार झाला आहे. देवदयेने ज्यांना शिक्षणाच्या वाहत्या गंगेत हात धुवून घेता आले, त्यांनी पोट भरण्यापेक्षा, अगर कुटुंब चालविण्यापेक्षा उच्च दर्जाचा पुरुषार्थ दाखविला पाहिजे. 'काकाऽपि जीवति चिराय बलिं च भुक्ते' ह्या चरणाच्या सदरात पडण्यापेक्षा, कोकीळ होऊन काव्य रचणे, वक्तशीर न्यायाने सामाजिक चालीरीतींचा विचार करून सत्यमार्ग धडाडीने दाखविणे, गरुडाच्या भरारीने शास्त्राच्या अफाट वातावरणात संचार करणे इत्यादी मार्ग स्पृहणीय व अनुकरणीय नाहीत काय? माणसाची किंमत त्याने मागे ठेवलेल्या संपत्तीने होत नसून, सत्कृतीने होत असते. द्रव्याचा दीपगृह प्रकाशाला आवश्यक असला, तरी कीर्तीच्या तारकेशी

त्याची तुलनाच होऊ शकत नाही. पण आम्ही याचा विचार केला आहे कुठे! 'साहित्यसंगीतकलाविहिना' ही भर्तृहरीने केलेली संभावना 'नीतिशतक' वर्गाला लावले असल्यामुळे प्रत्येक विद्यार्थी वाचतो. पण, पुस्तकसागर तरून जाऊन पदवीतीराला लागणाऱ्या या बहाद्दराचे पुढील आयुष्य कसे जाते! हे खरे की, सर्वच शिकलेले सुस्थितीत असतात असे नाही. अनेकांच्या हातातोंडाची गाठ पडताना मारामार होते; पण सरकारी नोकरीत अधिकारी असलेले, अगर सुखवस्तू गृहस्थितीचा पाठिंबा असलेले सुशिक्षित काही थोडेथोडके नाहीत. नाशिकचे कृ. वि. वझे अगर ठाण्याचे ना. गा. चाफेकर यांनी नोकरीची शृंखला पायात असूनही सरस्वतीची एकनिष्ठ उपासना केली आहे व नुकतीच प्रसिद्ध झालेली 'भावी हिंदी स्वराज्य' व 'निवडक लेख' ही पुस्तके त्यांच्या अविरत व्यासंगाची साक्ष देत आहेत. अर्थात, वेळ नाही ही सबब अनेकांच्या बाबतीत पोकळच ठरते. इच्छा ही मार्गाची जननी आहे.

संस्थानात साक्षरता पाण्यावर पसरणाऱ्या तेलाप्रमाणे चटकन पसरावी, असे प्रत्येकाला वाटते. पण मोफत रात्रीची शाळा काढून जागरण कोण करणार? (नाटक कंपनी आल्यास जागरणाचा सप्ताहही होऊ शकतो). खेड्यापाड्यांत राहणाऱ्या जमीनदारांना आपल्या गावकऱ्यांना कामापुरते लिहणे- वाचणे- शिकविणे जड जाईल काय? शेतीचे उत्पन्न आटत का चालले, कुळांकरवी शेतीचा कस वाढविणे शक्य आहे की नाही, खताचा खर्च बुडीत नसून दामदुप्पट परत मिळणारा असतो इत्यादी कल्पनाच अस्पृश्य मानल्या जात आहेत. ही रड एकाच बाबतीत, एकाच ठिकाणी अगर एका वर्गात आहे असे नाही. पांढरपेशा वर्गात हुंड्याचा मदोन्मत्त हत्ती स्वैर संचार करीत असून, कोमल बालिका अगर त्यांना जन्म देणारी मातापितरे यांना पायाखाली तुडवीत आहे. पण प्रत्येक जण हात जोडून स्वस्थ आहे. कारण मांजराच्या गळ्यात घंटा बांधायची कोणी? बीळ हाच राजवाडा वाटू लागल्यामुळे त्याच्याबाहेर फिरकण्याचे धाडस कोण करणार? 'संघ शक्तिः कलौ' हे वचन तोंडपाठ म्हणणारे पुष्कळ आढळतील; पण साक्षरतेच्या प्रसारासाठी शाळा, स्वरूप वर्गणीची वाचनालये, आरोग्यमंडळे, सामान्यज्ञानाचा लोकांत प्रसार करण्याकरता व्याख्यानमाला, हा सार्वजनिक कामाचा ओनामाच जिथे माहीत नाही, तिथे सुखवस्तू सुशिक्षित लोक आळशी झाले आहेत, हाच निष्कर्ष निघतो. 'दैवायतं कुले जन्म, मदायत्तं तु पौरुषम्' अशा आत्मविश्वासाने सार्वजनिक कार्यात हात घालणारे पुरुष ज्या समाजात थोट्या मनुष्याच्या हाताच्या बोटावर मोजण्याची पाळी येते, तो समाज अवनतीच्या गर्तेतून बाहेर कसा पडणार? 'व्यसनानिसन्ति बहूनि व्यसनद्वयमेव केवलं व्यसनम्! विद्या व्यसनं व्यसनं अथवा हरिपादसेवनं व्यसनम्॥' हे जुने सुभाषित अत्यंत मार्मिक आहे. पोटासाठी प्रत्येकाला धडपडावे लागते; पण पोटाच्या

पायी हात, पाय व थोडे डोके एवढाच खर्च होतो. उरलेल्या डोक्याला चहा-चिरुट-चिवडा या त्रिकोणातच कोंबून देऊन कसे चालेल? आपला फुरसदीचा वेळ सावंतवाडी संस्थानांतील सुशिक्षितांनी सरस्वतीच्या सेवेला खुशाल लावावा; एखादा केशवसुत, गडकरी, आपटे, अगर कोल्हटकर या सरस्वतीभक्तीतून निर्माण होईल व संस्थानाला त्याचा अभिमानच वाटेल. हजारो नद्यांचा समुद्र बनावा, तेव्हाच त्यात रत्ने उत्पन्न होतात. ललितवाङ्मयाच्या वीणेपेक्षा शास्त्रीय वाङ्मयाच्या खड्गाची ज्यांना आवड असेल, त्यांचेही संस्थान स्वागतच करील. हिवतापरूपी अहिमहीचा नाश कसा करावा हे सांगणारी चंद्रसेना एखाद्याला भेटेल, तर नापीक दिसणाऱ्या जमिनीतून दोन पिके कशी काढावी, ही संजीवनी एखाद्याला लाभेल. सध्याच्या भीषण दारिद्र्यांत तर अशा शास्त्रपारंगातांची फार आवश्यकता आहे. कोणताही प्रतिभासंपन्न ग्रंथ, शास्त्रीय शोध, अगर जगात क्रांती घडविणारा विचार 'ऋणं कृत्वा घृतं पिबेत्' हे सूत्र घोकणारांना मिळत नाही. त्याला देहभान नाहीसे होणारे तपस्वीच लागतात. अशा प्रकारच्या तपश्चर्येचा सध्या आपल्यात अत्यंत अभाव झाला आहे व म्हणूनच 'आळशांचे राजे' या पदवीला आम्ही पात्र होत चाललो आहो. देशात कामांचे डोंगर पडले असताना टीचभर पोटाचे स्तोम माजविण्यात हशील काय? असा कोणचा उद्योग आहे, की ज्यात पोटभर अन्नदेखील खायला मिळणार नाही? छानछोकीचे पोषाख, ताटावरून पाटावर व पाटावरून ताटावर करण्याची राहणी, दररोज आठदहा पेले चहाचा रतीब, दोन मैल चालत जाण्यासाठी मोटारीचे चार पाय धरण्याची पाळी, असल्या जिण्याचा अभिमान कुणी बाळगावा? 'मरावे परी कीर्तिरूपे उरावे' हा समर्थांचा उपदेश खाऊन-पिऊन आणि मौजा मारून सार्थ होणार नाही. शिक्षणाच्या मानाने मनुष्याची जबाबदारी वाढते. सुशिक्षित जनता हे समाजशरीराचे काळीज आहे. अशिक्षित लोकसमुदायाच्या डब्यांना ओढणारे हे इंजीनच जर रुळावरून घसरले, तर सर्व आशांची इतिश्री झालीच म्हणून समजावे. शिक्षण, निरपेक्ष सिद्धी व निश्चयाचे बळ यांच्या त्रिवेणीसंगमाच्या चरणी लोटांगण घालीत येईल, म्हणून संस्थानातील सुशिक्षित तरुण पिढीला, वानप्रस्थाश्रमात पाऊल टाकणाऱ्या प्रौढ पिढीला आमची हात जोडून अशी विनंती आहे, की पुरुषार्थ परिस्थितीला नमवितो हे ध्यानात धरून 'जनसेवा ती ईश्वरसेवा' ही कविता स्मरणी स्मरून, मातृभूमीच्या सेवेला सिद्ध व सज्ज व्हा.

१८ नोव्हेंबर, १९२४

✧

जुगारी जत्रा

> 'नियमवसि कुमार्गप्रस्थितानात्तदण्ड:
> अशुभयसि विवादं कल्पसे रक्षणाय।
> अतनुषु विभुवेषु ज्ञातय: सन्तु नाम।
> त्वचि तु परिसमाप्त बन्धुकृत्यं प्रजानाम्।।'
>
> – शाकुंतल

'विनायकं प्रकुर्वाणो रचयामास वानरम्।'

हा चरण सध्या खेडोपाडी भरणाऱ्या जत्रा पाहून सहज आठवतो. शेकडो वर्षांपूर्वी ज्या तिथीला जिथे जत्रा भरत असत, त्याच तिथीला तिथेच आजही भरत आहेत. परंपरागत देवतेच्या सन्मानार्थ, पूर्वीप्रमाणे आजही हजारो लोक गोळा होत आहेत. पण चहा, सोडावॉटरची दुकाने, लहानमोठे जुगाराचे अड्डे व नाटक या नावाखाली घातला जाणारा सावळा गोंधळ ही जत्रेची मुख्य अंगे होऊन बसली आहेत. धारोष्ण दूध व ताडी यांच्याइतकेच आदर्शभूत जत्रा व प्रचलित जत्रा यांच्यात साम्य आहे. पहिला बाजारीव व दुसरा बाजीराव यातील अंतरापेक्षाही खऱ्या जत्रा व त्यांचे नाव घेऊन समाजातील हीन भावनांना उत्तेजन देणाऱ्या सध्याच्या तोतया जत्रा यांच्यामधील अंतर अधिक तीव्र आहे. जिथे विवाहविधींचे पवित्र स्वरूप जाऊन नवरामुलगा ब्लँक चेक होतो, सणवार व श्राद्धपक्ष ही देवांच्या व पितरांच्या नावांवर गोडधोड झोडण्याची साधने बनतात, तिथे जत्रांचे जीवन उथळ व विवेकशून्य झाले नाही, तरच नवल!

सुशिक्षित अगर पांढरपेशा वर्गाने जत्रांचं हे गढूळ पाणी निवळावे म्हणून विशेष प्रयत्न कधीच केले नाहीत. आबालवृद्धांनी देवदर्शनाच्या निमित्ताने जमायचे, टिवल्याबावल्या

करीत इकडेतिकडे भटकायचे, देवतेचे तीर्थ म्हणून चहाचे पेले ढोसायचे व स्वतःच्या शक्तीप्रमाणे धडाधडा, पत्ते अगर फासे यांना आश्रय द्यायचा हाच जत्रांचा कार्यक्रम सर्रास आढळून येतो. शंखासुरी नाटकाऐवजी मॅजिकलँटर्नचे प्रयोग, चहा-चिवडा-चकल्या-चिरूट या चांडाळ चौकडीऐवजी शारीरिक शक्तीचे अद्भुत खेळ, इत्यादी सुधारणा अव्यवहार्य अगर अशक्य नाहीत. पण स्वतःच्या पायापुरते पाहणाऱ्या समाजात त्या तरी घडून याव्या कशा? जत्रा अगर उत्सव ज्या देवतेच्या अगर साधुपुरुषाच्या सन्मानार्थ भरत असतात, त्याचे गुणानुवाद त्या दिवशी गाणें अवश्य असते. कीर्तन अगर प्रवचन यांचा समावेश जत्रांत केल्यास हा उद्देश साध्य होईल. ठिकठिकाणी निरनिराळ्या वेळी भरणाऱ्या जत्रा ही जुन्या काळची प्रदर्शने होत. परंतु, आज कलाकौशल्याऐवजी खुशालचेंडूपणा व नटवेपणा याचं मात्र प्रदर्शन जत्रांतून होत आहे. दारिद्र्याच्या रोगावर 'स्वदेशी' हेच रामबाण औषध असल्यामुळे हळूहळू घरगुती व स्थानिक उद्योगधंदे वाढत आहेत. जवळपासच्या मोठ्या जत्रांच्या वेळी आपला माल पाठवून त्याला गिऱ्हाईक मिळवणे हे धंदेवाल्यांचे कर्तव्य आहे. सभामंडपातील खांबापुढे अगर व्याख्यानमंदिरातील रिकाम्या (माणसांच्या अभावी रिकाम्या; बाकी ढेकणांनी तुडुंब भरलेल्या) बाक खुर्च्यांपुढे घसा कोरडा करणाऱ्या पुराणिकव्याख्यात्यांनीही जत्रेला लोटणाऱ्या अफाट जनसमूहापुढे वाणीला श्रम दिले, तर ते अगदीच वाया जाणार नाहीत.

जत्रा सर्वांगसुंदर होण्यासाठी हे किंवा ह्याच धर्तीवर; परंतु व्यापक प्रमाणात जे प्रयत्न व्हावयाला पाहिजेत, ते जनतेने– अर्थात् सुशिक्षित व समंजस मंडळींनी केले पाहिजेत. सरकारच्या सहानुभूतीच्या वाऱ्याने त्यांच्या प्रयत्नांचे जहाज अधिक वेगाने मार्ग आक्रमण करील हे खरे; पण जहाज बांधण्यापासूनची सर्व जबाबदारी सरकारला पार पाडता येणार नाही. अशा बाबतीत सरकार सारथी व जनता रथी असते, हे नेहमी ध्यानात ठेविले पाहिजे. परंतु, झाडाला खतपाणी घालण्याच्या आधी त्याच्या मुळाला लागलेली कीड नाहीशी करणे अगत्य आहे. रोगांचे निर्मूलन झाल्यावाचून पौष्टिक औषधांचा उपयोग काय होणार? जत्रांच्या समुद्रमंथनांत कलंकयुक्त चंद्रासारख्या कित्येक गोष्टी निघत असल्या, तरी हलाहलाचा मान जुगाराकडेच येतो.

द्यूतमाहात्म्य कोठपर्यंत वर्णन करावे? द्युतामुळेच पराक्रमी पांडवांच्या प्रियतम पत्नीचे भर दरबारात वस्त्रहरण झाले. जुगाराच्या पायीच सम्राज्ञी द्रौपदी सुदेष्णेची दासी झाली. फासे हातात घेतल्यामुळेच नळाने हातचे राज्य गमावले. 'झाले धनी पुढील याचक या नलाचे' असे ज्याचे औदार्ययुक्त ऐश्वर्य, त्या नळाला वनात पत्नीच्या भरजरी वस्त्राने लज्जारक्षण करण्याची पाळी द्यूतानीच आणिली. कुरुक्षेत्रावर अठरा अहितौहिणींचे प्राण हरण केले फाशांनीच. गोरगरिबांच्या संसाराची धूळधाण करण्यात दारूच्या एकच प्याल्याइतका जुगाराच्या एकाच फाशांचाही हातखंडा

आहे. दारू बरी की जुगार बरा हे ठरविणे, प्लेग चांगला की पटकी चांगली, याचा निर्णय करण्याइतकेच शहाणपणाचे आहे. राजमार्गापेक्षा जवळची वाट केवळ प्रवाशांनाच नव्हे; तर श्रीमंत होऊ इच्छिणाऱ्यांनाही आवडते. पण फाशांवर बसलेल्या चंचल लक्ष्मीचा पाठलाग करण्यात हातचे गमावण्याचा प्रसंग प्रत्येकावर येतो. जुगाराने श्रीमंत होणे हे दारू पिऊन सशक्त होणे, अगर चिखलात जाऊन पोहायला शिकणे यांचेच भावंड आहे. मोलमजुरी करून पोट भरणाऱ्या लोकांच्या देवदर्शनाच्या वाटेवरून लोभाच्या हिरवळीने झाकलेला जुगाराचा खड्डा असणे केव्हाही इष्ट नाही. नवऱ्याच्या हातात दारूचा पेला आला, की तो नेहमी भरलेला राखण्यासाठी बायकोला आपले रक्त आटवावे लागते, हा नेहमीचा अनुभव आहे. नवऱ्याच्या हातात फासा आला की, बायकोला फास लावून घेण्याखेरीज गत्यंतर उरत नाही, हेही तितकेच सत्य आहे. जत्रांची कारकीर्द आधी संभाजीची; त्यात जुगाराच्या कलुशाची मदत मिळाल्यावर काही बोलावयालाच नको.

जत्रांचा जवळजवळ प्राण होऊन बसलेल्या राक्षसी जुगाराचा संस्थानापुरता तरी नायनाट करून श्रीमंतांनी नाथ असून अनाथ झालेल्या अनेक कुटुंबांचा दुवा घ्यावा, अशी आमची विनंती आहे. कोणत्याही कारणासाठी कोणत्याही प्रकारच्या जुगाराचे परवाने न देणे, स्थानिक पोलिसांना जुगारबंदीबाबत सक्त हुकूम सोडणे, व जुगार खेळणाऱ्यांना शिक्षा ठेवणे एवढे तीनच बाण या राक्षसाचा वध करण्यास समर्थ आहेत. प्रत्येक पेट्याच्या मुख्य गावी स्वयंसेवकमंडल स्थापून, त्यातून प्रत्येक जत्रेला थोडे सभासद पाठविणे, या सभासदांनी जुगारबंदी करण्याच्या बाबतीत पोलिसांना मदत करणे व नियम तंतोतंत पाळले न गेल्यास त्याबद्दल तक्रारअर्ज करून दाद मागणे ही कामे लोकांनीही आरंभिली पाहिजेत. देवापुढे दोन केळी ठेवून शून्य मनाने केलेल्या नमस्कारापेक्षा ही सेवा त्याला निःसंशय अधिक मान्य होईल. मुलांच्या वाईट सवयी प्रसंगविशेषी कडकपणाने वागूनही नाहीशा करणे हे पित्याचे कर्तव्य आहे; त्याचप्रमाणे समाजशरीरांत विषाप्रमाणे पसरणारे व्यसन नाहीसे करणे व त्याकरिता कडक कायद्यांचा अवलंब करणे हे राजाचे कर्तव्य आहे. आमचे प्रजावत्सल महाराज वरील गोष्टींचा योग्य विचार करून जत्रांना लागलेला जुगाराचा कलंक नाहीसा करतील, अशी आशा आहे.

२ डिसेंबर, १९२४

नोकरीची जपमाळ

'यद्यत्परवशं दुःखं यद्यदात्मवशं सुखम्।'

बड्या लॉट साहेबांनी चालू महिन्याच्या पहिल्या आठवड्यात मुंबापुरीवर पायधूळ झाडली; व मामुली पद्धतीप्रमाणे सत्काराचा धूपर्कही स्वीकारला. मुंबईचा त्यांचा तीन दिवसांचा मुक्काम मुंबईप्रमाणेच गजबजलेला झाला; व हिंदुस्थानच्या प्रवेशद्वारापासून हिंदुस्थानातून निर्गत होणाऱ्या कापसाच्या संशोधनशाळेपर्यंत सर्व प्रकारच्या समारंभांना संस्थांनी आशीर्वादपूर्ण हातभार लावला. अशा वेळी मानपत्रांचा पाऊस पडायचा तो पडलाच; व लॉट साहेबांना या पावसाने भिजवून चिंब केले असले, तरी त्यांच्या अंगी हुडहुडीऐवजी तरतरीच भरली असेल! अशा मुंबईत लोकपक्षीय पुढाऱ्यांची ऐक्यपरिषद आपल्या बंगालमधील दडपशाहीच्या प्रकरणाचा निषेध करिते, त्याच मुंबईत एका आठवड्याच्या आत आपल्यावर मानपत्रांचा वर्षाव होतो, हे दृश्य पाहून 'नरपतिहितकर्ता द्वेष्यतां याति लोके' ही कव्युक्ती खोटी ठरविल्याबद्दल, रीडिंगसाहेबांना अत्यानंद झाला असेल!

मानपत्रे व त्यांची उत्तरे ही सभेतील ओळख, आभार अगर समाजातील धार्मिक विधी यांप्रमाणे बहुधा कायम ठशाची असतात. तथापि, जगाप्रमाणे मानपत्रेही त्रिविध असू शकतात. काही गाईसारखी, काही गोगलगाईसारखी, तर काही अजागलस्तनवत् असतात. पहिल्या प्रकारची मानपत्रे सन्माननीयांचा सन्मान व उपकारांची कृतज्ञता व्यक्त करतात; दुसरी 'गोगलगाय न् पोटात पाय' ही म्हण सार्थ करतात, कारण मानपत्राच्या आरंभी दाखवावयाचे दात व शेवटी अनेकविध मागण्यांचे खावयाचे दात त्यांत बहुधा आढळतात. तिसऱ्या प्रकारची मानपत्रे 'देणाराला का द्यावयाची व घेणाराला का घ्यावयाची' याचे पूर्ण अज्ञान असल्यामुळे नुसती दिखाऊ व कागदाच्या

फुलासारखी असतात.

राजप्रतिनिधींच्या पदरात मुंबईला जी मानपत्रे पडली, त्यांची वर्गवारी करण्यात काही अर्थ नाही. 'दे वाण घे वाण' असल्या या समारंभात त्यांनी दिलेली उत्तरे मात्र मार्मिक व मननीय आहेत. मानपत्राचा समारंभ एका दृष्टीने भाऊबिजेसारखा असल्यामुळे बहिणीने ओवाळणे व भावाने ओवाळणी घालणे याच्यापलीकडे सहसा कुणी जात नाही. बहिणीने ओवाळून आरती खाली ठेवल्यावर ताटात नोटांच्या पुडक्याऐवजी उपदेशपर पत्रांची भिंडोळी घालणारा भाऊ सहसा सापडावयाचा नाही. हे कटुकर्तव्य रीडिंगसाहेबांनी पार पाडल्याबद्दल आम्ही त्यांचे अभिनंदन करतो.

मुसलमान व ब्राह्मणेतर यांच्या शिष्टमंडळांनी दिलेल्या मानपत्रांना सहानुभूतिपूर्ण; पण सडेतोड उत्तर देताना राज्यप्रतिनिधींनी देशाच्या आजच्या रोगाचे अचूक निदान केले आहे. जातवार मतदारसंघ, जातवार नोकऱ्यांची खैरात, इत्यादी दुर्लंघ्य भिंती उंचउंच करण्याचा प्रयत्न देशहिताच्या दृष्टीने सर्वस्वी विघातक आहे. जमिनीचे तुकडे पाडतापाडता त्या तुकड्यांचे मालक आज भाकरीच्या तुकड्यालाही महाग होऊ लागले आहेत. राज्यकारभाराच्या क्षेत्रांतही ही 'तुकडेशाही' अंमल गाजवू लागली, तर हिंदुस्थानचे हाल कुत्राही खाणार नाही. घरातले भाऊ स्वत:च्या बायका मुलांचे कोड कसे पुरविता येईल या विवंचनेत दंग होऊन गेले की, सबंध घराची धूळधाण व्हायवयाला उशीर लागत नाही, हा नेहमीचा अनुभव आहे. बड्या पगाराच्या बऱ्याचशा नोकऱ्या हस्तगत करण्याकरिता प्रत्येक जात अगर समाज धडपडू लागला, तर इतक्या स्वार्थी व संकुचित ध्येयाने जगाच्या चढाओढीत हिंदुस्थान पुढे कसा येणार? महत्त्वाच्या नोकऱ्यांचे हिंदीकरण करण्याचा प्रश्न अद्याप सुटावा तसा सुटला नाही; पण नोकऱ्यांचे हिंदीकरण होण्याच्या आधीच हिंदू व मुसलमान, ब्राह्मण-ब्राह्मणेतर हे बुभुक्षित भिकाऱ्याप्रमाणे त्यावर झडप घालू लागलेले बघून 'बाजारात तुरी न् भट भटणीला मारी' या म्हणीतील भटाला हसण्याचे कारणच उरणार नाही. नोकऱ्यांच्या दाण्यासाठी झुंजाव्याला आम्ही कोंबडी आहोत काय? बड्या पगाराच्या तुकड्यासाठी एकमेकांवर गुरगुरावयाला आम्ही कुत्री आहोत काय? हाच प्रश्न प्रत्येक हिंदी मनुष्याने मग तो हिंदू असो वा मुसलमान असो, ब्राह्मण असो वा ब्राह्मणेतर असो, स्वत:च्या अंत:करणाला विचारला पाहिजे. कौन्सिलातल्या जास्तीत जास्त जागा पटकावाव्या, नोकऱ्यांतले लोणी असो वा ताक असो ते सर्व आपल्या पानात यावे या ज्ञातिविषयक महत्त्वाकांक्षेत दुसराही एक दोष आहे. कौन्सिलाचा सभासद राजकारणपटू, विद्वान निर्भीड व चांगला वक्ता असला पाहिजे, अशा गुणांचा इसम केवळ परजातीचा म्हणून डोळेआड करायचा व आपल्या जातीचे एखादे बाहुले कौन्सिलात नेऊन बसवायचे, ही प्रकृती दुर्दैवाने देशात बळत आहे. दुय्यम दर्जाच्या माणसांनी कौन्सिले भरण्यात, सूत्रधाराच्या

तोंडाकडे पाहून हात वर करणाऱ्या कळसूत्री बाहुल्यांनी कौन्सिलाच्या खुर्च्या भरवण्यात देशकल्याणाच्या प्रश्नाचा कसा खेळखंडोबा होतो, हे अजूनही सांगावयास पाहिजे काय? नोकरीच्या बाबतीतही लायकीपेक्षा जातीला प्रधान्य मिळाले, की त्या त्या खात्याचे धिंडवडे निघू लागतात. 'दैवायत्तं कुलै जन्म, मदायत्तं तु पौरुषम्' हेच नोकरीविषयी सरकारचे जनतेचे ब्रीद असले पाहिजे. लायकी सारखी असल्यास ब्राह्मणापेक्षा ब्राह्मणेतर अथवा हिंदूपेक्षा मुसलमान निवडून आला अगर अधिकारी झाला, तर आम्हाला आनंदच वाटेल. पण लायकीचे समान अधिष्ठान असल्यावाचून केवळ जातीचे अवास्तव स्तोम माजविणे म्हणजे, माझ्या अंगणातील तुळशीचे झाड हिमालयापेक्षा उंच आहे अगर माझ्या वहीतील शून्याची किंमत तुझ्या वहीतील एकापेक्षा जास्ती आहे असे प्रतिपादण्यासारखेच आहे. मागासलेल्या जातींना अगर समाजांना शिक्षणाच्या सवलती भरपूर मिळतील अशी तजवीज होणे अगत्य आहे व तशी त्यांनी मागणी केल्यास त्याला कोणीही देशहितेच्छू पाठिंबाच देईल. या बाबतीत सरकार प्रयत्न करीत असले, तरी समाजाने स्वस्थ राहता उपयोगी नाही. आमची अशी खात्री आहे की ब्राह्मणेतर अगर मुसलमान समाज पूर्ण सुशिक्षित होण्यातच देशाचे खरेखुरे कल्याण आहे. हिंदुस्थानासारख्या अफाट देशात वर्षाला चाळीस रुपयांइतका बडा तनखा ज्या नोकरीला मिळतो तसल्या जमेला धरूनदेखील बैठ्या नोकरांचे प्रमाण शेकडा दहाविसांवर जाणार नाही. शेकडा ८०-९० लोकांना शेती, व्यापार, उद्योगधंदे इत्यादी व्यवसायांकडे वळले पाहिजे. एकदोन गुरांना पुरेल इतका चारा असलेल्या कुरणांत तिसांना सोडून फाटक बंद केले, तर जो प्रकार घडेल, तोच सर्वांनी नोकरीची जपमाळ घेतल्यापासून होईल.

३० डिसेंबर, १९२४

✧

सिंधमराठाकारांची मल्लिनाथी

कराचीच्या सिंधमराठाकारांनी आपल्या ता. १० च्या अंकात, ३० डिसेंबरच्या वैनतेयातील 'नोकरीची जपमाळ' तोडून तिचे काही मणी इस्तस्त: उधळले आहेत व आपल्या निरंकुश विचारसरणीने त्यांचे तुकडे उडविण्याचा प्रयत्न केला आहे. त्यांनी केलेल्या तारांगणाने सत्याचा सूर्य लपून जाईल, असे मुळीच नाही!

'तर काय करावे?' या त्यांच्या अग्रलेखातील विधानांचा विचार करू लागले की 'उडदामाजी काळे गोरे! काय निवडावे' निवडणारे?! अशी वाचकांची स्थिती होऊन जाते. परंतु, शितावरून भाताची व काही विद्यार्थ्यांवरून सर्व वर्गाची परीक्षा अनेक वेळा होते.

त्यांच्या विचारसागरातील पहिले रत्न 'विद्वत्ता, लायकी किंवा योग्यता या बाबींना मुळीच महत्त्व न देता रिकाम्या होणाऱ्या जागा खालच्या वर्गाला द्याव्या असे आमचे म्हणणे आहे' हे होय. समतावादाची ध्वजा फडकविणारा केवढा महासिद्धान्त हा! अधिकारी म्हणजे बाकं-खुर्च्या की भांडीकुंडी की ग्रंथसंग्रहालयातील पुस्तके की दोन आनावाल्या चिजा? नगाला नग असला म्हणजे झाले असे या बाबतीत सिंधमराठाकारांचे ठाम मत आहेसे दिसते. एखाद्या ज्योतिषशास्त्रज्ञाची जागा रिकामी झाली म्हणजे पुढारलेल्या वर्गातील पंडितापेक्षा खालच्या वर्गातील लुंगासुंगा मनुष्य नेमून भरून टाकावी असाच त्यांच्या मताचा उघडउघड अर्थ होतो. मग या मनुष्याने आपल्या अकलेचे तारे कसेही तोडले तरी चालतील! ब्राह्मणांनी आजपर्यंत आपल्या पोळीवर तूप ओढले म्हणून आकाशपाताळ एक करणाऱ्या लोकांचे केवढे हे औदार्य! कौन्सिलर, शिक्षक, वकील, डॉक्टर वगैरे लोकांच्या नेमणुका विद्वत्ता, लायकी किंवा योग्यता या बाबींना मुळीच महत्त्व न देता कराव्यात हे जर खरे तर

दीड दीड तपाचे शिक्षणक्रम, हाडाची काडे करून व पाण्यासारखा पैसा ओतून मिळवावयाच्या पदव्या यांची जरूर तरी काय आहे? खालच्या वर्गात जन्माला आला की कोणतीही जागा पटकावण्याचा परवाना मनुष्याला मिळावा ही विचारसरणी पुढे मांडणारेच पांढरपेशा वर्गाच्या नावाने याच गोष्टीबद्दल हाका मारतात! कुसळ-मुसळ-न्यायाकडे सिंधमराठाकारांनी डोळेझाक करू नये, अशी आमची विनंती आहे. विद्वत्ता, लायकी किंवा योग्यता यांना महत्त्व द्यायचे नसेल, तर झारा घेऊन स्वयंपाकघराच्या रणांगणांत धुमाकूळ घालणाऱ्याला सेनापती करायला काय हरकत आहे? मागासलेल्या वर्गाविषयीच्या प्रेमाच्या पुरात वाहत जाताजाता 'गुणां? पूजास्थ, नं गुणिषु नच लिंगे नच त्रयः' ह्या निसर्गमान्य तत्त्वाला सिंधमराठाकारांनी हरताळ फासला आहे. मागासलेल्या वर्गांना पुढे येण्याची, प्रत्येक संधी मिळाली पाहिजे व त्यासाठी शिक्षणाच्या शक्य तितक्या सवलती सरकारने त्यांना द्याव्या; पण नोकर नेमताना जातीपेक्षा कार्यक्षमतेकडेच लक्ष पुरविले पाहिजे. 'नहि चूडामणिः पादे नुपुरः शिरसि धार्यते' हे सिंधमराठाकारांनी वाचले आहे काय?

सिंधमराठाकरांची दुसरी भालाफेक 'आजकाल नोकरीमध्ये जे सुख आहे, ते इतर धंद्यांत नाही. व्यापार मध्यम आहे; पण नोकरीमध्ये राहून जी चैन करता येते व जसे निष्काळजीपणाने राहता येते, तसे व्यापारी बनल्यावर राहता येणे शक्य नाही.' ही आहे. नोकरीच्या भ्रमाचा फुटका भोपळा हाती घेऊन शेकडो तरुण आज मुंबईत जीवित कंठित असताना नोकरी म्हणजे सुखाची खाण व स्वर्गाचा सोपान असे सिंधमराठाकरांनी प्रतिपादावे, यापेक्षा वस्तुस्थितीचा विपर्यास आणखी कोणता असणार? खोऱ्यानी पैसे ओढणाऱ्या पाचपन्नास बड्या पगाराच्या जागांनी त्यांचे डोळे दिपून गेले असतील; पण मागासलेल्या वर्गातील हजारो तरुणांची चैन करण्याइतकी सोय लावायला यापैकी प्रत्येक नोकरी म्हणजे काही द्रौपदीची थाळी नव्हे! नोकरीच्या नंदवनांतून सर्व पांढरपेशांना हद्दपार केले, तरी मागासलेल्या वर्गाच्या एक दशांश भागालादेखील ते अपुरे पडेल! मग 'नोकरी राणी की जय' ही ललकारी स्थानी अस्थानी, कशाला पाहिजे? हाताच्या बोटांवर मोजता येण्याजोग्या जागा सोडल्या तर बाकीच्या नोकऱ्यात हातातोंडाची गाठ पडली म्हणजे मिळविली अशी स्थिती असते. मराठी-इंग्रजी शाळांतील शिक्षक, कारकून व प्रत्येक खात्यातील हजारो चाकर चैन करू शकतात असे सिंधमराठाकारांस वाटत असल्यास चैन म्हणजे, पोटभर अन्न व अंगभर वस्त्र हीच त्यांची चैनीची व्याख्या असावी! व्यापारात नोकरीपेक्षा कमी फायदा व सुख असते हे विधान गरुडाच्या मानाने पोपट व सिंहाच्या मानाने मेंढरू सुखी असते या विधानाच्याच तोडीचे आहे. नोकरीचे स्तुतिस्तोत्र गाण्याचा आपला संकल्प बाजूला ठेवून सिंधमराठाकार विचार करतील, तर व्यापाराच्या तलवारीची योग्यता नोकरीच्या सुईपेक्षा कमी लेखण्याचा मोह त्यांना

होणार नाही.

त्यांच्या मल्लिनाथीच्या पोतडीतील तिसरी अजब चीज म्हणजे 'आपल्या जातीचे एखादे बाहुले कौन्सिलात नेऊन बसवावयाचे हे देशाचे सुदैव आहे. असे झाल्याने मागासलेल्या वर्गात उत्तम बाहुली निपजतील' ही होय. बाहुल्यांच्या खेळाने आजपर्यंत पाच वर्षांच्या पोरींचे समाधान होत असे; पण उत्तम बाहुल्यांच्या साहाय्यावर सिंधमराठाकार राजकारणाची लढाई जिंकणार! 'बाहुली मनुष्ये केली' ह्या कविवचनाचा आधार त्यांनी स्वमतमंडनार्थ दिला नाही, हेच भाग्य समजावयाचे! हिंदुस्थानात भातुकलीच्या खेळाचे दिवस आहेत अशीच आमच्या व्यवसायबंधूंची समजूत आहे काय?

तर काय करावे? या आपल्या प्रश्नाचे 'नोकरी' असे सिंधमराठाकार उत्तर देतात. नोकऱ्या पैशाला पासरी असल्या तर हे उत्तर शोभले असते! पण मुलीला नवरा व मुलाला नोकरी शोधणे सध्या सारखेच कठीण होऊन बसले आहे. कोणत्याही देशात शेकडा दहाविसापेक्षा अधिक लोक नोकर होऊ शकत नाहीत. हिंदुस्थान काही या नियमाला अपवाद नाही; पण नोकऱ्यांना पांढरपेशाचे गालबोटदेखील असू नये असे ज्यांना वाटत असेल, त्यांनी तसे स्पष्टपण सांगावे व मागासलेल्या वर्गाची लायक माणसे पुढे आणून ही सुधारणा घडवून आणवावी. पण शेकडा शंभर नोकऱ्या मागासलेल्या लोकांना मिळाल्या, तरी त्यांच्यापैकी शेकडा साठसत्तर लोक बेकारच राहणार व त्यांना चरितार्थासाठी कारखाने, उद्योगधंदे, व्यापार अगर शेती यांजकडेच वळले पाहिजे. मागासलेल्या वर्गांना नोकरीच्या मृगजळाचे आमिष दाखविण्याआधी इतरांना लागलेल्या ठेचांनी शहाणे होऊन सिंधमराठाकार काय करावे हे ठरवतील, तर अधिक बरे होईल. नोकरीच्या जपमाळेपेक्षा स्वतःच्या कर्तबगारीची कुंचली हाती घेणे व देशाचा भविष्यकाळ उज्ज्वल करणे तरुणांना श्रेयस्कर नाही काय?

२७ जानेवारी, १९२४

शिशुसप्ताह

धूलिधूसरसर्वांग: विकसद्दन्तकेसर:
आस्ते कस्यापि धन्यस्य द्वारि दन्ती गृहेऽर्भक:।।

लतिकेवरील मुग्ध कळी, वृक्षाचा नवा अंकुर, पहाड फोडून खळखळ वाहत येणारी चिमुकली नदी आणि पाळण्यात खेळणारे अगर अंगणात रांगणारे चिमणे बालक यांच्याकडे कौतुकाने कोण पाहत नाही? पांगुळगाडा घेऊन चालायला शिकणाऱ्या अर्भकांतूनच साम्राज्यशकट हाकणारे धुरंधर मुत्सद्दी निर्माण होतात; शिटी वाजवून करमणूक करून घेणाऱ्या बालकांतूनच तुतारी फुंकणारा कवी प्रगट होतो; आणि चोळी शिवताशिवता आई जरा दूर झाली की, पडल्यापडल्या तिची सुई काबीज करणाऱ्या शिशुमंडळींतूनच एखादा समशेर बहाद्दर निपजतो. 'The child is the father of the man' ही वर्ड्सवर्थ कवीची काव्यमय उक्ती व्यवहाराला धरून आहे असेच प्रत्येकाला कबूल करावे लागेल. पण, आरोग्याच्या नियमांचे पूर्ण अज्ञान व अठराविश्वे दारिद्र्य या जोडगोळीला नित्य शेकडो अर्भके हिंदुस्थानात बळी पडत आहेत. लावलेल्या कवाथ्यापैकी शेकडा चाळीसपन्नास पटापट मरू लागले तर नारळीची राई दिसणार कोठून? मुंबईत तर दर हजार जगणाऱ्या बालकांपेक्षा मृत्युमुखी पडणाऱ्यांचेच प्रमाण अधिक आहे. 'आयुष्याची दोरी तुटली त्याला काय करणार?' 'जातस्य हि ध्रुवो मृत्यू:' या रुक्ष उत्तरांनी अर्भकांच्या भयंकर संहाराचा हा प्रश्न सुटणे शक्य नाही. इतर राष्ट्रांशी तुलना केली, तर लवकर मरण्याच्या बाबतीत हिंदी अर्भकांनी पहिला नंबर पटकावला आहे हे सहज दिसून येईल. 'शतायु वैं पुरुष:' हे वेदवचन घोकरणाऱ्या राष्ट्राला ही प्रगती (?) लाजिरवाणी आहे हे काय सांगितले पाहिजे?

शिशुसप्ताहाचा उपक्रम सात्त्विक व प्रेमळ कल्पनेत आहे. आईच्या अज्ञानाच्या

आगीत बापाच्या गरिबीचे तेल पडल्यामुळे शेकडो अपत्ये होरपळून दगावत आहेत. अज्ञानामुळे रोगांच्या बाबतीत काऱ्याचा नायटा होतो हा नेहमीचा अनुभव आहे. शिशुसंगोपनासंबंधीचे हे घातक अज्ञान नाहीसे करणे, हाच शिशुसप्ताहाचा मुख्य उद्देश आहे. लक्ष्मीच्या अभावापेक्षाही सरस्वतीचा अभाव अधिक घात घेतो. प्रदर्शने, व्याख्याने, समारंभ, निरोगी व उत्कृष्ट मुलांना बक्षिसे इत्यादी अनेकविध साधनांनी शिशुसप्ताह या अज्ञानाच्या मुळावरच कुऱ्हाड घालू इच्छितो.

पण दहा हजार लोकवस्तीच्या सावंतवाडीत शिशुसप्ताहाविषयी जी प्राथमिक सभा झाली, त्याला किती लोक हजर होते? सत्कविगणनेच्या बाबतीत कालिदासाचे नाव घेतल्यानंतर 'अनामिका सार्थवती बभूव' अशी स्थिति झाली. या सभेचा श्रोतृवृंद मोजणाऱ्याला एका हाताची बोटे घालण्याची तसदी मुळीच घ्यावी लागली नसती. 'थोड्यात गोडी' हे तत्त्व निदान सभांच्या बाबतीत तरी सावंतवाडीकरांना माहीत आहेसे दिसते. गावात दवंडी पिटली असतानाही, शिशुसप्ताहाला दिवसामागे एक या प्रमाणातदेखील सभाजन मिळू नयेत ही संस्थानच्या राजधानीला व तेथील सार्वजनिक कार्याला भूषणावह गोष्ट आहे अशातला भाग नाही. अभ्यास न करता नवसाने पास होऊ इच्छिणाऱ्या मुलासारखी समाजाची स्थिती झाली आहे. सगळे व्हावे असे त्याला वाटते; पण करण्याचा प्रसंग आला की कानात तुळशीपत्र आलेच म्हणून समजावे!

प्रत्येक आई तान्ह्या मुलावरून आपला जीव ओवाळून टाकावयाला तयार असते. या निरुपम मातृप्रेमाला शिशुसंगोपनाच्या ज्ञानाची जोड दिली तर पुढे राष्ट्राचे आधारस्तंभ होणारे अनेक अंकुर अकाली करपून जाणार नाहीत. शिशुसप्ताहाचे लोण अगदी अशिक्षित स्त्रियांपर्यंत कसे पोचवावे, मोर नाचतो म्हणून लांडोर नाचते असा कार्यक्रम न ठेवता तो इकडील परिस्थितीशी कसा जुळता करून घ्यावा, डॉक्टरांच्या बाटल्यांपुढे स्त्रीदाक्षिण्यामुळे असो अगर अन्य कारणामुळे असो, माघार घेणाऱ्या आजीबाईंच्या बटव्याचे कालानुरूप पुनरुज्जीवन करणे योग्य होईल किंवा काय इत्यादी प्रश्न विचारपूर्वकच सोडवले पाहिजेत; पण सभासदांच्या दुष्काळात हे काम व्हावयाचे कसे?

गावाच्या प्रत्येक विभागातर्फे प्रतिनिधी निवडण्याची व्यवस्था केल्यास पुढील कामाला सुरुवात करता येईल. जाहीर दवंडीची स्थिति राजाने दुधाने तळे भरण्याविषयी हुकूम द्यावा व बाकी सर्व दूध आणणारच या कल्पनेने प्रत्येकाने आपल्या चंबूतून पाणी आणून ओतावे अशासारखी झाली असावी! सर्व नागरिकांनी आता तरी आपली भांडी दुधाने भरून घेऊन यावे अशी विनंती आहे. ते दूध त्यांच्याच मुग्ध बालकांच्या मुखांत पडणार आहे.

३ फेब्रुवारी, १९२५

तोंड दाबून बुक्क्यांचा मार!

'आली जरी कष्टादशा अपार। न टाकिती धैर्य तथापि थोर।।
केला जरी पोत बळेंचि खाले। ज्वाला तरी ती वरती उफाळे।।'

गोमंतकीय हिंदू जनतेची स्थिती दुर्दैवी दत्तकासारखी आहे. संस्कृती, धर्म, भाषा, चालीरीती इत्यादी अभंग बंधनांनी गोमंतकस्थ हिंदुसमाज महाराष्ट्रीय समाजाशी निगडित झाला आहे; पण भिन्न राजसत्तेमुळे हिंदी राजकारणाच्या गंगेत उडी घेण्याच्या ऐवजी पोर्तुगीज लोकसत्तेच्या गंडकीत त्याला कुंचबावे लागत आहे. महाराष्ट्राला मूळचे घर मानून त्याच्याशी समरस व्हावे, तर आपल्या प्रांताचा नकाशातील निराळा रंग आडवा येतो; प्रस्थापित सत्तेशी एकजीव व्हावे, तर हिंदुसमाजाच्या स्वाभिमानाची व संस्कृतीची तिला काडीमात्र किंमत नाही! घरात नकारघंटा वाजत असल्यामुळे आई जेवायला घालीत नाही; व मिशीला तूप लावून हिंडणारा बाप भीक मागू देत नाही! गोमंतकीय हिंदुसमाजाची त्रिशंकूपेक्षाही केविलवाणी स्थिती आहे, हे लिहिलेच पाहिजे असे नाही.

गामाच्या श्राद्धांतून जिचा जन्म झाला, ती दडपशाहीच वरील विधानांची सत्यता पटवील. गांधी टोपीच्या दर्शनाने डोक्यात राख घालून घेणारे मुत्सद्दी गामाचे श्राद्ध हिंदूंवर लादतात व त्या श्राद्धांत भाग न घेणाऱ्या स्वाभिमानी हिंदूंना दडपशाहीच्या नरकात ढकलण्याला प्रवृत्त होतात हा अंधेरनगरीतील न्याय नव्हे काय? लांडग्याचा स्मृतिदिन मेंढरांनी पाळावा, कुऱ्हाडीची रौप्यजुबिली झाडांनी साजरी करावी, अगर खाटकाच्या वाढदिवसात वासरांनी प्रामुख्याने भाग घ्यावा, असे एखाद्याने म्हटले तर पोर्तुगीज सरकार त्याची गणना वेड्यातच करील. गामाच्या श्राद्धासंबंधींचा दुराग्रह याच मासल्याचा नाही काय? 'तस्य तदेव हि मधुर यस्य मनो यत्र संलग्नम्' या

न्यायाने गामा हा कित्येकांना महात्मा वाटला असेल! पण, आईचा बाब्या लौकिकदृष्ट्या कारटा असू शकतो हे विसरणे असमंजसपणाचे आहे. गोमंतकस्थ हिंदू समाजावर गामाने असे काय पर्वतप्राय उपकार करून ठेविले आहेत, की त्याच्या उत्सवात नाचायला त्यांनी एका पायावर तयार व्हावे? पोर्तुगीज सरकार आपल्या शहाण्या शेजाऱ्याकडे लक्ष देईल तर डलहौसीसाहेबांची पुण्यतिथी संस्थानिकांनी पाळावी किंवा क्लाइव्ह अथवा हेस्टिंग्ज यांची श्राद्धे लोकांनी न चुकता घालावीत असले अविचारी हुकूम त्याने कधीही सोडले नाहीत, हे त्याला दिसून येईल. जेते जितांना ताटाखालचे मांजर करू शकतात; पण त्या मांजराला खोलीत कोंडून झोडपायला सुरुवात केली तर ते वाघापेक्षाही क्रूर होते हे त्यांनी विसरू नये. जित राष्ट्र हे जाळ्यात सापडलेल्या मृगराजासारखे असते. त्याला चिडविण्यापेक्षाही गोंजारूनच जेत्यांना निष्कंटक स्वामित्व मिळत असते. गोमंतकस्थ हिंदूंच्या जखमेवर आपुलकीची तेलपट्टी ठेवण्याऐवजी गामा श्राद्धाचे मिठाचे पाणी ओतण्यात आले नसते, तर प्रश्नच आटोपला असता!

पण, 'विवेक भ्रष्टानां भवति विनिपात: शतमुख:' हे अनुभविक कविवचन गोवा सरकारने खोटे ठरविले नाही! श्राद्धावर ज्यांनी बहिष्कार घातला त्यांना जरब बसविण्याकरिता जबर शासन करण्याचे शस्त्र उपसून आपल्या सुलतानी श्राद्धाचे समर्थन करण्याची खटपट त्याने चालविली आहे. वर्तमानपत्रे ही समाजाची मुखे असल्यामुळे चवदाव्या रत्नाचा, प्रथम प्रयोग त्यांच्यावरच करण्यात येतो. 'भारत' व 'हिंदू' या प्रमुख मराठी वर्तमानपत्रांवर खटले करण्यात आले असून, श्राद्धात भिक्षुकी वृत्तीने भाग घेण्याच्याऐवजी त्याच्यावर बहिष्कार टाकल्याबद्दल पाणंदीकरांसारख्या अध्यापकांना बडतर्फ केले आहे.

जनतेला वाचा नसते, तोपर्यंत एकतंत्री व हम करेसो कायदा असा अंमल चालू शकतो. जनतेला वाचा फुटली म्हणजे, तिचे तोंड सोनेरी कुलपांनी, अगर पाठीवरल्या फटक्यांनी बंद होत नाही. लोकमताच्या प्रवाहाविरुद्ध सत्तेची नौका फार दिवस चालत नसते. गेले ते गंगेला मिळाले असे म्हणून लोकक्षोभ सहज शांत करता येतो. पण, 'भारत' व 'हिंदू' यांची नाके ठेचण्याचा आपला अविचार गोवा सरकार सोडणार ना? नाही तर जागा झालेला गोमंतक आपल्या पाठीशी असलेल्या महाराष्ट्राच्या साहाय्याने सरकारच्या डोळ्यांवरील धूर सहज दूर करील. प्रजेच्या असंतोषाइतका भयंकर शाप दुसरा कोणताही नसतो, हे ध्यानात घेऊन, गोवा सरकार समंजसपणाचे धोरण स्वीकारील अशी आम्हाला आशा आहे. सफल झाली तर ठीकच आहे; नाहीतरी बहिष्कारवाद्यांनी 'जन हे वोळतु जेथे। अंतरात्माचि वोळला।। जन हे खौळले जेथें। अंतरात्माचि खौळला।।' ही समयोक्ती त्यांचे रक्षण करण्यास समर्थ आहे, हे विसरू नये.

१० फेब्रुवारी, १९२५

'देवा, मला अस्पृश्याचा जन्म दे!'

सैतानी राज्यपद्धतीप्रमाणे, राक्षसी रूढींचा नायनाट करण्याचे कंकण गांधीजींनी बांधिले आहे, हे स्वराज्याइतकेच अस्पृश्यता-निवारणाचे ते महत्त्व मानतात, यावरून दिसून येईल. धर्माचे पाणी वाहते असते, तोपर्यंत त्याला 'जीवन' ही संज्ञा शोभते. पण माणुसकीला काळिमा लावणारे रूढींचे विषय त्यात मिसळले की, त्याच धर्मगंगेला कालियाचा डोह असलेल्या यमुनेचे स्वरूप येते. हिंदुधर्मातील असला भयंकर डोह म्हणजे, 'अस्पृश्यता' होय.

मानवी जीविताचे ध्येय व धर्माचे साध्य समतेचे मंदिर उभारणे हे आहे. निसर्गनिर्मित विषमताच जगात इतकी विपुल आहे की, मनुष्याने विषमतेचे वाळवंट विस्तृत करायला हातभार लावला पाहिजे, असे मुळीच नाही. समतेची सावली गर्द कशी होईल हाच प्रश्न प्रत्येकाने सोडविण्याचा प्रयत्न केला पाहिजे.

अस्पृश्यता-निवारण म्हणजे धर्मभ्रष्टपणाचा कळस असे कित्येकांना वाटते. सूक्ष्म व समतोल विचारांती हा प्रयत्न धर्माच्या तेजस्वी तलवारीवरील गंज काढून टाकण्यासारखा आहे, हे लक्षात येईल. हिंद हीच ज्यांची मातृभूमी, वेद, उपनिषदे व गीता हेच ज्यांचे धर्मग्रंथ, रामकृष्ण व हरिहर हीच ज्यांची कुलदैवते, तीन शतकांपूर्वी महाराष्ट्राच्या स्वराज्य यज्ञाकरिता ज्यांच्यापैकी अनेकांनी आपल्या आहुती दिल्या, असे आपले देशबांधव-बेटी व्यवहार लांब राहिला, रोटी व्यवहाराचीही गोष्ट दूरच राहो– भेटी व्यवहारालाही नालायक ठरावेत काय? न्यायकचेरीत ईश्वरसाक्ष, खोटे-बोलणारे, हातात जपमाळा घेऊन ऋणकोच्या हातात भिक्षापात्र देणारे, अगम्यगमन व अभक्ष्यभक्षण यात इंद्रचंद्रांना मागे टाकणारे सर्व स्पृश्य आणि निढळाच्या घामाने भाकरीचा कोरडा तुकडा ओला करून तो गिळणारे व वरिष्ठ वर्गासाठी गलिच्छ धंदे

करणारे मात्र अस्पृश्य! खासा न्याय! गाईंना आत्मा नाही म्हणणाऱ्यांचा उपहास करणारे आम्ही 'अस्पृश्यांना आत्मा आहे' हे ध्यानात आणून वागत असतो काय?

'अस्पृश्यांना स्पृश्य माना. स्वच्छतेचे महत्त्व त्यांना कळू द्या, शिक्षणामृताने त्यांचे विचार विकसित करा, तारेवरील कसरत करायला लावण्याऐवजी त्यांच्या कर्तबगारीला खुले क्षेत्र मिळू द्या' एवढीच गांधीजींची मागणी आहे. अस्पृश्य बाटला की त्याच्या पायावर 'हां जी साहेब' करून डोके ठेवायला आम्ही तयार; पण तो हिंदुधर्मात राहून पायावर डोके ठेवण्यासाठी आला तर शिवाशिव होईल म्हणून आम्ही माघार घेणार! धर्म व शास्त्रे यांची ढाल पुढे करून, रूढींचे मंडन करण्याचे दिवस निघून गेले आहेत, हे धर्मभक्तांनी विसरू नये. अस्पृश्यता मनुष्यकृत आहे व ती मनुष्यांनाच नाहीशी करता येते. त्यात देवाधर्माचे नाव पुढे करणे म्हणजे स्वत:ची जबाबदारी टाळणे होय.

दुसरा ख्रिस्त म्हणून अमेरिकन धर्मोपदेशकांनी ज्यांचा गौरव केला, त्या महात्माजींपेक्षा धर्माचे सूक्ष्म ज्ञान आपणाला आहे, असे ज्यांना वाटत असेल, त्या लोकोत्तर पुरुषांची गोष्ट निराळी! इतरांना बेळगाव येथे भरलेल्या अस्पृश्यता-निवारण-परिषदेतील त्यांचे खालील उद्‌गार नि:संशय मननीय वाटतील –

'माझी देवापाशी अशी विनवणी आहे की या जन्मी मला मोक्ष मिळावयाचा नसेल तर मला पुढचा जन्म भंग्याचा दे. जन्म व कर्म या दोन्ही दृष्टीनी वर्णाश्रमधर्मांवर माझी श्रद्धा आहे. परंतु, भंग्याचा जन्म कोणत्याही अर्थाने नीच अगर कमी प्रतीचा नाही.'

अस्पृश्यतेच्या सावटामुळे आजपर्यंत अनेक महत्त्वाकांक्षांच्या वृक्षांची वाढ खुंटली असेल व बीजस्वरूपांत असलेल्या अनेक निद्रित शक्ती कधीच जागृत झाल्या नसतील! 'समः सर्वेषु भूतेषु! हा पाठ तोंडाने घोकीत अस्पृश्यतेच्या प्रश्नाकडे डोळेझाक करणे हीच आमची इतिकर्तव्यता काय?'

१७ फेब्रुवारी, १९२५

'जननी जन्मभाषाच स्वर्गादपि गरीयसी'

जननीइतकीच जन्मभूमी व जन्मभूमीइतकीच जन्मभाषा प्रत्येकाला वंद्य व प्रिय असते. परदेशाहून परत येताना हिंदुस्थानचा किनारा दृष्टीस पडल्याबरोबर, हृदय आनंदाने भरून येणे जितके स्वाभाविक आहे, तितकेच ज्या भाषेत आपण आईला प्रथम प्रेमभराने हाक मारली, त्या भाषेविषयी प्रेम बाळगणे नैसर्गिक आहे. इंग्रजी अमलात जुनी प्राणायाम पद्धती लोप पावली असली, तरी अनेक द्राविडी प्राणायाम रूढ होऊन बसले. दुय्यम शिक्षणातील वरच्या यत्तांचे सर्व विषय इंग्रजीतून शिकण्याची सक्ती म्हणजे या प्राणायामांच्या पथकाचा पुढारी होणे होय. ताटातून घास तोंडात टाकण्याच्या ऐवजी, तो उजव्या हाताने उचलून डाव्या खांद्यावरून तोंडात टाकावा, म्हणजे आरोग्य वाढते, असे एखाद्या वैद्याने सांगितले, तर लोक त्याची वेड्यातच गणना करतील! संस्कृत, इतिहास, फार काय कवाईतदेखील इंग्रजीतून शिकल्याने खरी ज्ञानप्राप्ती होते, हे मत त्याच कोटीत ढकलण्यासारखे आहे. विद्यागिरीची चढण चढायची असेल तर सर्वांत जवळचा राजरस्ता 'मातृभाषा' होय.

मराठी भाषा ही शिक्षणाचे माध्यम होण्याइतकी प्रगल्भ नाही, असेही कित्येक अरण्यपंडित प्रतिपादन करतात. निबंधमालेच्या जन्मापासून गेल्या अर्धशतकात मराठी भाषेचे पात्र इतके विस्तार पावले आहे, की दुय्यम शिक्षणाच्या होडीची गोष्ट तर दूरच राहो; पण उच्च शिक्षणाच्या भव्य नौकाही तिच्यातून प्रवास करू शकतील. वाङ्मयाच्या काही अंगांची वाढ व्हावी तशी झाली नाही, याचे मुख्य कारण शिक्षणक्रमात तिच्यावर टाकण्यात आलेला बहिष्कार हेच होय. मराठीतून सर्रास शिक्षण सुरू झाले, की या महानदीचे हां हां म्हणता सागरात रूपांतर होईल.

मातृभाषेचे ऋण फेडण्याची सुवर्णसंधी सध्याच्या पिढीला मिळत आहे. एम.ए. व बी.ए. या दोन परीक्षांना मराठी हा ऐच्छिक विषय घेता येत होता; पण मराठीचा हा शिरकाव देठांवाचून फूल, अगर पायावाचून घर अशा प्रकारचा होता. पण १९२६ पासून संस्कृत, इतिहास व मराठी या विषयांची उत्तरे प्रवेशपरीक्षेत मातृभाषेतून दिली असता चालतील अशी स्थिती अनेक जन्मभाषाभक्तांच्या प्रयत्नाने चालू पिढीला लाभत आहे. परभाषेच्या उंटावरून ज्ञानार्जनाच्या शेळ्या हाकण्याच्या कृत्रिम, व पोपटपंचीला पोषक अशा रूढीला चिकटून बसण्याचे पाप यापुढे कोणतीही शाळा करणार नाही, अशी आम्हाला आशा आहे.

कोकणातील दुय्यम शाळांनी तर कंबर कसून या सवलीतचा फायदा घेण्याला सज्ज झाले पाहिजे. घरी, दारी, व्यवहारी कोकणी बोलीचे प्राबल्य असल्यामुळे मराठीचा अभ्यास कोकणात यथातथाच आहे. पण ह्या रुक्ष माळरानाचा बगिचा करणे शिक्षक व विद्यार्थी यांच्या हातात आहे. आजीशी बोलताना सात शब्दांच्या वाक्यात पाच इंग्रजी शब्द घालणे अगर चार लोकांपुढे दोन शब्द बोलायची पाळी आल्यास इंग्रजीचा आश्रय करावा लागणे, यापेक्षा अधिक लाजिरवाणी गोष्ट कोणती? न समजणारे विषय व शब्दार्थ घोकावे लागल्यामुळे सध्याच्या शिक्षणाची स्थिती 'खाणे थोडे व मचमच फार' अशी झाली आहे. घोकंपट्टीमुळे होणारी आरोग्याची हानी, परभाषेतून विषय शिकावे लागल्यामुळे होणारा कालापव्यय, अर्थहीन पाठांतरामुळे येणारी पोकळ विद्वत्ता इत्यादी अनर्थ टाळावयाचे असतील, तर मिळालेल्या संधीचा फायदा घेऊन सर्व प्राथमिक व दुय्यम शिक्षण मातृभाषेतून द्यावयाचे, असा शालाधिकाऱ्यांनी निश्चय केला पाहिजे. 'ज्ञानेश्वरी' व 'निबंधमाला', 'तुकारामांचे अभंग' व 'आगरकरांचे लेख' पुरुषार्थाचा मार्ग दाखविण्याकरता सज्ज होऊन राहिले असता, मराठीची अवहेलना करील असा विद्यार्थी महाराष्ट्रात-मराठ्यांच्या देशात सापडेल काय?

३ मार्च, १९२५

मुडिमन कमिटीची मलमपट्टी

हिंदुस्थानच्या राज्यपद्धतीला जो रोग झाला आहे, तो बरा करण्याकरिता आज तपेच्या तपे सरकार प्रयत्न करीत आले आहे. मोर्ले-मिंटो व मॉंटेग्यु-चेम्सफर्ड या हेमगर्भी मात्रांनी रोगाचे निर्मूलन झाले, अशी सरकारची समजूत होती. पण या सुधारणा म्हणजे, स्मशानात मिणमिण करणारे दिवे अगर दुष्काळात मिळणारे धान्याचे कण, असेच अंती लोकांच्या अनुभवाला आले. हिंदी लोक सुखी व संपन्न व्हावेत यापेक्षा आणखी सरकारची दुसरी काय इच्छा असणार? सुधारणांच्या मात्रांनी रोग हटला नाही, ही लोकांची ओरड ऐकताच, कमिटीचे एक भस्म सरकारने पुढे केले. सरकारविषयी लोकांनी चकार शब्द काढू नये अशी इच्छा असल्यास कमिटी, कमिशने इत्यादी 'क'कार ती पूर्ण करू शकतात. कोणतेही घोंगडे भिजत घालायचे असले म्हणजे, कमिट्या व कमिशने यांची संकुचित डुबकी फार उपयोगी पडतात. मुडिमन कमिटी नेमली गेली, तेव्हाच सरकारचा सभ्य नकार लोकांच्या लक्षात आला होता. पण कित्येकांची आशा आंधळी असते. नुकताच प्रसिद्ध झालेला मुडिमन कमिटीचा रिपोर्ट या आंधळ्या भाषेला तोंडघशी पाडणारा झाला आहे.

कमिटी नेमली, की 'गोरा तितुका मेळवावा' हा मंत्र तत्काळ अमलात आणला जातो. 'जमल्यास काळाही बघावा' हे तर ठरलेले असतेच, व सामदामाच्या जाळ्यात अडकणारी काळी मेंढरे सापडत नाहीतच असे नाही. खटला वाचायच्या आधीच निकाल ठरविणारा न्यायाधीश अगर पेपर तपासण्याच्या आधीच वर मार्क लिहिणारा परीक्षक यांच्यापासून आरोपी अगर विद्यार्थी यांना मिळणार काय? गोऱ्या पक्षाने हिंदुस्थानची काळी बाजू भडकपणे रंगवावी व काळ्या पक्षाने गोरी बाजू सजवावी हाच प्रकार प्रत्येक मिश्र कमिटीत आढळून येतो. मुडिमन कमिटी काही

या नियमाला अपवाद नाही. फरक इतकाच आहे, की रंगविण्याचे कसब काळ्यापेक्षा गोऱ्यांनी अधिक दाखविले आहे.

कमिटीतील बहुमतवाला गोरा पक्ष राज्यपद्धतीत कोणताही आमूलाग्र फरक सुचवित नाही. उलट, गुदगुल्या करण्याच्या मिषाने हळूच चिमटे घ्यावे त्याप्रमाणे, आवळा देऊन कोहळा काढून घेण्याच्या सुधारणा मात्र त्याने सुचविल्या आहेत. द्विदल राज्यापद्धती म्हणजे एक रस्सीखेचांचा खेळ होतो. व ओढाताणीत बळ कमी असल्यामुळे सोपीव खाती हातात पडतात हा अनुभव सरकारला नाही असे नाही; पण झोपेचे सोंग घेतलेल्यास जागे कोण करणार?

'धिग् सर्व जोडीविणे' हे कवींच्या दृष्टीने खरे असले, तरी हिंदी राज्यपद्धतीच्या दृष्टीने खोटेच आहे. अगदी आवश्यक असे सर्वव्यापी अधिकारी वरिष्ठ सरकारने आपल्या हाती ठेवावे व इतर बाबतींत प्रतिसरकारना पूर्ण स्वातंत्र्य द्यावे, ही लोकांची मागणी पूर्ण झाल्यावाचून सद्य:स्थितीचे रडगाणे थांबणे शक्य नाही. या बाबतीत मुडिमन कमिटीतील गोऱ्या पक्षाने कानावर हात ठेविले आहेत.

किरकोळ सुधारणांनी हिंदुस्थानचे हाल थांबतील हे म्हणणे चार झाडांनी सहारा वाळवंटात सावली होईल अगर समुद्रात गुडघाभर पाण्यात गेले म्हणजे मोत्ये सापडतील, असे म्हणण्याइतकेच हास्यास्पद आहे. हिंदी सुधारणांचे इंजीन होण्याची सरकारची इच्छा नसून हिंदी आकांक्षांच्या आगगाडीला ब्रेक लावण्याचे काम मात्र सरकार करीत आहे. सरकारच्या याच मनोवृत्तीचे प्रतिबिंब मुडिमन कमिटीच्या मल्लिनाथांचे पडले आहे. डोंगर पोखरून सरकारने कितीही उंदीर काढले, तरी गोरसाकरिता तान्हेलेल्या हिंदमातेला त्यांचा काय उपयोग आहे? कमिट्यांच्या मलमपट्ट्यांनी जिवाच्या काळजाचे रोग बरे होणे शक्य नसते. सरकारने लक्षात ठेवावे. कमिशने व कमिट्या असले भ्रमाचे भोपळे आशेने घ्यायचे व फुटले म्हणजे निराशेने रडायचे ह्या 'पुनरपि जननं पुनरपि मरणं' असल्या मार्गांना हिंदी जनता आणखी किती दिवस कवटाळून बसणार? मुडिमन कमिटीपासून Nations are by themselves made हेच शिकले पाहिजे.

१७ मार्च, १९२५

अर्ध्या लाखाची नकारघंटा

मुडिमन कमिटीच्या भोपळ्याने संकटांचा सागर तरून जाऊन आपण स्वराजाच्या पैलतीराला पोचू, असली अजागळ आशा हिंदी पुढाऱ्यांपैकी कोणीच बाळगली नव्हती. पण पंधरवड्यापूर्वी हा भ्रमाचा भोपळा फुटला आणि त्याचा पोकळपणा पाहून कायदेमंडळांनी सभागृहे व वर्तमानपत्रांचे रकाने निषेधाने भरून गेले. चव्वेचाळीस हजारांचा जबर हुंडा भरून सरकारने कमिटीचे लग्न आरंभिले, तेव्हा निदान एखाद्या बड्या हक्काच्या गळ्यांत तरी ती आपली माळ घालील, अशी अनेकांची साधीभोळी समजूत होती. पण कमिटीची दंगल म्हणजे गिरिप्रसववेदना, किंबहुना वंध्यापुत्राचें मौजीबंधन, हेच अंती अनुभवाला आले.

सरकारला जर खरोखरच हिंदी लोकांना अधिक हक्क द्यावयाचे असतील, तर कमिट्यांच्या भद्रेश्वरीची गरजच लागली नसती. हिंदी लोकांच्या तोंडांना पाने पुसायला असल्या कमिट्यांची बाडें उपयोगी पडतात; आणि म्हणूनच कोणताही प्रश्न निघाला, की कमिटीच्या देवाला कौल लावायला सरकार धावते. या प्रसाद प्रकरणात गुरवाचे काम सरकारकडेच येत असल्यामुळे त्याला उजवा प्रसाद मिळणेही कठीण नसते.

मुडिमन कमिटीने हिंदी हक्कांची बेगुमान पायमल्ली केलेली पाहून वरिष्ठ कायदेमंडळांत कार्यकारी मंडळाचा प्रवासखर्च नामंजूर करण्याची सूचना पंडित नेहरूंनी आणली; आणि हल्लीच विभक्त झालेल्या स्वराज्य व स्वतंत्र पक्षांची या प्रश्नावर एकी झाल्यामुळे ती मंजूरही झाली. असले ठराव म्हणजे, कुंभकर्णाला टोचलेल्या टाचण्या, दगडावर पडणारे दवबिंदू, अगर भुजंगानाथाला कोदंडाने केलेला उपदेश असेच ठरतात. पण, दुसऱ्याचा कान हाती येईपर्यंत त्याच्या

कानीकपाळी ओरडलेच पाहिजे.

मुंबई इलाख्याच्या कायदेमंडळांतही बॅ. जयकर यांनी ता. १० रोजी निषेध प्रदर्शनासाठी बैठक तहकूब करण्याची सूचना आणली; व सरकारी सभासदांनी 'नरो वा कुंजरो वा' असे धोरण स्वीकारल्यामुळे मतभेद न होता ती मंजूर झाली. मुंबई कायदेमंडळाच्या पटावर स्वराज्यपक्षाची हिरवी मोहरी व ब्राह्मणेतर पक्षाची तांबडी मोहरी एकमेकांवर मात करण्यातच गुंग होऊन गेली आहेत– असाच देखावा अनेकवार दृष्टीला पडला होता. पण हिंदी हिताच्या दृष्टीने आपण तांबडी मोहरी न होता हिरवीच झाली पाहिजे, हे ओळखून ब्राह्मणेतर पक्षाने आपले कर्तव्य या प्रसंगी चोख रीतीने बजावले, याबद्दल आम्ही त्यांचे अभिनंदन करतो. मांजरांनी आपल्या खव्याची काटेतोल वाटणी करून घेण्याकरिता वानराकडे जाऊ नये, यातच शहाणपणा आहे. पण, निषेध– मग तो कितीही जोराचा अगर एक मताचा असो– हा शस्त्रासारखा आहे. पाठीमागे सत्तेचा हात असला तरच विरुद्ध पक्षाला त्याची भीती वाटते. साखरेच्या सिंहाला जत्रा पाहायला गेलेली चिल्लीपिल्लीदेखील भीत नाहीत. मग थोरांची गोष्ट तर बोलवायलाच नको. नमनाला निषेधच आणि भरतवाक्यालाही निर्जीव निषेधच– असल्या नाटकाला सरकार सरावलेले आहे. खर्चाच्या खात्यात लाख-दोन लाखांची भर टाकणाऱ्या व ज्यांच्या अहवालांना अडणीवरच्या शंखापेक्षा अधिक किंमत नाही, अशा कमिट्या नको असतील तर निषेधाची आंच सरकारला लागली पाहिजे. शब्दाच्या मारांनी स्थितप्रज्ञ सरकार 'हूं की चूं' देखील करीत नाही. 'ठोठवा म्हणजे उघडेल' हा ख्रिस्ताचा उपदेश धर्माप्रमाणे राजकारणातही अक्षरशः सत्य आहे. ठोठावणाऱ्या अंगी मात्र भक्ती नाही तर शक्ती पाहिजे!

२४ मार्च, १९२५

✧

न्यायाच्या दगडाला देवकळा आणा

चालू राजकारणाच्या रंगभूमीवर मुडिमन कमिटी येऊन थडकली नाही, तोच रॉंकन कमिटीने प्रवेश केला आहे. दिवाणी दाव्यांच्या बाबतीत आढळून येणारी दिरंगाई दूर कशी करावी याबद्दल सूचना करण्याकरिता कमिटीने जन्म घेतला व आपला अहवाल प्रसिद्ध करून आता आपले अवतारकृत्य संपविले आहे. दिवाणी दाव्यांचे दिवस ब्रह्मदेवाच्या अंकगणिताप्रमाणे मोजले जातात व बापाने पंचविशीत केलेल्या दाव्याचा निकाल मुलाला साठीत तरी ऐकायला मिळेलच अशी खात्री नसते, हा अनुभव सर्वत्र आहे. न्यायदेवतेला दिवाणी दावा म्हणजे अक्रोडाचे झाड अगर कपिलाषष्ठीचा योग वाटत असावा व तिचे या दाव्यांवर इतके प्रेम असते, की यांना झिडकारून टाकण्यापेक्षा कवटाळून धरण्यातच तिला अधिक सुख वाटते. दिवाणी दाव्याच्या चक्रव्यूहात सापडण्यापेक्षा अगर या मारुतीच्या शेपटाची आराधना करण्यापेक्षा आत्महत्या करणे बरे, असे उद्‌गार वादीप्रतिवादींच्या तोंडून वैतागाने निघत असल्यास नवल नाही. दिव्याखाली वावरणारा हा अंधार कमी करण्याकरता रॉंकन कमिटीचा अवतार होता. दिवाणी दाव्यांच्या समुद्रमंथनातून कमिटीने अनेक रत्ने बाहेर काढली आहेत. काही ठिकाणी कमिटीचे धोरण प्रतिगामी स्वरूपाचे असले तरी एकंदरीत दिरंगाईचे भूत कायमचे गाडले जावे, म्हणून तिने अनेक जडीबुट्या बाहेर काढल्या आहेत. या सूचनांच्या बाटलीत गरिबांच्या मानगुटीवर बसणारे हे भूत स्वस्थ पडून राहीलच असे त्याच्या जन्मस्वभावावरून वाटत नाही. दिरंगाईचे दिवस कमी करण्याकरता दिवाणी खात्यातल्या कामगारांच्या जागा अधिक होणार हे भविष्य वर्तविण्याला मात्र एखादा ज्योतिषशास्त्रज्ञच पाहिजे, असे नाही.

कमिटीने जे सूचनांचे दुकान थाटलं आहे, त्यातील अतिशय मौल्यवान वस्तू

म्हणजे लवादांच्या पद्धतीला प्रोत्साहन देण्याची शिफारस ही होय. मुलातील प्रत्येक भांडण शिक्षकांपुढे, कुटुंबातील प्रत्येक कलह जातगंगेपुढे आणि व्यक्तीव्यक्तींतील हरएक वाद न्यायासनापुढे जाणे स्नेहसंवर्धन व उदारदृष्टी या दोन्ही दृष्टींनी घातक व निष्फळ असते. कलह म्हणजे मृत्यू व एकी हे जीवित आहे. पण जगण्यापेक्षा मरण व एकीपेक्षा बेकी हां हां म्हणता या जगात प्रादुर्भूत होते. कोणत्याही कोर्टाच्या दप्तरी असलेल्या दिवाणी दाव्यांची हजेरी घेतली, तर अन्यायाचे परिमार्जन करून घेण्याच्या सात्त्विक इच्छेपेक्षा, आपले नाक कापून दुसऱ्याला अपशकुन करण्याची कुबुद्धी, पै परत मिळविण्यासाठी हजारो रुपये कोर्टाच्या व वकिलांच्या पदरात बांधण्याचा हट्ट, क्षुद्र विचार, संकुचित हृदय यांचे साम्राज्य आढळून येते. कलहकौशल्य पाहावयाचे असेल, तर ते कोकणात पाहावे असे उद्‌गार अनेक वेळा ऐकू येणार; व ते निराधार आहेत असे कोर्टाची पायरी चढलेला इसम तरी निदान म्हणणार नाही. ध्यानी, मनी, स्वप्नी कबजाच्या गोष्टी असल्यामुळे तन्मय झालेले लोक आपला आयुष्यक्रम कसे कंठतात, हे काही निराळे वर्णन करून सांगावयास नको. एखाद्या लहानशा झाडाचा कबजा घेण्यासाठी तिन्ही कोर्टांच्या वाऱ्या करणारे महात्मे, मानाच्या टिकल्यासाठी घरातल्या सोन्यारुप्याच्या टिकल्या बाहेर दवडून कफल्लक होणारे संत, तामसी ईर्ष्येने गोरगरिबांच्या गवती झोपड्यांत कलहाची ठिणगी उडविणारे हरीचे लाल प्रत्येक घरी आढळत आहेत. कज्जेदलालीच्या या व्यसनाला आळा पडल्यावाचून, विजयाच्या आशेने होणारे हे भिकेचे डोहाळे थांबल्यावाचून लोकांची सांपत्तिक व मानसिक दुर्दशा थांबणे शक्य नाही.

किरकोळ दाव्यांचा निकाल लवादामार्फत करून घेणे, हाच या रोगावरील रामबाण उपाय होय. कोर्ट फी व वकिलाची फी भरण्याची शक्ती असली, की दावा करायला कोणतीच अडचण नाही, अशी सद्यःस्थिती आहे. पण रोगाच्या सोयीचा धट्ट्याकट्ट्या लोकांनी अगर शाळेतील नादाऱ्यांचा श्रीमंत मुलांनी फायदा घ्यावा, त्याप्रमाणे न्यायाचा ससा आणि पारधी पैसा अशी स्थिती झाली आहे. निःपक्षपाती लवादकोर्टाच्या पायावाचून कोणतेही न्यायमंदिर कर्तव्यदक्ष व लोकहिततत्पर होऊ शकत नाही, हे आमच्या कधी लक्षात येणार?

३१ मार्च, १९२५

महाराष्ट्र हिंदुधर्म परिषद पंचमाधिवेशन

महाराष्ट्र हिंदुधर्म परिषदेचे पाचवे अधिवेशन एप्रिलच्या सुरुवातीला दक्षिण हैदराबाद येथे मोठ्या थाटाने पार पडले. चालकांचा सप्ताह व परिषदेचे कार्य, या दोन्ही दृष्टींनी प्रस्तुत अधिवेशनाचा नंबर बराच वर लागेल, यात संशय नाही. शास्त्री-पंडितांचे संमेलन म्हणजे, जुन्याचे अवास्तव गोडवे व नव्याची विनाकारण निंदा; यापेक्षा फारशा निराळ्या अपेक्षेची बाब नव्हे, असाच आजवर बहुतेकांचा समज होत आला आहे व तो अगदीच निराधार आहे, असेही नाही. सुदैवाने, ही स्थिती पालटू लागली असून दिवसेंदिवस ती इष्ट मार्गाच्या जास्त जास्त जवळ जाईल असा आम्हाला भरवसा आहे. दक्षिण हैदराबाद येथे भरलेल्या अधिवेशनाचे धोरण याच दृष्टीने आम्हास अभिनंदनीय वाटते. ते पूर्णांशाने समाधानकारक नसले, तरी अपेक्षेपेक्षाही जास्त प्रागतिक असून इष्ट अशा भावी सुधारणांचे सूचक म्हणून ते प्रत्येक देशाभिमान्याला अत्यंत प्रिय असे वाटेल. जुन्या परंपरेत वाढलेल्या व देशकालादी परिस्थितीचा विचार न करता ठरावीक पद्धतीने विचार करण्यास सरावल्याबद्दल प्रसिद्ध झालेल्या शास्त्रीपंडितांना या परिषदेने जे वळण लावले आहे, त्याचा प्रत्यक्ष परिणाम आज जरी बीजरूपानेच दिसत असला, तरी परिस्थितीचे खत व प्रयत्नांचे पाणी मिळाल्यास, त्याचाच भव्य वृक्ष बनून याची शीतल छाया सर्वांस सुखकारक अशी होण्यास फार अवधी लागणार नाही.

कोणत्याही दृष्टीच्या एकान्तिक अध्ययनात गढून गेलेल्या त्या दृष्टीला भेदकतेची सिद्धी साध्य होते खरी, परंतु त्याबरोबरच त्यांच्या दृष्टीचा चौरसपणा नष्ट होऊन तिला व्यापकतेच्या सद्‌गुणास पारखे व्हावे लागते. धर्मसिद्धान्तांच्या एकान्तिक मंडनाच्या मागे लागलेल्या शास्त्री-पंडितांना व्यवहारास पारखे व्हावे लागले व

म्हणून त्यांचे सिद्धान्त, धर्माच्या व्याख्येस साजेसे समाजधारणेस पोषक होण्याऐवजी तिला अडथळा करणारे असेच झाले. धर्म, निदान, आचारधर्म हा तत्त्व व व्यवहार यांचा सुंदर संगम घडवून आणणारा दुवा आहे, हे तत्त्व उशिरा का होईना, परंतु एकदाचे आमच्या पुराणमताभिमानी पंडितांच्या गळी उतरले, हे भाग्य होय. धर्माचा विचार करताना देशाची सामाजिक, राजकीय वगैरे परिस्थितीही लक्षात घेणे जरूर आहे, हा अमोलिक धडा परवाच्या हिंदुधर्म परिषदेने शिकविला, असे म्हणयला हरकत नाही.

'कलौ आद्यन्तयो: स्थिति:' यासारखे परमेश्वराचे विराट स्वरूप छिन्नभिन्न करून टाकणारी महासूत्रे उराशी कवटाळून बसण्यात धर्मरक्षण मानणाऱ्या शास्त्रांचा पंक्तीलाच ठराव क्षत्रिय व वैश्य यांचे अस्तित्व कबूल करणारा असावा व तो एकमताने मंजूर व्हावा, हा कालाचा केवढा विजय. परिषदेने पास केलेला ठराव– पतित परावर्तनाचा होय. या ठरावात 'फसवणूक, जुलूम, जबरदस्ती, छद्म, अपकृत्य व तद्दृश कारणांनी वस्तुत: धर्मांतर होतच नाही असे स्पष्ट शब्द आहेत. आज हिंदुस्थानात दिसणाऱ्या कोट्यवधी परधर्मीयांपैकी वरील कारणास बळी न पडलेले कितीसे आहेत! बाजूस गोमंतकांत तर घरांवर पावांचे तुकडे टाकून गावचे गाव बाटवले आहेत. खुद्द हिंदुधर्माच्या अनुयायांपेक्षा अधिक प्रेमाने आपल्या घरच्या वडिलार्जित मूर्ती हृदयाशी कवटाळून हिंदुधर्माच्या स्मरणातच समाधान मानावे लागण्यात नि:श्वास सोडणाऱ्या त्या आपल्याच बांधवांना आपल्या व्यापक धर्माची द्वारे उघडून त्यांचे प्रेमाने स्वागत करण्यातच या ठरावाची फलश्रुती आहे. केवळ ठरावाच्या उच्चारात अगर तो पास करण्याने इतिकर्तव्यता मानली, असे मात्र मानता नये. तिसरा महत्त्वाचा ठराव– अस्पृश्यतानिवारणाचा. या ठरावावरील भाषणात श्रुतीमध्ये अस्पृश्यता नसल्याचेच सांगण्यात आले असून ठरावात, स्मृतीमध्ये अस्पृश्यता असली तरी तिला अपवादही आहेत व सद्य:कालाचा विचार करून ती निर्मूल होणे अगत्य असून, त्या ध्येयाची पहिली पायरी म्हणून सार्वजनिक पाणी अस्पृश्यांना खुले ठेवावेत, अशी शिफारस केलेली आहे.

वर उल्लेखिलेल्या ठरावाखेरीज वधूवर वयोमर्यादा वाढविण्याविषयीचा ठराव, गोरक्षणाचा ठराव वगैरे ८/१० ठराव पास झाले आहेत. या सर्व ठरावांवरून एकच गंमत दिसून येते, की ती ही की आजवर जगाच्या उलाढालीकडे व त्याबरोबरच हिंदुस्थानात झालेल्या परिस्थितीभेदाकडे पाठ फिरवून बसलेला शास्त्री-पंडितांचा वर्ग आता खडबडून जागा झाला असून, आपण जगाचे घटकावयव आहोत व जगातील गोष्टींचा आपल्या जीवनावर परिणाम होत असतो, हे त्यांना पटू लागले आहे. वृथा अभिमानाच्या भरीस पडता प्राप्त कालाला समुचित अशा आचरणक्रांतीस त्यांनी आपण होऊन संमती दिली आहे हे ठीकच; परंतु कालाचा ओघच इतका जबरदस्त

आहे, की ते तसे न करते तरी तो ओघ थांबणे शक्य नव्हते. उलट, त्यांना मात्र प्रवाहपतितासारखे वाहत जावे लागले असते. धर्मगुरू, शास्त्री, पंडित हेच समाजाचे नेते होत. अध:पतनाला जाणाऱ्या समाजास मागे ओढणे व सन्मार्गवर्ती समाजास प्रोत्साहन देणे त्यांचे कर्तव्य आहे. आपल्यावरील जबाबदारीची जाणीव त्यांना होऊ लागली आहे, हे सुचिन्ह होय.

१४ एप्रिल, १९२५

सहकारी पतपेढ्या

सार्वजनिक दृष्टीने, सावंतवाडीच्या नागरिकांना गेला पंधरवडा इंद्रधनुष्याप्रमाणे सुंदर व रंगीबेरंगी पुष्पगुच्छाप्रमाणे मनोहर असा भासला असला, तर त्यात नवल नाही. सुंदरवाडीची नगरदेवता निद्रेतून जागी होऊन कार्याच्या क्षेत्रात संचार करू लागली आहे, हे सिद्ध करण्याइतका भरदार कार्यक्रम गेल्या पंधरवड्यात येथे साजरा झाला. शिशुसप्ताह, प्रसूतिगृहाच्या अनावरणाचा समारंभ, देवधर, सावकार, सरदेसाई इत्यादी मुद्दाम लांबून आलेल्या व्याख्यात्यांची 'सहकारी पतपेढ्या', 'प्रजेची कर्तव्ये', 'धर्मसमीक्षणसभा' वगैरे जिव्हाळ्याच्या विषयांवरील सुंदर भाषणे यांच्या गर्दीत 'अविदितगतयामा रात्रिरेवं व्यरंसीत्' हे उद्‌गार काढणाऱ्या रामचंद्राप्रमाणे 'पंधरवडा मात्र संपला; पण उद्‌बोधक व उत्साहप्रद कार्यक्रम मात्र संपला नाही.' असेच प्रत्येकाला वाटले. एखाद्या गोड स्वप्नातून जागे व्हावे, निर्मल गंगाजलात स्वच्छंद पोहून नंतर तीरावरल्या तापलेल्या वाळतून चालावे, देवालयातील भजनात तल्लीन होऊन, ब्रह्मानंद अनुभवल्यानंतर नेहमीच्या घाण्याला जुंपून घेणे भाग पडावे हे जितके कठीण व कंटाळवाणे वाटते, तितकाच पुढील पंधरवडा या संस्मरणीय पंधरवड्याशी तुलना केली तर नीरस ठरण्याचा संभव आहे. दर वर्षी वसंत ऋतूत सावंतवाडीतील वृक्षवेलींना पालवी फुटली असेल; पण वक्तृत्वपूर्ण व्याख्याने ऐकविणारा हा पहिलाच वसंत ऋतू आहे. आंब्यांबरोबर व्याख्यानाच्या सरस नीरसपणाची चर्चा सुरू करून व तोंडाबरोबर डोक्यालाही चलन देऊन वसंताने यंदाच आपले खरे सौंदर्य प्रगट केले आहे.

या सर्व समारंभांचा व व्याख्यानांचा सदुपयोग करणे व कार्यप्रवृत्त होणे, हे जनतेचे कर्तव्य आहे. व्याख्यात्यांच्या भाषणात अलंकारांची गर्दी असली, तरी त्याला सोनार मानून व त्याच्या व्याख्यानाला नळी करून 'नळी फुंकिली सोनारे!

इकडुनी तिकडे गेले वारे' असे जगाकडून म्हणवून घेण्यात पुरुषार्थ कोणता? व्याख्यानातले वारे इकडून तिकडे न जाता अंगात संचारले पाहिजे. व्याख्यानाच्या वाऱ्याने हृदयातील ज्योती प्रज्वलित होऊन तिच्या प्रकाशात आपणाला अंधकारमय वाटणाऱ्या भविष्यकालात पाऊल टाकावयाचे आहे. देशभक्ती व समाजसेवा यांची दुरून मोहक दिसणारी सोन्याची शिखरे गाठावयाची असल्यास कष्टसंकुल व कंटकमय मार्गाने जाण्याचा चंग बांधला पाहिजे.

रा. गो. कृ. देवधर यांच्या 'सहकारी पतपेढ्या'वरील अनुभवपूर्ण व्याख्यानाने समाजसेवेच्या अत्यंत आवश्यक व सुंदर अशा मार्गाची दिशा सावंतवाडीच्या जनतेला दाखविली आहे. नदीचे कालवे काढल्यावाचून तिच्या पाण्याचा जमीन सुपीक करण्यात जसा पूर्णपणे उपयोग होणे शक्य नाही, त्याप्रमाणे गोरगरिबांच्या पडत्या संसाराला सहकारी पतपेढ्यांइतका भरभक्कम आधार दुसरी कोणतीही चळवळ देऊ शकत नाही. श्रीमंतांच्या संस्थानच्या उन्नतीविषयीच्या तळमळीमुळेच सहकारी चळवळीतील एका तशा सद्‌गृहस्थांचे प्रोत्साहक व्याख्यान सावंतवाडीच्या जनतेला ऐकावयाला मिळाले. श्रीमंतांसारखा मार्गदर्शक असल्यामुळे जनतेने ह्या चळवळीचे जाळे संस्थानभर पसरविण्याचा व या सुंदर मार्गाने स्वस्थिती सुधारण्याचा प्रयत्न विलंब न लावता केला पाहिजे.

हिंदुस्थानची पूर्वी सुवर्णभूमी म्हणून जेवढी प्रसिद्ध होती, तेवढीच सध्या दारिद्र्याबद्दलही आहे. इतर धर्मांपेक्षा हिंदुधर्मात उपासतापासांची रेलचेल असूनही हजारो लोकांना दुप्पट अगर तिप्पट धार्मिक होण्याचा प्रसंग नित्य येत आहे! निव्वळ उपासांमुळे जर पुण्य पदरी पडत असेल, तर अजूनही हिंदभूमी ही पुण्यभूमीच आहे!

ही दारिद्र्याची कुऱ्हाड काही आकाशातून आमच्यावर कोसळली नाही. अज्ञानाच्या खाणीतल्या लोखंडाला पारतंत्र्याच्या लोहाराने दिलेले हे रूपच आज राष्ट्रवृक्षाला खच्ची करीत आहे. चिखलात रुतलेल्या मनुष्याने 'मी चिखलात रुतलो कसा' ह्याचा विचार करण्याऐवजी बाहेर यावयाचे कसे, हेच पाहिले पाहिजे. दरिद्री हिंदुस्थानपुढे तोच प्रश्न आहे. प्रांतिक स्वायत्तता मिळून गव्हर्नरची सूत्रे एखाद्या हिंदी हातात आली म्हणून चुटकीसरशी अर्धपोटी रखडणाऱ्यांना तो काही भरपूर अन्न देऊ शकणार नाही, अथवा अस्पृश्यता नाहीशी होऊन ब्राह्मण व अस्पृश्य गळ्यात गळा घालून नांदू लागल व खांद्याला खांदा भिडवून कामे करू लागले, म्हणजे हा प्रश्न पूर्णपणे सुटेल अशातला भाग नाही. राजकीय व सामाजिक सुधारणा अत्यावश्यक असल्या, तरी आर्थिक रोगावर मुख्यत: आर्थिकच औषध पाहिजे, गोरगरिबांच्या हातातोंडाची बिनाकष्ट गाठ पडायला, मध्यमवर्गाच्या पदोपदी डळमळणाऱ्या संसारांना सावरायला सहकारी चळवळीइतका सुबोध, सुलभ व सर्वव्यापी उपाय नाही.

'थेंबे थेंबे तळे साचे' ही म्हण अंकलिपीत शिकायची व पावसाळ्याच्या दिवसांत डोळ्यांनी पाहावयाची यापेक्षा आमची...

(अपूर्ण) १२ मे, १९२५

छत्रपतींच्या राजधानीतील प्रांतिक परिषद

महाराष्ट्राच्या राजकारणरूपी देव्हाऱ्यातील मुख्य मूर्ती ज्या इतिहासप्रसिद्ध स्थानी नांदत असे, उत्तर हिंदुस्थानात पुण्याच्या कीर्तीचा दरारा बसविण्याइतके नाव ज्याने मिळविले, त्या साताऱ्यात महाराष्ट्र प्रांतिक परिषदेचे चालू सालाचे अधिवेशन गेल्या आठवड्यात यथासांग पार पडले. प्रतापगडाच्या पवित्र पंचक्रोशीत जिभेचा पट्टा सोडून राजकारणाचे डाव खेळणे, दिल्लीच्या तक्ताला थरथर कापविणारा झंझावात जिथे जन्माला आला, तिथे प्राणायाम करावा लागणे– या गोष्टी कोणाला आवडतील? पण, परमेश्वरापेक्षाही अधिक नमस्कार घेणाऱ्या काळाच्या क्रूर फेऱ्यात सापडून महाराष्ट्राला ते आज करावे लागत आहे.

महाराष्ट्रातील गांधीपक्ष सुताच्या वर्गणीचा पुरस्कर्ता असला, तरी या परिषदेशी त्याचे सूत जमत नाही. असहकारितेवाचून करमत नसल्यामुळे तिचा प्रयोग प्रांतिक परिषदेवर करण्याचा त्या पक्षातील पुढाऱ्यांनी निश्चय केला असल्यास तो मात्र सफळ झाला, असे म्हणावयाला हरकत नाही. प्रत्येक परिषदेच्या कार्याच्या बोकांडी बसलेले हे दुहीचे भूत गाडून टाकण्याची वेळ कधीच होऊन गेली आहे, हे आमच्या बुद्धिमान पुढाऱ्यांस पटेल काय? प्रत्येक वेळेला एका पक्षाने रुसून बसायचे व सभेचे काम एकपक्षीय झाले म्हणून मागून शिळ्या कढीला ऊत आणावयाचा, यापेक्षा समोरासमोर येऊन दोन हात धरावे व पावलावर पाऊल टाकून जाण्याचा अगर एकमेकांकडे पाठ फिरविण्याचा कायमचा निश्चय करावा, हे बरे नाही काय?

परिषदेचे अध्यक्षस्थान वऱ्हाडचे ब्राह्मणेतर पुढारी बॅ. रामराव देशमुख यांनी अलंकृत केले होते. मुडिमन कमिटी, बंगालमधील काळा कायदा, गोऱ्या नोकरांच्या चराईची कारस्थाने, विलायतेतील खलबतखान्यातून निघणारे नाद व त्यांचा संभवणारा

अर्थ, ब्राह्मणाला जसे जानवे, त्याप्रमाणे काँग्रेस सभासदाला सूत असा झालेला नवा नियम, राजकीय व सामाजिक प्रश्नांचा नकळत रचलेला चक्रव्यूह, जातवार प्रतिनिधित्व ऊर्फ कण्या टाकून कोंबडी झुंजविण्याचा सरकारी प्रयत्न, इत्यादी मुद्द्यांचा त्यांनी प्रांजल परामर्श घेतला असून व्यक्तिहिताचे वारूळ, अगर ज्ञातिहिताची टेकडी यांच्यावर चढून जग पाहण्यापेक्षा राष्ट्रहिताच्या हिमालयावर चढून प्रयत्नाला लागा, असा त्यांनी उपदेश केला आहे.

गेल्या दोन-तीन वर्षांतले राजकारण म्हणजे, 'पुनरपि जननं पुनरपि मरणं' अगर हरिदासाची कथा मूळपदावर असे होऊन बसले आहे. सोबतीने प्रवास केलेला बरा म्हणून दोघा प्रवाशांनी गळ्याभोवती लपेटलेल्या उपरण्यांना गाठी माराव्या आणि लगेच एकाने पूर्वेला व दुसऱ्याने पश्चिमेला चालू लागावे, अशातला प्रकार नेहमी होत आहे. स्वतंत्र रीतीने पोहणारे एकमेकाला धरून पोहण्याचा प्रयत्न करू लागले व एकाला दुसऱ्याचा भार तोलण्याची शक्ती नसली, की दोघेही तरण्यापेक्षा बुडण्याचाच संभव जास्ती असतो. निव्वळ सूतवर्गणीचा इतिहास लक्षात घेतला, तरी 'त्वयार्धं मयार्धं' या तत्त्वाचे रूपांतर शून्यांत कसे झाले आहे, ते कळून येईल.

तथापि, राजकारणाचा गाडा चिखलात रुतून बसला आहे असे म्हणण्यापेक्षा, तो ओढून नेण्याकरिता पुढे येणारे लोक फारच थोडे आहेत असे म्हणणे सयुक्तिक होईल. गांधीपक्ष काय अगर स्वराज्यपक्ष काय– दोघांनीही आपाआपल्या मार्गाने जायचे आहे. पण शाळेला जाण्याची टंगळमंगळ करणारा मुलगा आजाराचे निमित्त किंवा प्रवास टाळू इच्छिणारा एखादा अपशकुन ज्या रीतीने शोधू लागतो, त्याच पद्धतीने कार्य न होण्याचे खापर उभयपक्ष परस्परांवर फोडीत आहेत.

दोन्ही पक्षांना खेड्यापाड्यांतून जागृती करावयाची आहे. पण शहरात बसून वर्तमानपत्र चालविणे व व्याख्याने देणे यांपलीकडे कोणाची मजल जात असेल तर शपथ? सवतीसवतीच्या दृष्टीपेक्षा बहिणी-बहिणीच्या दृष्टीने एकमेकांकडे पाहून खेड्यातून सुसंघटित चळवळ करण्याकरिता हे दोन्ही पक्ष पुढे सरसावतील, तर तोंडाला तोंड देऊन कालक्षेप करण्यापेक्षा खांद्याला खांदा भिडवून विजयाचे श्रेय ते मिळवू शकतील. ईश्वर करो; व भवानीमाता महाराष्ट्रीयांना ही प्रेरणा देवो!

१९ मे, १९२५

रथाचे दुसरे चाक

सातारा ही पंचक्रोशी समर्थांच्या काळी देशहिताच्या चळवळीचे माहेरघर होती. राजकीय परिषदांबरोबर सामाजिक व इतर परिषदा साजऱ्या करून सातारने समाजसेवेचा हा सन्मार्ग यंदा यथाशक्ती चोखाळला आहे. एकामागून एक उदय पावणाऱ्या तारकांप्रमाणे, या परिषदा काळ्याकुट्ट अंधारातही आशेचे किरण निर्माण करतात एवढेच नव्हे; तर कर्तव्यसुताचा उदय होईपर्यंत खडा पहारा ठेवून निद्रित होणाऱ्या जिवाला जागृत करीत असतात.

१८९५ व १९२५ या वर्षांत तब्बल एका पिढीचे अंतर पडले आहे. सामाजिक परिषद राष्ट्रीय सभेच्या मंडपात भरविल्यास आग लावण्याची धमकी तीस वर्षांपूर्वी मिळाली तर आज सामाजिक परिषद म्हणजे राष्ट्रीय परिषदेचे शेपूट, श्रीमंतांवर छत्र धरणारा हुजऱ्या, झाडावरील बांडगूळ, अगर राष्ट्रशकटाचा नळा नसून, राजकीय परिषदेइतक्याच महत्त्वाची व जिव्हाळ्याची सभा आहे, अशी स्तुतिसुमने आज तिच्या चरणी वाहिली जात आहेत. त्या वेळची अस्पृश्य परिषद आज पंक्तीला बसविण्याचा अट्टाहास होत आहे. काळासारखा कठोर सुधारक दुसरा कोणी नाही, हेच खरे!

अस्पृश्यांची अस्पृश्यता आपले रक्तपाणी करून धुवून काढण्याचा प्रयत्न करणारे रा. विठ्ठल रामजी शिंदे हे या परिषदेचे अध्यक्ष होते. त्यांचे भाषण कायम ठाशीव अगर मामुली थाटाचे नसून स्वतंत्र विचारांनी परिपूर्ण असे आहे. 'तीन वर्षांचे कार्य आखण्यासाठीच परिषदा भरवाव्या, समाजसुधारणेस लोकप्रियता व वजन कशामुळे प्राप्त होणार असेल तर ते यामुळेच होणार, असे माझे नम्र मत आहे' ही त्यांची स्पष्टोक्ती कुठल्याही प्रश्नाच्या रोगावर परिषदेचा रामबाण उपाय सांगणाऱ्या

धन्वंतऱ्यांना लागली, तर अक्षरश: सत्य आहे. सभेचे रहाटगाडगे एकसारखे फिरवत बसवून फार प्राप्ती काय होणार? पोहऱ्यातून पडणारे पाणी बाहेर नेऊन बागेतील प्रत्येक झाडाच्या आळ्यात पडेल, अशी व्यवस्था केली पाहिजे. सध्या परिषदा म्हणजे मंडपात बोलाची कढी व बोलाचा भात आणि बिऱ्हाडी चमचमीत जेवण यांवर ताव मारण्यात नियतकालिक पर्वण्या होऊ पाहत आहे. ईश्वर एकनिष्ठ तपश्चर्येने प्रसन्न होतो; भारशून्य मंत्रपठणाने नाही.

राजकीय सुधारणा व सामाजिक सुधारणा ही समाज-संसारातील पतिपत्नी आणि 'गृहं तु गृहिणीहीनं कांतारादितिरि'च्या हे गृहिणीइतकेच सामाजिक सुधारणांच्या बाबतीतही सत्य आहे. बायको म्हणजे, पायीची वहाण अगर स्त्रियश्चरित्रं ह्या शेलक्या पदव्या सामाजिक सुधारणेनेही मिळवित आहेत. पण निव्वळ राजकीय सुधारणा म्हणजे एकचाकी गाडी अगर एकाक्ष माडी ही कल्पना अनुभवाने पटल्यामुळे राजकारणाच्या जलवायूंत सामाजिक सुधारणा व प्राणवायूचे यथायोग्य मिश्रण पुढारी करू लागले आहेत.

जनी जनार्दन भरला असल्यामुळे, जनसेवा ती ईश्वरसेवा हे तत्त्व हिंदुधर्माने आपल्या हृत्पटलावर कोरून ठेवले आहे. सामाजिक सुधारणा म्हणजे, पाश्चात्त्य पद्धतीचे पोशाख, अगर गुलजार गळेपट्टीचे मफलर, असा विपरीत अर्थ काही उथळ लोकांच्या वर्तणुकीमुळे दुर्दैवाने रूढ झाला होता.

अपूर्ण

२ जून, १९२५

नालाची वाण राज्याची धूळधाण

अल्पस्य हेतोर्बहुहातुमिच्छन् ।
विचारमूढःप्रतिभासि मे त्वम! ॥

– रघुवंश

नालासाठी घोडा गेला या चरणापासून सुरू होणारी साखळीरीतीची म्हण प्रत्येक मराठी वाचकाच्या परिचयाची आहे. घोड्याला नाल मारावयाला पाहिजे, तो न मारल्यामुळे घोडा दगावला, ठेचकाळून जमिनीवर कोसळणाऱ्या घोड्याबरोबर स्वारानेही स्वर्गाची वाट धरिली, लढाईच्या दृष्टीने लाखाच्या मोलाची बातमी घेऊन जाणारा स्वार मधेच मेल्यामुळे युद्धात अपजय आला व या अपजयाच्या पायी त्या पक्षाला राज्यावर पाणी सोडावे लागले, अशी ही परंपरा आहे! दीडदमडीच्या नालाच्या बाबतीत निष्काळजीपणा दाखविल्यामुळे राज्य व राज्यापेक्षाही अमोल असे स्वातंत्र्य गमावण्याची पाळी तळहातावर शिर घेऊन लढणाऱ्या शूरवीरांवर आली. अस्पृश्यता निवारणाचा नाल वेळेवर न मारल्यामुळे हिंदुधर्माचे विशाल राज्य असेच संपुष्टात येईल, अशी पदोपदी साधार भीती वाटू लागली आहे.

ख्रिश्चन मिशनरी व स्फुट-अस्फुट, मार्जारनखी अगर सिंहमुखी मुसलमान, मिशनरी यांच्या सुज्ञ अशा सेनांमधून हिंदुसमाजाला आज आपला मार्ग आक्रमावयाचा आहे. एकीकडे आग तर दुसरीकडे फोफाटा पसरला आहे व त्यामधून हिंदुसमाजाचा रथ पुढे पाऊल टाकीत आहे. मायावी रूढीच्या मोहिनीला वश होऊन ज्याला इतर समाजाने तृणवत लेखले, असा अस्पृश्यवर्ग याच रथात आहे. या तृणाने-समतेचा अगर ममतेचा, ज्ञानाचा अथवा धनाचा ओलावा वरिष्ठ समाजाने सहसा न दिल्यामुळे शुष्क बनलेल्या या तृणाने सभोवारच्या आगीतून किंवा फोफाट्यातून प्रतिक्षणी

येणाऱ्या ठिणग्यांबरोबर जर पेट घेतला, तर सर्व रथ हा हा म्हणता जळून खाक होईल, हे अजूनही आमच्या ब्राह्मण सारथ्यांना व ब्राह्मणेतर धनुर्धाऱ्यांना कळूही नये काय?

संयुक्त प्रांतातील बदायू जिल्ह्यातील उझयाना गावी अलीकडे घडलेला एक प्रसंग स्पृश्य आपली सुलतानशाही अजून बंद करू इच्छित नाहीत, असे टाहो फोडून सांगत आहे. या गावातील चांभाराच्या जातीच्या पुढाऱ्याचे हृदय 'यस्यास्ति वित्तं स नर: कुलीन:' हे सुभाषित खोटे आहे म्हणून अनुभवाच्या आगीने होरपळून जाऊन ओरडत आहे. या गावातील पाणवठ्यावरील होमहवनाचा धूर-चांभारांनी पाणवठ्यावर पाणी भरल्यामुळे तो अशुद्ध झाला, या कल्पनेने केलेल्या होमहवनाचा धूर– भगवान श्रीकृष्णा, तुझे उपासक असे हिंदू अस्पृश्य, स्पृश्यांना मुसलमानापेक्षाही दूरचे वाटावेत ना? असे आक्रंदन करीत पाणवठा पवित्र करण्याकरिता स्वर्गी जात आहे! पाणवठ्यावर शिंपडलेले गंगाजल! छे: ते गंगाजल कसले? परमपवित्र वेदांचे व तेजस्वी ऋषीश्वरांचे, भगवान श्रीकृष्णाचे व शिवछत्रपतींचे अश्रूच हिंदुधर्माची ही विटंबना, सत्याचा हा खून, परमेश्वराचा हा उघडउघड अपमान पाहून त्या पाणवठ्यावर गंगाजलाच्या रूपाने पडले.

पाणवठ्यावरील या हिंदुधर्ममेध व हिंदीराष्ट्रमेध यज्ञाचा इतिहास थोडक्यात खाली दिल्याप्रमाणे आहे. उझयानातील संपन्न व स्वज्ञातीच्या सुधारणेसाठी झटणाऱ्या अशा चांभार पुढाऱ्याला तेथील पोलीस अधिकाऱ्याने एक मेलेले जनावर उचलून टाकण्याचा हुकूम वेठीदाखल सोडला. सदरहू पुढाऱ्याने ते काम करण्याकरता दोन गडी पाठवून देण्याचे कबूल केले. पण चटावर श्राद्ध उरकून घ्यावयाला अंमलदार कबूल होईनात. जेवायला जसा कोणी बदली चालत नाही, तसा या कामालाही चालणार नाही, असे वाटून की काय– ते काम त्या पुढाऱ्याने केले पाहिजे, असा त्यांनी हट्ट धरला. चांभार पुढाऱ्याने जमीनदार, पुरोहित व ग्रामाधिकारी यांच्या घराचे उंबरठे (अब्रह्मण्यम्! घराची अंगणेच म्हणणे शोभेल!) झिजविले! पण जातीचा फाटका आधार, स्मृतींची पुसट अक्षरांची पाने व गावचा आंधळा कायदा यांखेरीज त्याच्या पदरात काहीच पडले नाही. 'तू केवढाही बडा गृहस्थ आणि जाडे प्रस्थ असलास तरी तू चांभार आहेस; हे काम तूच केले पाहिजेस,' असे जमीनदाराने व्याजाचे पैसे मोजीत व ब्राह्मणाने रुद्रावर्तन संपवीत त्याला उत्तर दिले. बिचारा चांभार पुढारी काय करणार? अनेक गुणांमध्ये एक दोष नाहीसा होतो, अशी कालिदासाप्रमाणे, त्याचीही भोळीभाबडी समजूत होती; पण कालिदासापेक्षा उझयानाचे जमीनदार व ब्राह्मण पडले अधिक प्रतिभासंपन्न! एका दोषामुळे अनेक गुण नाहीसे होतात, हे त्यांनी ठरविले व पैसा, पुढारीपण, इत्यादी सर्व दृष्टींनी त्यांच्या मांडीला मांडी लावून बसण्याची ज्याची योग्यता त्या आपल्या धर्मबंधूला मेलेल्या जनावराचे

पाय धरावयाला त्यांनी भाग पाडले. स्वधर्मवृक्षाच्या मुळावर कुऱ्हाडच घातली. कारण त्या जनावराची विल्हेवाट लावलेल्या हातांना आपल्या धर्मात ओढण्याकरिता मुलांचे हात सज्ज होऊन बसले होतेच! अस्पृश्याच्या धनाची, धर्मश्रद्धेची, सत्तेची व सामर्थ्याची किंमत ज्या धर्मबंधूंकडून मेलेल्या जनावरापेक्षाही कमी मानिली जाते, त्या धर्माला कवटाळून बसावयाला त्याचे हात– ज्या हातांना हिंदुधर्मान्वये मेलेल्या जनावरांच्या पायापेक्षा दुसऱ्या कोणाचा स्पर्श होण्याचा संभव नाही; ज्या हातांनी ब्राह्मणांचे पाय धरले तर लाथेचे बक्षीसच मिळण्याची खात्री, ज्या हाताला गावच्या देवळातील देवावर भक्तिपूर्वक फुले वाहण्याचाही अधिकार नाही ते, तरी कसे उत्सुक राहतील? हा चांभार पुढारी मुसलमान व्हायला तयार झाला व सुईमागून वाटेल तितक्या लांबीचा दोरा ज्याप्रमाणे जातो, त्याप्रमाणे त्याच्या जातीचे ५००० लोकही महंमदी धर्माची दीक्षा घ्यावयाला पुढे सरसावले! उझयानातील धर्मसिद्ध महाब्राह्मणा, धन्य आहे तुझ्या धर्मनिष्ठेची!

पण, जिल्ह्यातील नवमतवादी हिंदू पुढारी काही निजले नव्हते. त्यांनी आपली शिकस्त केली; क्षत्रिय चांभारांशी हुक्का प्यायले; चांभारांना पाणवठ्यावर पाणी भरण्याची परवानगी त्यांनी दिली व हिंदू समाजाच्या जामदारखान्यातील पाच हजार नाणी कायम ठेविली. पण पाणवठ्यावर मुसलमानांशेजारी पाणी काढणारे धर्मनिष्ठ हे पाप उघड्या डोळ्यांनी कसे पाहणार? चांभार पाणवठ्यावर आल्यामुळे बुडू लागलेला धर्म तारण्याचा त्यांनी निश्चय केला व पाणवठ्याला होमहवनाची धुरी देऊन आणि निचेष्ट पडलेल्या धर्माला गंगाजलाने सावध करून त्यांनी धर्मरक्षण केले!

पुढाऱ्यांनी प्रयासांनी थोपवून धरलेले पाच हजारांचे सैन्य परपक्षाच्या पदरात टाकण्याचे श्रेय ह्या पाणवठ्याच्या पवित्रीकरणाने मिळविले. मुसलमान अपवित्र नाहीत; पण चांभार मात्र अपवित्र हे त्या चांभार पुढाऱ्याने व उझयानाच्या पाणवठ्यावर पवित्रपणाने पाणी भरायला मिळावे म्हणून तेथील जमीनदार ब्राह्मणांबरोबर एका बैठकीवर बसता यावे म्हणून आणि 'मेलेले जनावर तूच उचलले पाहिजेस' अशी सक्तमजुरी न मिळावी म्हणून काशीऐवजी मक्केला आपले पवित्र क्षेत्र मानण्याचा त्याने निश्चय केला. उझयानाच्या धर्माभिमानी स्पृश्यांनो, पाणवठ्यावरील तुमचे होमहवन म्हणजे हिंदुधर्माची चिता व तिथे शिंपडलेले गंगाजल म्हणजे, हिंदुसमाजाला दिलेली तिलांजली हे तुमच्या कधी लक्षात येणार?

उझयानासारख्या ठेचा गावोगाव व पदोपदी लागू लागल्या आहेत. स्वतःला परमेश्वराचे मुखबाहुजंघाचरण समजणाऱ्या स्पृश्य हिंदूंनो, पंचम वर्ण हा त्या चरणांचा तळवा आहे, हे तरी कबूल कराल काय? तळपायाला काटा लागल्यावर डोळ्यांत पाणी आले पाहिजे, हाताने तो काढण्याकरता धाव घेतली पाहिजे व

जंघाचरणांनी काटा निघावा म्हणून गरज लागेल तसे वळले पाहिजे, हे तुम्हाला कधी समजणार? तळपाय झिजून गेल्यावर चरण चालणार कसे? चरण गारठल्यावर जंघाचे चलनवलन कसे होणार? अशा रीतीने खालचा अर्धा देह गमावणाऱ्या समाजपुरुषाच्या मुखाने स्वत:ची मनगटे चावावी व हात कपाळावर मारून घ्यावे याखेरीज मुखबाहूंना तरी काय काय उरणार? परमेश्वराच्या पादप्रक्षालनासाठी तुम्ही धावता; पण पादप्रक्षालनाच्या वेळी तळपायही धुवावे लागतात, मांडीवर घ्यावे लागतात; हे समाजपुरुषाच्या बाबतीतही विसरून चालणार नाही. हिंदुसमाजातल्या स्पृश्य वर्गांनो, भात्यातून बाण सुटला नाही, तोच जागे व्हा आणि आपल्या अस्पृश्य बांधवांना प्रेमाने जवळ ओढा. आजच्या हिंदुधर्मासाठी, भावी हिंदी स्वराज्यासाठी, पंढरपूरच्या विठोबाच्या पायांची शपथ घेऊन अशी प्रतिज्ञा करा, की अस्पृश्यता हा अधर्म आहे, पंचम हा वर्ण आमचा आहे, अस्पृश्य मानले जाणारे लोक मुसलमान ख्रिश्चनांपेक्षा आम्हाला जवळ आहेत, आणि आम्ही त्यांच्या गळ्यात गळा घालून 'कर्मण्येवाधिकारस्ते मा फलेषु कदाचन' ह्या महामंत्राचा घोष पंचखंडात गर्जवू. अस्पृश्यता-निवारण हा हिंदुसमाजाचा आजचा धर्म आहे. आणि 'स्वधर्मे निधनं श्रेय: परधर्मो भयावह:' ही भगवदुक्ती या बाबतीतही अक्षरश: सत्य आहे. 'स्वल्पमप्यस्य धर्मस्य त्रायते महतो भयात्!'

३० जून, १९२५

✧

लुटीला मी न् तुटीला तू!

ही मंदिरे हो खुलतात चांगली;
माझ्या वडीलींच न काय बांधिली?
मी मात्र हो आज मरे भूकेमुळे;
श्रीमंत हे नाचति मंदिरी भले!

– केशवसुत

मुंबईतील गिरणीवाले हे पोटाच्या पाठीमागे धावत मुंबई गाठणाऱ्या मजुरांना मायबाप वाटतात. पण कापडाच्या धंद्याला मंदी आल्यामुळे आपला जीव आपणालाच जड झाला आहे, असे हे मायबाप सध्या सर्वांना सांगत आहेत. बाजारात कापडाला भरपूर मागणी नाही; गिरण्या चालवून आणखी कापड काढण्याचा सूळ उपटून खांद्यावर घेण्यात अर्थ काय, असे त्यांचे म्हणणे आहे; व २० कोट भांडवलदार अवघी ३२ कोटींची गंगाजळी करणाऱ्या या निःस्पृह महात्म्याचे हे उद्‌गार सर्वथैव खरे आहेत, हे उभा दिवस मोटारीबरोबर धावण्याची कुणाला धमक असेल, तर त्याच्या प्रत्ययाला येईल! मजुरांचे कामाचे तास कमी करणे त्यांच्या जिवावर येत आहे; मजुरी कमी करण्याची गोष्ट तर ते प्राणांतिक कष्टाने बोलत आहेत! पण करतील काय बापडे? आल्या प्रसंगाला तोंड दिले पाहिजे! गिरण्या पूर्ववत चालवणे केवळ अशक्य होऊन बसल्यामुळे जुलैअखेर मजुरी अगर कामाचे तास यांची छाटाछाट करावी लागणार अशी नोटीस गिरणीवाल्यांच्या संस्थेने दिली आहे. पाणी गळ्याखाली असेपर्यंत वानरिणीने पोर डोक्यावर घेऊन सुरक्षित राखले; पण अधिक होऊ लागताच ते पाण्याखाली घेऊन आपला जीव बचावण्याचा प्रयत्न केला, हा

अनुभव अकबराप्रमाणे निढळाचा घाम गाळणाऱ्या मजुरांनाही यावा, असाच ईश्वरी संकेत असेल!

गिरणीवाले व मजूर यांचा आजचा संबंध गाडीवान व त्यांचे बैल यांच्यासारखा आहे. फरक इतकाच की, अशिक्षित गाडीवान पोटच्या पोरांपेक्षा आपल्या बैलांवर अधिक प्रेम करतात व सुशिक्षित गिरणीवाले प्रसंगी मजुरांच्या उपाशी पोटाकडे पाठ फिरवितात! भाडे मिळाले नाही म्हणून गाडीवान बैलाला उपाशी वा अर्धपोटी ठेवीत नाही; पण कापडाच्या व्यापाराला तात्पुरती ओहोटी लागली, तरी गिरणीवाले हाकाटी करून मजुरांच्या पोटावर पाय आणतात! तोटा याचा अर्थ खोऱ्याने पैसा ओढण्याइतका नफा न होणे असा गरीब मजुरांच्या नसला, तरी गिरणीवाल्यांच्या कोशात होतो. भस्मरोग्याला सामान्य मनुष्याचा आहार दिला, तरी मी अन्नासाठी तडतफडत आहे, असेच तो जगाला सांगणार! समुद्राच्या भरतीला मर्यादा असतेच; पण गिरणीवाल्यांच्या फायद्याची कमाल मर्यादा ओळखून काढणे एखाद्या अंकगणित पंडितालाही कठीण जाईल.

गरजवंताला अक्कल नसते म्हणून मजूर गिरणीमातेचे पाय धरतात हे खरे; पण 'गरज सरो व वैद्य मरो' हे तत्त्व त्यांच्या बाबतीत गिरणीपुत्रांनी अमलात आणणे निर्दयतेचे नाही काय? गिरणीच्या महायज्ञात मजुरांचा हविर्भाग अवघा शेकडा बारा टक्के असतो. त्यात शेकडा विसांची कापाकाप केली तर खर्च शेकडा २॥-३ कमी होणार! भूमीचा भार हलका करण्याकरता टकल्याची श्मश्रू करविण्याइतकाच हा शहाणपणाचा उपाय आहे. असले दात कोरून गिरणीवाल्यांचे काही पोट भरणार नाही; पण मजुरांचे मात्र रिकामे राहणार! भरला गाडा ओढायला कठीण झाला तर शहाणा मनुष्य त्यातील जडबुडाचे पदार्थ आधी बाहेर काढील; गाडीतले एखादे सूप बाहेर फेकून काही गाड्याचे ओझे कमी होत नाही. गिरणीवाल्यांना आज खरोखरच काटकसरीची कात्री लावणे प्राप्त झाले असेल या तर या बारा टक्के मजुरी वगळून उरलेल्या ८८ टक्क्यांना त्यांनी ती खुशाल लावावी. दुभत्या गाईचे गवत तोडण्यापेक्षा दारात झुलणाऱ्या पांढऱ्या हत्तीची रोटी कमी केली असतानाच, जास्ती फायदा होतो हे त्यांना कळून येईल. मजुरांच्या पगारांची आधीच बारीक असलेली छिद्रे सूक्ष्मदर्शक यंत्रांनाच दिसावीत इतकी बारीक करण्यापेक्षा एजंटांची खिंडारे अगर दुसरी भगदाडे ते थोडी बुजवतील तरी आज कोरडा पडू लागलेला तलाव त्यांना भरलेला ठेवता येईल. पण 'अजातपुत्रं बलि दद्यात' या भ्याड सूत्राला अनुसरून ते मजुरांच्या मजुरीवरच गदा आणतील तर संप व समाजसत्तावादाचे उग्रस्वरूप यांच्या जळत्या निखाऱ्यांना त्यांनीच चेतविले, असे होईल!

मजुरांच्या गोळाभर अन्नाचे गोळ्यात रूपांतर करू पाहणाऱ्या या हरीच्या लालांचे नफ्याचे आकडे मात्र लक्ष्मीच्या लालांनाही लाजविणारे आहेत. गिरण्यांचा

चलतीचा काळ असताना 'अनंत हस्ते कमला वराने। देता किती घेशील दो कराने' असेच हे गिरणीसूत्रधार आपल्या गिरणीदारांना म्हणत असावेत! करीमभाई इब्राहिम कंपनीने गेल्या पाच वर्षांत २ कोटी रुपये भांडवलावर ६ कोटी रुपये नफा वाटला! पाच वर्षांत व्याजाचा मुलगा अंगाने आपल्या बापाच्या भांडवलाच्या दुप्पट मोठा झाला! ब्रह्मदेवाच्या सृष्टीत न घडणारा चमत्कार गिरणीवाल्यांनी घडवून आणला! पण, करीमभाई इब्राहिम कंपनी भागीदारांना दातृत्व दाखवीत असता बाकीचे कर्ण स्वस्थ थोडेच बसले होते! मुरारजी गोकुळदास मिलने शर्यत जिंकण्याचे ठरवून १०० रुच्या भागाला ३१० रु नफा दिला! शेराला सव्वाशेर जगात भेटायचाच! माणिकजी पेटिद कंपनीने शेकडा ४४५ टक्के नफा देऊन आपले शौर्य प्रकट केले. गंगाजळी व नफा यांचा कोटींनी व्यवहार करणारे गिरणीवाले चतकोर भाकरीऐवजी ७/८ चतकोराने मजुराचे पोट भरेल की नाही याचा विचार करू लागले, की परमेश्वराला कोटींचा व्यवहार करणाऱ्यांसाठी निराळीच कोटी निर्माण केली पाहिजे, असे वाटू लागते.

'न हि वन्ध्या विजानाति गुर्वी प्रसववेदनाम्' हा सुभाषिताचा चरण फेकून गिरणीवाले आमचे तोंड बंद करू पाहतील. राजमुकुटाबरोबर राज्याचा भारही राजाला शिरावर धारण करावा लागतो, हे आम्ही नाकबूल करीत नाही. पण राजदंडाची 'कर्तुमकर्तुमन्यथा कर्तुम्' अशी सत्ता व गरिबाच्या गावीही नसणारे राजविलासादी त्याला मिळतात, ही गोष्ट सूर्यप्रकाशाइतकी सत्य आहे. मजुरांना तुमच्या सातमजली हवेल्या आणि त्यांच्यामागून येणाऱ्या चिंता-काळज्या यांपैकी काहीही नको आहे. सकाळपासून संध्याकाळपर्यंत राबून थंडा फराळ करण्याची अगर 'शय्या भूमितलं दिशोऽपि वसनं' असले बळजबरीचे साधुत्व स्वीकारण्याची पाळी आपल्यावर येऊ नये, एवढीच त्यांची इच्छा आहे.

महायुद्धापासून मुंबईच्या गिरणीवाल्यांना गेली दहा वर्षे कशी गेली, हे पाहिले तर महायुद्ध त्यांच्या पथ्यावरच पडले, असे म्हणावयाला हरकत नाही. दोस्त राष्ट्रांआधीच गिऱ्हाइकांकडून त्यांनी खंडणी वसूल केली; असहकारितेच्या चळवळीबरोबर स्वदेशीची मोठी लाट उसळली व खादी आणि परदेशी कापड यांच्या मध्यमार्गांवरून बहुधा सर्वसामान्य लोक जाऊ लागले. मध्यमार्ग हा सुवर्णमध्य असतो, हे मध्यमवर्गापेक्षाही गिरणीवाल्यांनाच अधिक पटले असेल! अशा रीतीने मजुरांच्या जिवावर पैशांची ऊब ज्यांना मिळाली, त्यांनी थंडपणाने हातावर पोट असलेल्या या लोकांना तुम्ही कमी पगारावर राहा असे सांगणे म्हणजे कृतज्ञता, देशबांधवांविषयी सहानुभूती गरिबांच्या दुःखाची जाणीव व सर्वांशी आपली फारकत झाली आहे, असे कृतीने दाखविणे होय.

उपाशी मरण्यापेक्षा अर्धपोटी राहणे बरे म्हणून गरजवंत मजूर निष्फळ धडपडीनंतर

गिरणीवाल्यांचे म्हणणे कदाचित कबूल करतील; कदाचित कमी पगाराच्या फुंकरीने संघाचा निद्रिस्त स्फुलिंग पेट घेईल. काहीही झाले, तरी कमी केल्या जाणाऱ्या प्रत्येक पैशाबरोबर मजुरांची मने गिरणीवाल्यांपासून एक एक पाऊल दूर गेल्यावाचून राहणार नाहीत. पाश्चिमात्य राष्ट्रांत पैशाची किंमत अधिक का रक्ताची किंमत अधिक, हा वाद इतका पेटला आहे की त्याच्या ज्वाळांचे चटके बसून राजकारणी मुत्सद्दी तो विझविण्याकरिता आपली तहनाम्याची बाडे फेकून धावत आहेत. कापडाच्या धंद्याचे एक चाक गिरणीवाल्यांचे भांडवल असले, तरी दुसरे मजुरांचे शरीरबळ आहे. या दोन चाकांचा सलोखा नसणे अंतिमत: रथाला त्रासदायकच होईल. पैशापेक्षा प्रेमात मातब्बरी अधिक आहे, हे जाणून गिरणीवाले जर आज आपला हात सैल सोडतील, तर भांडवल मोठे का श्रम मोठे हा वाद त्यांच्या वाऱ्यासही उभा राहणार नाही. जिथे आपलेपणाची भावना आहे, तिथे कायद्याची भाषा प्रगट करायला भिते. गिरणीवाल्यांना संसार असला, तरी त्यांनी घरादारावर तुळशीपत्र ठेवावे असे कुणीही म्हणणार नाही. पण व्यवहारातल्या रास्त फायद्याचे लोभाच्या पिशाचांत रूपांतर झाले व कायदेशीर भाषेचे कोलीत त्या पिशाचांच्या हातात दिले, तर कलाहाग्नी भडकलाच म्हणून समजावे!

अपूर्ण

१४ जुलै, १९२५

अर्थशास्त्र की स्वार्थशास्त्र?

ज्यांची शंभर वर्षे सुदैवाने भरली नाहीत अशा एखाद्या वृद्ध मनुष्याच्या तोंडून पूर्वीच्या सुबत्तेचे वर्णन ऐकले की सध्याची महर्घता, हिमालयाच्या जागी आलेला ज्वालामुखी अगर हत्तीवरल्या अंबारीत बसणाऱ्या मनुष्याच्या हातातील उलटी अंबारी यांच्याप्रमाणे भीषण भासते. तथापि, इंग्रज अधिकारी व त्यांचे हिंदी पारिपार्श्वक इंग्रजी अमलाखाली हिंदुस्थान समृद्ध झाल्याबद्दल नेहमी ईशस्तुती करीत असतातच! स्वत:चे डोळे व सदरहू अधिकारबहादुरांचे तोंड यांत खरे कोण असा जर एखाद्या भोळसटाला प्रश्न पडला असेल, तर मुंबईच्या गिरणीयागांच्या अध्वर्यूंनी लावलेला नवीन शोध त्याने अवश्य वाचावा; म्हणजे इंग्रजांच्या अमलाखाली हिंदुस्थानची सुवर्णभूमी रत्नभूमी होत चालली आहे, हे त्याला पटेल व दारूच्या गुत्त्यांबरोबर देशातील संपत्तीही वाढते, हे त्या पामराला कळून खेडोपाडी शाळांऐवजी दारूचे गुत्ते काढण्याला तो एका पायावर तयार होईल!

गिरणीकामगारांच्या शिष्टमंडळाला उत्तर देताना सदरहू अध्वर्यू म्हणतात, 'कामगारांचे दारिद्र्य वाढले आहे असे कसे म्हणावे? कारण दारूची दुकाने पाहावी तर अधिकाधिक भरभराटीत आहेत!' यावरून कामगारांत दारिद्र्य आहे, असे म्हणता येईल काय? तर्कशास्त्राच्या सर्व अध्यापकांनी भडाभड राजीनामे द्यावे व या गिरणीदीक्षितांना त्या जागी नेमावे, एवढी अगाध विद्वत्ता त्यांनी वरील इनमीन साडेतीन वाक्यांत प्रगट केली आहे; लोभाने येणारे अंधत्व फार विचित्र असते; त्याला दुसऱ्याच्या डोळ्यांतील कुसळ दिसते; पण आपल्या डोळ्यांतील मुसळ दिसत नाही हेच खरे! दारूच्या दुकानांच्या चलतीवरून गिरणीकामगारांची चांगली स्थिती आहे, असे अनुमान बांधणे व लांडगा दिवसेंदिवस लठ्ठ होत चाललेला पाहून

त्याच्या जवळच्या प्रदेशातील सर्व कोकरे सुरक्षित आहेत, असा तर्क करणे यात काडीइतकेही अंतर नाही. आकडेमोडीत हाडाची काडे करणारे बिचारे दादाभाई नवरोजी, रमेशचंद्र दत्त अथवा जोशी-गोखले हे खरोखर दुर्दैवी होते! कारण देशाच्या सांपत्तिक स्थितीचे अनुमान करण्याचा गिरणीवाल्यांचा हा साधासुधा व रामबाण उपाय त्यांना सापडला नाही! आयात-निर्गतीचा काथ्याकूट करून कुठे संपत्तीचे प्रमाण कळत असते काय? देशातील मालाची आयात-निर्यात पाहण्यापेक्षा गुत्त्यांतील दारूची आयात-निर्गत पाहिली की चुटकीसरशी निकाल लागला! सावकारी खात्याच्या उत्पन्नाच्या मानाने त्याला आश्रय देणाऱ्या माणसाचे उत्पन्न वाढते, अगर दारूमुळे येणाऱ्या धुंदीत पैशाचीही धुंदी असते, हे आजपर्यंत अनेकांना माहीत नव्हते. आपल्या अकलेचे तारे तोडून या गोष्टीवर प्रकाश पाडल्याबद्दल प्रत्येक जण सदरहू अध्वर्यूंचे आभार मानतील!

'दारूची दुकाने भरभराटीत आहेत; मग गिरणीकामगार दारिद्र्यात खितपत आहेत, हे खरे कसे मानावे? या विचारसरणीत मिलला मूर्ख ठरविणारे अर्थशास्त्र आहे. एवढेच नव्हे; तर कोणाही कविपुंगवाच्या आटोक्यात न आलेली कल्पनांची भरारीही आहे. गिरणीवाल्यांचे कवित्व व तेही ध्वनिपर पाहून कोणाचे हृदय गिरणीतल्या धुराप्रमाणे उचंबळून येणार नाही? ते असे म्हणत असतील की, दारू ही समुद्रमंथनाच्या वेळी निघालेल्या रत्नांपैकी एक रत्न आहे; लक्ष्मी ही तिचीच बहीण आहे. मग दारूचे गिरणीकामगारांशी लग्न लागल्यावर तिची पाठराखीण तिची बहीण लक्ष्मी होणार नाही तर कोण होईल? अर्थात, दारूमागोमाग लक्ष्मी गिरणीकामगारांच्या घरात शिरते, हे ओघाने आलेच! मग गिरणीकामगार गरीब कसे?' चाबूक हेही समुद्रमंथनातून निघालेल्या रत्नांपैकीच एक रत्न आहे. दारूवरून लक्ष्मीच्या अस्तित्वाचा अंदाज ज्यांना बांधता येतो, त्यांना तेथे चाबूक असतो हेही नाकारता येणार नाही! गिरणीवाले कामगारांच्या हातात चाबूक द्यावयाला तयार आहेत काय? आम्हाला मात्र दारू गिरणीकामगारांत जितकी बोकाळलेली आहे, तितकेच हलाहल या पांचट प्रलापांत पसरलेले आढळून येत आहे.

दारूच्या दुकानांच्या भरभराटीवरून श्रीमंतीचे अनुमान बांधणे म्हणजे जखमेत मिठाचे पाणी ओतणे अगर एक मुस्कटात मारून गालाचा एक गुलाब विशोभित दिसतो असे म्हणत दुसरा गाल रंगविणे यांच्यासारखे निष्ठुरपणाचे व उलट्या काळजाचे लक्षण नाही काय? शेणात लोळणाऱ्या किड्याला घरी कोण अभ्यंगस्नान घालणारे असते म्हणून तो त्यात लोळतो काय? व्यसनी मनुष्य वेळप्रसंगी जीव गहाण ठेवून आपली तलफ भागवितो, त्याच्या व्यसनाचा त्याच्या सांपत्तिक स्थितीशी काडीमात्र संबंध नसतो, हे न समजण्याइतके गिरणीवाले काही कुक्कुलं बाळ नाहीत. पण डोळ्यांवर कातडे ओढता ओढता गरिबांच्या हृदयावर डागण्या देण्यात त्यांना

काय पुरुषार्थ वाटला असेल, तो त्यांचा त्यांनाच माहीत! गिरणीकामगारांना भाकरीच एक चतकोर जास्ती देण्याला कचरणाऱ्या या कर्णांनी मोफत मिळणाऱ्या मुक्ताफळांची खैरात केली, तरी गरिबांच्या अश्रूंचा उर्मट उपहास व गरजवंताच्या हृदयाचा नाहक छळ याखेरीज त्यांच्या मनात दुसरी उच्च भावनाच नाही, हे एखादे पोरही सांगू शकेल.

गरिबी मुकी असते; पण परिस्थितीचा परमेश्वर मुक्याला बृहस्पतीप्रमाणे बोलावयाला लावतो. कामगारवर्गात बोकाळलेली दारूबाजी त्यांच्या श्रीमंतीची नसून, अज्ञानाची निशाणी आहे व ती पाहून प्रत्येक हिंदी मनुष्याने लाजेने खालीच मान घातली पाहिजे. गिरणीकामगार बाटलीबाईला बळी पडतात, ही गोष्ट त्यांचे मालक आपले कर्तव्य पार पाडण्याला नालायक आहेत, याच्यापेक्षा दुसरे काय सिद्ध करणार? 'गरज सरो व वैद्य मरो' असल्या बाण्याचे बहाद्दर आपल्या हाताखालील लाखो माणसासारख्या माणसांचे शिक्षण व्हावे म्हणून थोडीच खटपट करणार आहेत! अशामुळे व्यसनाधीन झालेल्या आपल्या देशबांधवांचे व्रण कावळ्याच्या टोचीने टोचावयाला मात्र आयत्या पीठावर रेघोट्या ओढणारे हे भांडवलशूर एका पायावर तयार होतात! असल्या ढोंगी मायावीपणाने फसण्याइतका १९२५ चा मजूरवर्ग अडाणी आहे, असे त्यांना वाटते काय?

कामगारवर्गाला गिरणीवाल्यांचे दात त्यांच्याच घशात घालणे, वादविवादाच्या दृष्टीने काही कठीण नाही. गिरणी कामगार ताडीमाडीला आश्रय देत असतील, तर त्यांचे हुजूर शॅम्पेन, पोर्ट अगर ब्रॅन्डी यांच्यासारख्या परदेशी रमणीच्या भजनी लागले असतील! गिरणीवाले गिरण्या चालविणे हा आतबट्ट्याचा व्यापार होत आहे, म्हणून एकीकडे ओरडत आहेत; पण दुसरीकडे त्यांच्या पों पों करणाऱ्या मोटारी कुठे थांबत आहेत? त्यांच्या या व इतर चैनीवरून ते दाखवीत असलेले दारिद्र्य अगर हलाखीची स्थिती ही तरी खरी कशी मानावी? यावरून, त्यांचे खावयाचे दात निराळे व दाखवावयाचे दात निराळे आहेत, हे सिद्ध होत नाही काय?

भावी संपाच्या धुमसणाऱ्या आगीत आपल्या अविचारी शब्दांचे तेल ओतण्यापेक्षा कामगारांची कुटुंबस्थिती तन्मयतेने पाहून डोळ्यांत उभे राहणारे पाणी जर गिरणीवाले ओततील, तर त्यांना ते संकट अजूनही टाळता येईल. कायद्यापेक्षा प्रेमाची, वितंडवादापेक्षा सद्बुद्धीची व उपहासापेक्षा प्रेमळ गोडीगुलाबीची कोणत्याही तडजोडीला जास्ती गरज असते. इतर भांडवलाप्रमाणे, या सद्गुणांचाही आपण संग्रह केला आहे, असे गिरणीवाले जगाच्या निदर्शनाला आणतील काय?

२८ जुलै, १९२५

लेजिस्लेटिव्ह असेंब्लीतील लोकमताचे निर्भीड दिग्दर्शन

नेहरूंची उपसूचना ७२ वि. ४५ मतांनी पास

मवाळातल्या मवाळ लोकांसही नाक मुरडावयास लावणारे विलायतेतील लॉर्डाच्या सभेत झालेले भारतमंत्र्यांचे भाषण, त्यानंतर लेजिस्लेटिव्ह असेंब्लीत ना. व्हॉइसरायांच्या मुखाने निघालेला त्याचाच प्रतिध्वनी व त्यानंतर गेल्या आठवड्यात मुडिमन कमिटीच्या रिपोर्टवरील चर्चेत झालेली सहकारी सभासदांची भाषणे, याप्रमाणे हिंदुस्थानच्या न्याय्य हक्कांची पायमल्ली करून भारतीयांचा उपमर्द करणारे तीन प्रसंग गेल्या दोन महिन्यांत लागोपाठ घडून आले. हे प्रसंग सकृद्दर्शनी उद्वेगजनक वाटले, तरी त्यांचे पर्यवसान राष्ट्राची एकजूट बनण्यातच होत असल्यामुळे आम्ही अशा प्रसंगांचे मोठ्या आनंदाने स्वागत करतो. शास्त्यांचे गोंजारणे भेदनीतीला पोषक होत असल्यामुळे स्वातंत्र्येच्छू राष्ट्रास जेत्यांच्या गोड शब्दांपेक्षा स्वाभिमान उत्तेजित करून आपापसांतील क्षुल्लक भेद विसरविण्यास लावणारे त्यांचे उपमर्दकारक कटू शब्दच परिणामी हितकारक ठरतात, यात शंका नाही. नेतृत्वाच्या मदाने धुंद झालेल्या शास्त्यांस जित राष्ट्राच्या अधिक्षेपात आसुरी आनंद वाटत असला, तरी त्यातच त्यांचे मरण असते, ही गोष्ट सूर्यप्रकाशाइतकी स्पष्ट आहे.

हिंदुस्थानातील जनतेची रॉयल कमिशनची मागणी नाकारून केवळ त्यांच्या डोळ्यांत पाणी लावण्याकरिता अनेक पायबंद घालून नेमलेल्या सुधारणा-चौकशी-कमिटीचा ऊर्फ मुडिमन कमिटीचा रिपोर्ट प्रसिद्ध झाला, तेव्हाच त्यावरील प्रतिकूल लोकमत प्रसिद्ध झाले होते; परंतु तेवढ्याने शहाणपणा न शिकता त्यातील तत्त्वाला मान्यता देण्याचा सरकारी ठराव गेल्या आठवड्यात लेजिस्लेटिव्ह असेंब्लीपुढे मांडून सरकारने जे हात दाखवून अवलक्षण करून घेतले त्यामुळे बिनसरकारी

सभासदांना हिंदुस्थानातील राज्यकारभाराचे व ब्रिटिशांच्या राजनीतीचे वाभाडे काढण्याची मात्र आयती संधी मिळाली. मुडिमन कमिटीमधील बहुमतवाल्यांच्या- सरकारी नियंत्रणातून सुटका झाल्यानंतर ना. शफी यांनी रॉयल कमिशनच्या मागणीचा पुरस्कार केल्यामुळे हे बहुमतदेखील किती डळमळीत होते, हे स्पष्ट झाले आहे- रिपोर्टाचा टाकाऊपणा इतका स्पष्ट होता की, सरकारच्या बगलबच्चांखेरीज लेजिस्लेटिव्ह असेंब्लीमधील सर्व पक्ष त्याच्या निषेधार्थ एकजुटीने सज्ज झाले व लोकनियुक्त हिंदी सभासदांपैकी राष्ट्रद्रोही तीन अपवाद वगळून बाकी सर्व सभासदांनी सरकारी ठरावाच्या विरुद्ध जाऊन पंडित मोतीलाल नेहरूंच्या संयुक्त उपसूचनेला आपला पाठिंबा दिला. मुडिमन कमिटीचा रिपोर्ट आणि भारतमंत्री व बडे लाट यांची भाषणे, झाली त्याहून सौम्य होऊन सर्व पक्षांच्या संघटनांचा आजचा दुर्मीळ योगही टळण्याचा संभव होता. हिंदुस्थानाला आपल्या स्वातंत्र्याकरिता स्वत:च्या पायावर उभे राहिले पाहिजे, उपरिनिर्दिष्ट अधिकाऱ्यांनी आपल्या भाषणात कितीही साखर पेरली, तरी हिंदुस्थानच्या दास्याची मुदत एका क्षणानेही कमी केली जाणार नाही, हे स्पष्ट असल्यामुळे त्यांच्या मिठ्ठास भाषणापेक्षा बेमुर्वतखोर अरेरावीची भाषणेच ऐक्यवर्धनाच्या दृष्टीने हिंदुस्थानच्या हिताची होत, असे म्हणण्यास प्रत्यवाय नाही.

मुडिमन कमिटीचा रिपोर्टच मुळात इतका भिकार आहे, की त्याच्या आधारावर रचलेली इमारत जमीनदोस्त होण्याशिवाय गत्यंतर नाही. पूर्वी दोनदा हा अनुभव आला होताच व गेल्या आठवड्यात तो पुन्हा एकदा येऊन सरकारच्या डोळ्यांत चरचरित अंजन पडले. मुडिमन कमिटीच्या रिपोर्टाच्या पोकळपणाची जाणीव असल्यामुळेच की काय तद्विषयक मान्यतेचा ठराव मांडताना आपली सारी वक्तृत्वशक्ती खर्ची घालूनही सर ॲलेक्झांडर मुडिमन यांना स्वत:च्या मनाचेदेखील पुरते समाधान झाले, असे वाटेना व त्याप्रमाणे त्यांनी उद्गारही काढले. खुद्द रिपोर्ट तयार करणाऱ्याची जर ही स्थिती ती तर केवळ भाडोत्री भाषणांनी त्यांना सावरण्याचा प्रयत्न करणारे ब्लॉकेट-इन्नेस सभासदांच्या मनावर परिणाम करण्यास कितपत समर्थ होणार, हे उघड आहे. येऊन-जाऊन तिघेही हे एकच पालुपद घोळवीत होते की, सुधारणेचा कायदा लागून करून लोटलेला अवधी अल्प असल्यामुळे तेवढ्या अवकाशातील अनुभवावरून त्याची यशस्विता ठरविणे योग्य होणार नाही; शिवाय सुधारणांनंतर झालेल्या दोन निवडणुकींपैकी एकीच्या वेळी राष्ट्राने असहकारिता पुकारली व दुसरीच्यानंतर विरोध चालविला अर्थात सुधारणा यशस्वी करण्याची मनोभावाने खटपट न करता त्या कुचकामी आहेत, असे म्हटल्याने त्याचा सरकारवर काहीच परिणाम होणार नाही. याकरिता पहिल्याने सहकार्य करून त्या चालवा व मग त्यातील अडचणी सरकारपुढे मांडा. असे कराल तरच तुमच्या म्हणण्यास काही तरी किंमत येईल व तुमच्या मागणीचा रॉयल कमिशनला विचार करता येईल.

मुडिमनसाहेबांच्या या साळसूद उपदेशातील विचारसरणी किती फोल आहे, हे सहज समजण्यासारखे आहे. सुधारणेच्या कायद्यान्वये झालेल्या पहिल्या निवडणुकीच्या वेळी राष्ट्रीय सभेने कायदेमंडळांवर बहिष्कार पुकारला असला, तरी ती ओस पडली नव्हती हे खास. त्या वेळी कायदेमंडळात जाऊ शकलेल्या अल्पसंतुष्ट मवाळांनी सहकार्य केल्यानंतरच सुधारणा निरुपयोगी ठरविल्या, हे मुडिमनसाहेब विसरले काय? मुडिमनसाहेबांचा काय किंवा ब्लँकेट-इन्नेसांचा काय, मुख्य कटाक्ष सरकारचे धाबे दणाणवून सोडणाऱ्या स्वराज्यपक्षाच्या विरोधावर आहे, हे उघड आहे व म्हणूनच त्यांनी रॉयल कमिशनचे नाव पुढे करून सहकार्याची सूचना केली आहे. ज्या रॉयल कमिशनच्या नेमणुकीची कल्पनाही असून गर्भावस्थेतदेखील नाही, त्या रॉयल कमिशनच्या परीक्षेचा सरकारी सभासदांनी केवढाही बाऊ करून दाखविला, तरी तेवढ्याने लोकनियुक्त सभासद नरम पडतील अशी त्यास आशा असल्यास तो त्यांचा भ्रम होय. रॉयल कमिशन नेमले गेले, तरीही सहकार्य करताना आढळलेल्या अडचणींचा तेवढा विचार करून त्याला थोडेच थांबता येईल! सहकार्य करण्यास राष्ट्र नाखूश का याचाही त्या कमिशनला जरूर विचार करावा लागेल. कायदेमंडळातील विरोधामुळेच रॉयल कमिशनला सुधारणांच्या कायद्याबद्दलचे खरे लोकमत कळणार असून सहकार्याने मात्र कमिशनची दिशाभूल होण्याचा अधिक संभव आहे. स्वराज्यपक्षाच्या बिनतोड विरोधाने सळो की पळो करून सोडल्यामुळेच सरकारला आज सहकारितेचे पोवाडे गावेसे वाटत आहेत; परंतु खरी सहकारिता उभयपक्षी व्हावी लागते. सरकारने दिलेल्या भिकार सुधारणा चालवून दाखविणे एवढाच सहकारितेचा संकुचित अर्थ सरकारच्या कोशात असल्यास तो कोणासही मान्य होण्याजोगा नाही; सरकार जर खरोखरीच सहकारितेचे चाहते असेल तर सन्मान्य सहकारितेकरिता देशबंधूंनी फरिदपूर येथे पुढे केलेला हात त्याने का झिडकारला असता? आता सहकारितेचा कांगावा करणाऱ्या सरकारने मगरूर वृत्तीने जो हात झिडकारला, त्याच्या मनगटात अखिल राष्ट्राचे बळ होते, याचे प्रत्यंतर सरकारास गेल्या आठवड्यात येऊन चुकलेच आहे; यापुढे सरकारच्या मगरूर वृत्तीची रग जिरविणारा कायदेभंग सरकारास यापुढील धडे दिल्याशिवाय राहणार नाही, अशी आमची खात्री आहे.

१५ सप्टेंबर, १९२५

✧

संपाचा वणवा

गेल्या महायुद्धात मुंबईच्या गिरणीवाल्यांना झालेला नफा 'मनसोऽप्यभूमिरभवत्' अशा मासल्याचा असल्यामुळे लढाईनंतर होणारा नफा त्यांच्या स्वार्थी दृष्टीला अपुरा भासावा यात नवल नाही. अखेर, बेसुमार फायदा उकळण्यास सोकावलेल्या या मुंबईच्या सोकाजींनी 'अजापुत्रं बलि दद्यात्' या न्यायाने सुमारे २/३ महिन्यांपूर्वी गरीब बिचाऱ्या मजुरांच्या आधीच तुटपुंज्या असलेल्या पगारावर काटकसरीची कात्री चालविण्याचे मुक्रर करून त्याप्रमाणे जाहीरही केले. पगारातील ही काट सोसणे आपल्या आवाक्याबाहेर असल्याचे त्याच वेळी गिरणीकामगारांनी मालकांच्या नजरेस आणून देण्याचे अनेक प्रयत्न केले; परंतु स्वार्थाने अंध बनलेल्या भांडवलवाल्यांनी निर्दयपणे आपलाच हेका चालविला व गिरण्यांच्या खर्चातून पुरता दीड टक्काही नाही एवढी जंगी बचत केली! वास्तविक, असल्या दात कोरण्याने गिरणीवाल्यांचे पोट भरू शकणार नाही; मजुरांचे मात्र उपाशी राहील, असे आम्ही त्याच वेळी स्पष्ट लिहिले होते. व त्याचे प्रत्यंतर गेल्या मंगळवारी मुंबईच्या गिरणीवाल्यांनी पुकारलेल्या संपात दिसून आले. अलीकडे देशी गिरण्यांच्या धंद्याला मंदी आहे, हे जगजाहीर असल्यामुळे हा संप मालकांच्या वाढत्या नफ्यात भागीदारी मिळविण्यासाठी नाही; तर मालकांनी जाहिर केलेल्या पगारातील घटाईमुळे होणारी उपासमार टाळावी याच हेतूने प्रेरित होऊन पुकारलेला आहे, हे उघड आहे. सामान्यत: कोणत्याही देशात मजूरवर्गाची स्थिती हलाखीची असते आणि हिंदुस्थानात तर त्यांना कोणीच त्राता नसल्यामुळे व आपसांत संघटनही असावे तसे नसल्यामुळे ती विशेषच शोचनीय आहे. अशा प्रतिकूल परिस्थितीत सहानुभूतीचा एखादा शब्द हा आगाऊ मिळालेला नसताना मजुरांवर हल्लीचा संप पुकारण्याची वेळ आली आहे. यावरून त्यांच्या

पोटास बसणार चिमटा किती जोराचा आहे, याची कोणासही कल्पना येईल.

गिरणीवाल्यांना धंद्याच्या मंदीमुळे जर खरोखरीच काटकसर करावयाची होती, तर ती एकंदर खर्चाच्या मानाने शेकडा १२ च्या प्रमाणात असलेल्या मजुरीत करण्याऐवजी इतर ८८ टक्के खर्चात करणे जरूर होते. भागीदारांना २००/३०० टक्के नफा दिला नसता तर चालले नसते काय? ''मजुरीचा दर परवडत नसल्यास आम्ही जास्त तास काम करतो; पण पगार कमी करू नका, यापेक्षा कमी पगारात मुंबईत जगणे अशक्य आहे, वेळेच्या वाढीचा सोटा पाठीवर हाणा; पण मजुरीच्या घटाईचा बडगा पोटावर मारू नका.'' असे अनेक तऱ्हांनी विनवूनही, त्याचा काहीच उपयोग न झाल्यामुळे अखेर उपासमारीच्या तीव्र निराशेत मजुरांना संप पुकारावा लागला. कामगारास पुरा पगार देऊन गिरण्या चालविणे अशक्य आहे असे ज्यांस मनापासून वाटले असेल, त्यांनी आपल्या गिरण्या बंद केल्या असत्या, तर त्यांच्यावर कृतघ्नतेचा एकच आरोप झाला असता; परंतु मजुरांच्या असहाय स्थितीचा फायदा घेऊन त्यांच्या कमी केलेल्या पगाराने स्वत:ची तुंबडी भरण्याचे धोरण ठेवणाऱ्या गिरणीवाल्यांनी आपल्या अंगच्या वरील दोषाबरोबरच प्रेताच्या टाळूवरील लोणी खाण्याची तयारी असलेल्या स्वत:च्या वृत्तीचेही स्पष्ट आविष्करण केले आहे, असे आम्हास वाटते. लढाईच्या दिवसांत आपण गिळलेला बेहद्द नफा यापुढे आपण अजगरासारखा आळेपिळे देऊन पचवू व तोपर्यंत मजुरांची पर्वा ठेवण्याचे मुळीच कारण नाही, अशी अदूरदर्शित्वाची, बेगुमान वृत्ती भांडवलवाल्यांत डोकावू लागली असेल, तर तो त्यांचा भ्रम आहे; आजच्या अनुभवाने शहाणे झालेले मजूर त्या वेळी त्यांचे सव्याज उट्टे काढल्याशिवाय राहणार नाहीत, असा स्पष्ट इशारा या ठिकाणी भांडवलवाल्यांस देणे आम्हास जरूर वाटते.

प्रस्तुतचा लढा केवळ भांडवलवाले व मजूर यांमधील असल्याने त्यात आपणास पडण्याचे कारण नाही, असा फसवा युक्तिवाद पुढे करून सरकार अंगचोरपणा करू इच्छित असेल, तर ते अगदी गर्ह्य होय. बेकारीची भेसूर दृश्ये आंग्लकायांना अपिरिचित नाहीत; इंग्लंड व युरोपमधील इतर देश यांनी संपाची कटू फळे अनेकदा चाखली असल्याने हिंदुस्थान सरकारने पुन्हा तोच मार्ग न चोखाळता वेळीच शहाणे होणे उचित आहे. पोटाची आग मनुष्याकडून प्रसंगी काय करवील याचा नेम नसल्यामुळे बेरोजगार होऊन पडलेल्या मुंबईतील पन्नास हजार मजुरांत पसरलेला असंतोष वेळीच शमविण्याची खबरदारी घेणे, हे सरकारला शांततारक्षणाच्या दृष्टीनेही अत्यंत आवश्यक आहे. हिंदी कापडाच्या व्यापाराची खरोखर खच्ची करणारी एक्साइज-ड्यूटीसारखी जाचक बंधने दूर करून त्यांची स्थिती सुधारणे व मजुरांच्या हितसंबधांचे संरक्षण करणारे कायदे पास करणे, एवढाच याला मार्ग आहे.

अर्थातच, या गोष्टी थोड्याबहुत कालावधीच्या असल्यामुळे आज आमच्या मजूरबंधूंनी काय करावे याबद्दल दोन शब्द लिहिणे जरूर आहे. भांडवलवाल्यांचा हेकट दुराग्रह, सरकारची अनुचित तटस्थता, ओली सहानुभूती मिळण्याचा असंभव व खुद्द मजुरांतील शिस्तवार संघटनाचा अभाव या साऱ्या गोष्टी लक्षात घेता, मजुरांच्या न्याय्य मागण्यांस वाटाण्यांच्या अक्षताच लागण्याचा विशेष संभव आहे. म्हणून या वेळी आशाळभूत नजरेने गिरणीवाल्यांच्या तोंडाकडे पाहत न बसता मजुरांनी स्वत:चा स्वतंत्र मार्ग पाहिला पाहिजे. शरीराची राखरांगोळी करूनही ज्या मोहमपोत पोटाची आग विझवता येत नाही, तिचा मोह सोडून मजुरांनी आता खेड्याकडे वळले पाहिजे. गिरणलक्ष्मी सावत्र मातेने मजुरांना लाथाडले, तरी त्यांची खरीखुरी माता– जन्मभूमी– आपल्या लेकरांना प्रेमाने कुरवाळल्याशिवाय राहणार नाही. मुंबईच्या गलिच्छ गिरणीत कराव्या लागणाऱ्या परिश्रमांच्या निम्मे श्रम जरी मजुरांनी आपल्या जन्मग्रामी केले, तरी त्यांना पोटभर घासाची ददात पडणार नाही.

२२ सप्टेंबर, १९२५

✧

संप तर झाला – पुढे काय?

ता. १५ रोजी मुंबईत संपाची ठिणगी पडली व अल्पावधीतच तिने सारी मुंबई व्यापिली. एका आठवड्यातच मुंबईच्या साऱ्या गिरण्या बंद पडल्या असून, एकंदर ८२ गिरण्यांपैकी सुरू असलेल्या गिरण्या मोजायला पुरती एक हाताचीही बोटे नकोत. मुंबईचे १॥ लाख मजूर आज बेकार बनून मुंबईत इतस्तत: हिंडत आहेत अगर मायदेशाची वाट धरीत आहेत. या दीड लक्ष कामगारांच्या पोटाचा व हिंदी व्यापाराच्या स्थैर्याचा प्रश्न लहानसहान नसून, 'संप तर झाला– आता पुढे काय?' असा प्रश्न प्रत्येक विचारी मनुष्यापुढे उभा राहणे साहजिक आहे.

अकरा कोटींचा माल गिरण्यांत पडून राहिला आहे व त्याला उठाव होण्याचे काहीच चिन्ह दिसत नाही म्हणून पगारात छाटाछाट करण्याशिवाय गत्यंतरच नव्हते म्हणून गिरणीवाले कितीही साळसूदपणे सांगत असले, तरी त्यांच्या शब्दांवर डोळे मिटून विश्वास ठेवण्याइतकी जनता अंध खास नाही. काटकसर करावयाचीच, तर ती बिचाऱ्या मजुरांच्या पगारातच का? काटकसरीस अन्य क्षेत्रच नव्हते असे गिरणीवाल्यांना दाखवून देता येईल काय? मजुरांचे रक्त शोषण करून गब्बर झालेल्या मालकांनी व्यापारास थोडीशी मंदी येताच 'गरज सरो व वैद्य मरो' या कुटिल नीतीचा आश्रय करावा, हे केव्हाही अनुचित होय. स्वत:स मिळालेल्या बेफाम फायद्याच्या वेळी या गिरणीपुत्रांना आपल्या अन्नदात्या नोकरांची आठवण झाली होती काय? गिरणीवाल्यांच्या हेतूविषयी संशय घेण्याजोगी दुसरी महत्त्वाची गोष्ट म्हणजे, संपाची आपत्ती ओढवताच कोणाही हिंदी पुढाऱ्याची मदत घेण्याचे यांच्या मनात न येता, मँचेस्टरच्या गिरणीवाल्यांशी मात्र त्यांनी ताबडतोब संगनमत करण्यास सुरुवात केली. ठकास महाठक भेटल्यामुळे तिकडून थप्पड मिळाली, ही गोष्ट वेगळी! परंतु, यावरून गिरणीवाल्यांच्या मनोवृत्तीचे चांगलेच दिग्दर्शन होण्याजोगे

आहे. मँचेस्टरवाल्यांनी दिलेल्या थपडीने तरी आमचे गिरणीवाले शुद्धीवर येतील काय?

युरोपातील महायुद्धाच्या वेळी हिंदी गिरण्यांचे उखळ पांढरे झाले असले, तरी आज गिरणीवाल्यांचा चेहरा काळवंडण्याइतकी हिंदी कापडाच्या व्यापाराला मंदी आहे, ही गोष्ट खोटी नव्हे व वेळीच हिंदुस्थान सरकारकडून संरक्षण न मिळाल्यास त्यांच्या व्यापारास बराच मोठा धक्का बसेल, हेही कबूल केले पाहिजे. ही भीती अंशत: तरी दूर व्हावी म्हणूनच तर पुरुषोत्तमदास यांनी एक्साइज ड्यूटी उठविण्याबद्दलचा ठराव असेंब्लीत मांडला होता व तो पासही झाला. परंतु, बजेटपर्यंत त्याचा विचार करता येत नाही, असे सरकारतर्फे सांगण्यात आले! कंठाशी प्राण आलेल्या रोग्यास दम खा म्हणून सांगण्याइतकेच हे उत्तर निर्घृण आहे व बेरकी सरकार म्हणूनच ते देऊ शकले. गोऱ्यांच्या चैनीचे चोचले पुरविणाऱ्या ली कमिशनची शिफारस अमलात आणताना बजेट आड येत नाही आणि हिंदी मजुरांच्या पोटाचा प्रश्न सोडविताना मात्र बजेट आड येते, हा खासा न्याय! हिंदुस्थानावर एकदम परचक्र आल्यास हिंदुस्थान सरकार शत्रुपक्षापुढे आपली बजेटची अडचण मांडणारच असेल! बजेटची सबब सांगताना, आकस्मिक प्रसंगाच्या प्रतिकाराला आपण अक्षम असल्याची नादानपणाची कबुली स्वत:चे तोंडाने देत असल्याचे भानही हिंदुस्थान सरकारास उरलेले नाही.

संपाचा वणवा संरक्षणाच्या जलाने विझविणे सरकारस कठीण नाही. इतकेच नव्हे, तर ते सरकारचे कर्तव्य आहे. मँचेस्टरवाल्यांच्या हितास जपणारे सरकार या प्रश्नाकडे मुद्दाम डोळेझाक करीत असून डोळ्यांत चरचरीत अंजन पडल्यावाचून त्यांचे डोळे उघडतील, असे वाटत नाही. दीड लक्ष मजुरांचा जीव चालला असता जाचक ड्यूटी उठविण्याच्या बाबतीतही हरकत म्हणून करवसुलीकरिता नेमलेल्या नोकराच्या पोटाचे काय करावयाचे म्हणून निर्लज्जपणे प्रश्न करावा, हे सरकारचे कमालीचे धाष्टर्य होय. तोफा व बंदुका गंजू नयेत म्हणून प्रजेचे प्राण घेतो म्हणून जर कोणतेही सरकार उद्या सांगू लागले, तर निदान हिंदुस्थान सरकारने तरी त्याला हसायला नको.

हिंदी कापडाच्या व्यापाराला हात देण्यासाठी ताबडतोब एक्साइज ड्यूटी रद्द करणे हे ज्याप्रमाणे सरकारचे कर्तव्य आहे, त्याचप्रमाणे या बाबतीत हिंदी जनतेचेही एक कर्तव्य आहे. हिंदुस्थानला स्वराज्य मिळेल तेव्हा मिळो; पण आज हिंदी जनतेने निदान अन्नवस्त्रापुरते तरी स्वतंत्र झालेच पाहिजे. भरतभूमी आपल्या लेकरांना प्रेमाने घास देत आहेच; वस्त्राकरिता परदेशाकडे पाहणार नाही असे ठरविणे, हे हिंदी जनतेचे कर्तव्य आहे. केवळ परदेशी कापडाचा शिरकाव हिंदुस्थानात होत असल्यामुळे हिंदी गिरण्यांचा माल पडून राहिला आहे व त्यामुळे आपल्या लक्षावधी बांधवांना अन्नास मोताद व्हावे लागत आहे हे लक्षात घेऊन, हिंदी जनता जर आजच ठरवील की, आपल्या बंधूंच्या तोंडातील घास हिरावून घेणारा परदेशी कपडा म्हणून

वापरावयाचा नाही; तर संपाचा प्रश्न कायमचा सुटण्यासारखा आहे. ही एकच गोष्ट हा संप मनात आणून हिंदी जनता करील, तर आजचा संप हे संकट नव्हे तर भावी यशाचे पुरोगामी शुभचिन्हच होय, असे म्हणता येईल.

२९ सप्टेंबर, १९२५

✧

सिंहावलोकन

उच्च ध्येयाच्या सूर्याभोवती पृथ्वीप्रमाणे प्रदक्षिणा घालण्यात व त्या ध्येयाच्या प्रकाशाने आपला अर्धा भाग का होईना, उज्ज्वल करण्यात मानवी जीविताचे साफल्य असते. तेजोमय सूर्य ज्याच्या पदकमलांतील रज:कणांप्रमाणे आहे, त्या जगन्नायकाच्या कृपेने चिमुकला 'वैनतेय' आज आपली पहिली प्रदक्षिणा पुरी करीत आहे. झाडाच्या पानाप्रमाणे वर्तमानपत्राचे पानही परमेश्वराच्या इच्छेवाचून हलणे शक्य नाही. 'वैनतेया'चा आयुष्यक्रम पिंजऱ्यातल्या पोपटाइतका अगर आम्रवृक्षाच्या पर्णसंभारात अदृश्य राहून गाणाऱ्या कोकिलेसारखा एकमार्गी अगर साधासुधा नसतो, हे तो जाणून आहे. पण ज्याच्या कृपादृष्टीत कडकडून कोसळणाऱ्या विजेला कड्यावरून झुळझुळत वाहत येणाऱ्या निर्झरिणीचे रूप देण्याचे सामर्थ्य आहे, त्या सच्चिदानंदाच्या आशीर्वादाने वैनतेय अधिक उत्साहाने आपल्या दुसऱ्या प्रदक्षिणेला आरंभ करील.

भिन्न-भिन्न काळातील पुरुषांची योग्यता ठरविताना एकच कसोटी लावणे जितके अप्रयोजकपणाचे आहे, तितकेच भिन्न-भिन्न स्थळांतील पुरुषांची योग्यता ठरविताना त्यांच्याकडे एकाच रंगाच्या चष्म्यातून पाहणेही असंमजसपणाचे होईल. खेडेगावातील नि:स्वार्थी पुढाऱ्याला व्यासपीठावर जाऊन दणदणीत व्याख्याने झोडता आली नाहीत म्हणून परमेश्वराच्या घरी त्याच्या पुण्याईचे खाते काही कोरे राहणार नाही. धरणीमातेला हिरवा शालू नेसवून, तिच्या दारिद्र्याचे पांग फेडण्याचे सामर्थ्य गगनचुंबी ताडमाडांत नसून, वाऱ्याच्या झुळकेबरोबर झोके घेणाऱ्या चिमण्या गवतातच असते. 'वैनतेय'च्या एक वर्षाच्या कामगिरीकडे कोकणातील दळवणवळाची अल्प साधने व अशाच स्वरूपाच्या इतर अडचणी लक्षात घेऊन पाहिल्यास, ती कामगिरी आमच्या प्रत्येक प्रेमळ वाचकांना आशाजनक वाटेल, अशी आमची खात्री आहे.

संस्थानी वर्तमानपत्र म्हटले म्हणजे, त्याला दोन घरचा पाहुणचार घ्यावा

लागतो. संस्थाने ह्या हिंदुस्थानरूपी वृक्षाच्या निळ्या रंगाच्या शाखा आहेत ही जाणीव असल्यामुळे वृक्षाच्या बुंध्याला लागणारी कीड काढून टाकण्याचा यथाशक्ती प्रयत्न करणे व लोकजागृतिरूपी जलाने त्याला टवटवीत करण्याचा प्रयत्न करणे, ही दोन्ही कामे संस्थानी वर्तमानपत्राच्या कक्षेत येतातच. पण त्याशिवाय, संस्थानी शाखांकडे त्याला स्वतंत्र लक्ष देणेही आवश्यक असते. ही द्विविध कामगिरी 'वैनतेया'ने कशी काय पार पाडली, हे 'वड्याचे तेल वांग्यावर', 'महात्मा गांधी व संस्थाने', 'सावंतवाडी संस्थानांतील सारावाढ' वगैरे अग्रलेखांवरून कळून येईलच.

पण राजकीय सुधारणेइतकीच देशाला सामाजिक, धार्मिक, शैक्षणिक व आर्थिक सुधारणांची जरुरी आहे. राजकीय सुधारणा हे देशाचे काळीज असेल; पण नुसते काळीज निरोगी ठेवण्याचा प्रयत्न करता करता मेंदू, फुप्फुसे वगैरेंना ग्रासणाऱ्या रोगांकडे जर दुर्लक्ष केले, तर रोगी आज ना उद्या दगावणार, हे निश्चित आहे. ही गोष्ट तितकीच सत्य आहे. अस्पृश्योद्धारासारखे प्रश्न दिसताना 'सामाजिक' असले, तरी त्यांचा राजकीय परिस्थितीवर परिणाम होतोच होतो. मजुरांच्या उपासमारीचा प्रश्न आर्थिक भासला, तरी त्याचाही देशाच्या राज्ययंत्रावर व प्रगतीवर अप्रत्यक्ष परिणाम घडतोच. हे सर्व लक्षात आणून या प्रश्नांचा अत्यंत निर्भीड व स्पष्ट रीतीने 'वैनतेया'ने गेल्या वर्षात ऊहापोह केला आहे. हे काही आमच्या वाचकांना सांगावयाला नको.

वाणीवाचून मनुष्य व पशू यात विशेष असे अंतर काहीच दिसले नसते; त्याचप्रमाणे वाङ्मयावाचून सुधारलेला समाज व रानटी समाज यांची योग्यता सारखीच गणायला हरकत नाही. परंतु, लोकजागृती हे वर्तमानपत्रांचे मुख्य कर्तव्य असल्यामुळे घरात आग लागली असताना, त्यातील मंडळींना उठविणाऱ्या माणसात ज्याप्रमाणे वक्तृत्व सापडणे शक्य नाही किंवा रणांगणात शत्रूशी दोन हात करणाऱ्या वीराचा त्यात व्यायाम करण्याचा ज्याप्रमाणे हेतू नसतो, त्याप्रमाणे लोकांना कार्यप्रवृत्त करू इच्छिणाऱ्या वर्तमानपत्रांना वाङ्मय हेच आपले एकमेव ध्येय ठेवता येणे शक्य नाही. तथापि, हातात तलवार धरणारा योद्धा त्याच हाताने लढाईच्या दंगलीत एखादी सुंदर गोष्ट ज्याप्रमाणे लिहू शकतो, त्याप्रमाणे वर्तमानपत्रांनाही वाङ्मयाला उत्तेजन देण्याला थोडाफार अवकाश आहे. वैनतेयाने 'गाढवाची गीता' ही विनोदी, 'परिचयाची परडी' ही टीकात्मक व 'सरस्वतीमंदिरातील दिवाणी दाव्या'सारखी निबंधात्मक माला प्रसिद्ध करून या क्षेत्रात आपले वैशिष्ट्य व्यक्त केले आहे. वैनतेयाच्या या उपक्रमाबद्दल अनेक नामांकित साहित्यसेवकांनी त्यांचे अभिनंदन केले असल्यामुळे या मालांविषयी अधिक लिहिण्याची जरुरी नाही. शिवाय, 'न हि कस्तुरिका मोद: शपथेन विभाव्यते' हेही ध्यानात बाळगणे इष्ट आहे. ज्यांची घ्राणेंद्रिये निकामी झाली असतील– 'बुझावू शकेना विधाता तयांना!'

रा. फातरफेकरांचे अनेक उपयुक्त औद्योगिक लेख, सहकारी पतपेढ्या, सावंतवाडी संस्थानातील शिक्षण, जंगलखाते, इत्यादी लेखमालांच्या द्वारे ते ते विषय लोकांच्या समोर प्रामुख्याने ठेवून, तद्विषयक विचारांना 'वैनतेया'ने गेल्या वर्षात चालन दिले आहे.

जुगारबंदी, वसतंव्याख्यानमाला, इत्यादी अनेक इष्ट सुधारणांकरिता 'वैनतेया'ने केलेली खटपट व तिचे दृश्यफळ लोकांच्या डोळ्यांपुढे असल्यामुळे, त्याविषयी काही लिहिणे म्हणजे चर्वितचवर्ण होईल.

तथापि, झालेले काम सिंधू उपसायचा असताना त्यातून बिंदू काढण्याइतकेच झाले आहे, याची जाणीवही आमच्या अंत:करणात तीव्रपणाने वसत आहे. सत्तावीस मैलांची शर्यत जिंकण्याचे ध्येय डोळ्यांपुढे ठेवल्यानंतर पांगुळगाड्याच्या मदतीने दोन पावले चालता आले म्हणून समाधान मानून कोण स्वस्थ बसणार? केवळ स्थलाभावामुळे अनेक राजकीय व सामाजिक विषयांची चर्चा करणे अगत्य असूनही त्यांचा परामर्श आम्हाला घेता आला नाही. बेळगावच्या काँग्रेसच्या वेळी एका तिकिटावर अनेक प्रेक्षकांनी ज्याप्रमाणे आपल्या डोळ्यांचे पारणे फेडून घेतले, त्याप्रमाणे अनेक महत्त्वाच्या विषयांनाही वैनतेयात करावे लागले. पावसाळ्याच्या आरंभी आकाशात सजल मेघांची दाटी होते. पण त्यांपैकी सर्वच काही भूमीवर उतरत नाहीत. ज्यांना वाऱ्याचे साहाय्य मिळते, तेच पर्जन्यरूपाने पृथ्वीचा ताप हरण करू शकतात. विचारांच्या मेघांनाही हाच न्याय लागू पडतो. वाचकांच्या सहानुभूतीच्या वाऱ्याचे जसजसे साहाय्य वाढत जाईल, तसतसे वैनतेयाचे सर्व संकल्पित सुधारणांचे विचार कृतीत उतरतील.

देशाच्या पारतंत्र्याच्या शृंखला तोडण्यासाठी, समाजात या नाही त्या रूपाने वावरणाऱ्या जुलमी जुवाला जलसमाधी देण्यासाठी, दारिद्र्याच्या चिखलात रुतून बसल्यामुळे अगतिक झालेल्या देशबांधवांच्या सेवेसाठी, स्वधर्मसूर्याचे किरण प्रत्येकाच्या हृदयात पडून, त्यांनी ते प्रकाशित व्हावे म्हणून प्रयत्न करण्यासाठी, स्वातंत्र्य, समता व मातृभाव या त्रिमूर्तींच्या मंगल ध्वजाचे रक्षण करण्यासाठी, वर्तमानपत्रांचा अवतार असतो. ही परममंगल कर्तव्ये पार पाडण्याकरताच वैनतेयाचा जन्म आहे, हे तो कधीही विसरणार नाही.

'जननी जन्मभूमीश्च स्वर्गादपि गरीयसी' ही उक्ती सावंतवाडी व हिंदभूमी यांच्या बाबतीत व्यवहारातदेखील सार्थ ठरावी अशीच इतरांप्रमाणे वैनतेयाचीही मनीषा आहे. त्यासाठी अनाथ, अधर्म, जुलूम व स्वार्थ या चांडाळचौकडीवर घाव घालावयाला तो कधीही कचरणार नाही. मग तो अन्याय राजसत्तेचा असो अगर समाजातील एखाद्या वर्गाचा असो. मर्मी विद्ध झालेला राक्षस त्याला खाऊ की गिळू करील, अधर्मरूपी पारधी आपली शिकार संपुष्टात येणार या भीतीने त्याच्यावर शरवर्षाव करील, जुलमाच्या ज्वाळा दग्ध करण्याकरिता धावतील, स्वार्थाच्या शेपटीवर पाय पडल्यामुळे दंश करण्याकरता तो फणा वर उचलील, पण या सर्व वेळी एकाच मंत्राची घोषणा करीत 'वैनतेय' त्यांच्यावर झडप घालून, त्यांचा नायनाट करण्याचा प्रयत्न करेल. तो मंत्र 'वंदे मातरम्' हा होय.

१३ ऑक्टोबर, १९२५

मतदारांचे मॅन्डेट

माँटफर्ड सुधारणांमुळे हिंदी प्रजेला काही महत्त्वाचे अधिकार मिळाले ही गोष्ट खरी असली, तरी या अधिकार दानाबरोबर जे दुहीचे बीज देशात पेरले गेले, त्यामुळे या नव्या सत्तेच्या फायद्याचे पुरे माप हिंदी प्रजेच्या पदरात कधीच पडू शकले नाही, हे सुधारणांनंतर हिंदी कौन्सिलांचा इतिहास पाहणारांच्या लक्षात आल्यावाचून राहणार नाही. सुधारणेचा नवा मनु हिंदुस्थानात सुरू होण्यापूर्वी राष्ट्रकार्यार्थ देह झिजविणाऱ्या ज्या अनेक विभूती खांद्यास खांदा भिडवून देशाकरिता लढत होत्या, ज्यांचा अभेद्य गट नोकरशाहीचे धाबे दणाणून सोडीत होता, त्याच व्यक्तींत या सुधारणेनंतर फूट पडून त्यांचा सारा आवेश नोकरशाहींऐवजी परस्परांस नामोहरम करण्याकडेच खर्च होत असलेला पाहून सुधारणांचा कायदा मिळविण्यात हिंदुस्थानचा फायदा झाला की तो देण्यात नोकरशाहीचा अंत:स्थ हेतू साध्य झाला, असा विचार पडतो. हिंदमातेच्या ज्या सुपुत्रांना जिंकण्याच्या कामी दडपशाहीसारखी नोकरशाहींची आसुरी शस्त्रे यशस्वी झाली नाहीत, त्यांना शक्तिपात करण्याच्या कामी सुधारणांच्या कायद्याचे नाजूक अस्त्र प्रभावी ठरले, असे म्हणण्यास मुळीच प्रत्यवाय नाही. नोकरशाही आपल्या 'फोडा व झोडा' या कुटिल नीतीचा जोपर्यंत सरळ प्रयोग करीत होती, तोपर्यंत जी मंडळी तिला बधली नाही तीच मंडळी निवडणुकीचे मोहिनी रूप धारण करून, तीच भेदनीती पुढे येताच तिला बळी पडली, असे उघड दिसून येते.

निवडणुकीच्या नावाखाली गेले काही महिने देशात जो उखाळ्यापाखाळ्याचा व शिव्यागाळीचा किळसवाणा प्रकार चालला होता, तो पाहून महात्मा गांधींसारख्या सात्त्विक मनुष्याच्या हृदयास धक्का बसल्यास मुळीच नवल नाही. निवडणुकीच्या कैफाने धुंद झालेले इसम वगळल्यास सामान्य जनतेसदेखील एकंदर प्रकार अत्यंत

शोचनीय असाच वाटला. आणि इतकेही होऊन अखेर पदरात काय पडले याचा विचार केला म्हणजे, हा खेद अधिकच वाढतो. इतक्यात, बहुतेक ठिकाणच्या निवडणुकीचे निकाल जाहीर झाले असून, त्यावरून एवढे स्पष्ट दिसून येते की, कोणत्याही प्रांतात कोणत्याही एका पक्षाचे निर्विवाद बहुमत गेल्या निवडणुकीत झालेले नाही. प्रातिनिधिक तत्त्वावर उभारलेल्या संस्थांचा खरा फायदा मिळावयाचा, तर त्याकरिता कार्यकर्त्या पक्षाचे बहुमत होणे अगत्याचे असते. कायदेमंडळापुढील कामाचा निर्णय बहुमताच्या इच्छेवर अवलंबून असल्यामुळे हमखास बहुमत पदरी नसलेल्या पक्षाचा कार्यक्रम कितीही चांगला असला, तरी तो कायदेमंडळात यशस्वी रीतीने पार पाडता येईलच, असा कधीही भरवसा देता येणार नाही. अशा स्थितीत गेल्या निवडणुकीत कोणत्याही पक्षास बहुमत मिळवता न आल्यामुळे येत्या तीन वर्षांत कायदेमंडळातील राजकारणाचा डाव बहुधा कुजत पडणार, असा अंदाज केल्यास तो चुकण्याची सहसा भीती नाही.

हिंदुस्थानास मिळालेल्या सुधारणा अपुऱ्या व निराशाजनक असल्याचे कितीही वाजवी रीतीने म्हणता आले, तरी जे काही थोडेबहुत हित या सुधारणांद्वारे हिंदुस्थानास करून घेता आले असते, तेही त्याने आजपर्यंत योग्य प्रमाणात करून घेतलेले नाही, ही गोष्ट नाकबूल करता येणार नाही. नव्या सुधारणांस अनुसरून कायदेमंडळांच्या ज्या पहिल्या निवडणुकी झाल्या, त्या वेळी राष्ट्रीय पक्षाने कायदेमंडळावर बहिष्कार घालण्याचे ठरवून त्यांच्याकडे पाठच फिरविली. अर्थात, पहिल्या तीन वर्षांत कायदेमंडळाचा सारा प्रांत अल्पसंतुष्ट पक्षास मोकळा मिळाला. दुसऱ्या निवडणुकीच्या वेळी राष्ट्रीय पक्षाने कायदेमंडळाच्या जागा काबीज करण्याचे ठरविले; परंतु त्याबरोबरच अडवणुकीशिवाय तथा दुसरे काहीही न करण्याची स्वतःवर अट घालून घेतली. 'न'काराच्या या बाण्यामुळे गेल्या तीन वर्षांत कित्येक प्रांतांत राष्ट्रीय पक्षाचे निर्विवाद बहुमत असूनही त्याला राष्ट्राचे काही हित करता आले नाही. दुर्दैवाने, प्रस्तुत निवडणुकीत कोणत्याच पक्षाचे खात्रीचे बहुमत नसल्यामुळे स्व-सामर्थ्याच्या जोरावर एखादा पक्ष काही करू म्हणेल तर ते शक्यच नाही, अशी स्थिती झाली आहे. अशा प्रसंगी, देशात स्थापन झालेले निरनिराळे पक्ष केवळ वैशिष्ट्यप्रदर्शनाच्या महत्त्वाकांक्षेने प्रेरित झालेले नसून देशाचे खरेखुरे हित त्यांच्या हृदयाशी असेल, तर त्यांनी समेटाची भावना मनात ठेवून पक्षोपपक्षांची बजबजपुरी थांबविली पाहिजे व एकदिलाने आपल्या राष्ट्राकरिता जे करता येईल, ते केले पाहिजे.

अर्थात, अशा प्रकारचा समेट होऊन अनेक पक्षांत ऐक्य नांदावयाचे तर, या निरनिराळ्या पक्षांना सामान्य अशा काही गोष्टी असल्या पाहिजेत हे उघड आहे आणि ज्या अर्थी प्रत्येक पक्ष आपण लोकमतास अनुसरून वागण्यास तयार असल्याचे कबूल करतो, त्या अर्थी त्यांनी या गोष्टीच्या निर्णयाकरिता लोकमताकडे वळावे

असंच कोणीही म्हणेल. गेल्या निवडणुकीत मतदारांनी या बाबतीत आपले मत स्पष्टपणे प्रकट केले आहे, असे आम्हास वाटते. कौन्सिल बहिष्काराची घसरगुंडी होत होत एका काळ्या बहिष्कारवादी पक्षाची मजल केवळ कायदेमंडळाचे अध्यक्षस्थानच नव्हे, तर सरकारनियुक्त कमिट्यांवरील जागा स्वीकारण्यापर्यंतही जाऊन पोहोचलेली असल्यामुळे कौन्सिलप्रवेशाच्या आवश्यकतेबद्दल बोलावयास नको. प्रत्येक नव्या निवडणुकीच्या वेळी मताधिकार बजावणाऱ्या मतदारांची वाढती संख्याही मतदारसंघाला कौन्सिलप्रवेश पूर्ण पसंत असल्याचे सिद्ध करते. कौन्सिलप्रवेश मान्य केल्यानंतर कौन्सिलात कोणते धोरण ठेवावयाचे, हा प्रश्न येतो. या दृष्टीने निवडून आलेल्या सभासदांचे दोन वर्ग करता येतील. एक दिवाणगिऱ्यांच्या स्वीकारासह कौन्सिलचा जास्तीत जास्त मिळेल तो फायदा असे म्हणणारा वर्ग व दुसरा दिवाणगिऱ्यांवरील बहिष्कार व अडवणुकीचे धोरण प्रतिपादणारा वर्ग. पहिल्या वर्गात आमच्या मते, काँग्रेसपक्षाखेरीज सर्व पक्ष येत असून, दुसरा वर्ग फक्त काँग्रेसपक्षीय सभासदांचाच बनलेला आहे. गेल्या निवडणुकीत पहिल्या वर्गास दुसऱ्या वर्गाच्या अनेकपटींनी मते देऊन मतदारांनी दिवाणगिऱ्यांच्या स्वीकारास अनुकूल असा आपला कौल दिला आहे, असे निश्चयपूर्वक सांगता येते. काँग्रेसपक्षीयास जी थोडीबहुत सहानुभूती मतदारसंघाने दाखविली, तीही केवळ तिच्या पूर्वार्जित लौकिकामुळेच होय. अगदी उघडपणे काँग्रेसच्या आजच्या निर्णयाविरुद्ध प्रतिसहकाराचे धोरण जाहीर करून उभ्या राहिलेल्या केळकर-जयकारांस मतदारसंघाने 'अफाट बहुमताने' निवडून देऊन काँग्रेसच्या विक्षिप्त हुकमापेक्षा ज्यातून विरोधी पक्षाचा व्यवहार्य कार्यक्रमच आपणास जास्त पसंत असल्याचे सर्वांच्या निदर्शनास आणून दिले आहे. गेल्या निवडणुकीतील हे दृश्य पाहिल्यानंतर तरी राष्ट्रीय सभेने आपला दुराग्रह टाकणे जरूर आहे; तसे ती न करील तर मात्र यापुढे तिची धडगत नाही. दुरभिमानाच्या भरीस पडून हिंदी जनतेवरील आपले वर्चस्व गमाविण्याचा आत्मघातकी मार्ग गोहत्तीच्या राष्ट्रीय सभेने काळजीपूर्वक टाळावा अशी आमची सूचना आहे.

अशा प्रकारे गेल्या निवडणुकीत मतदारांनी आपले मनोगत निःसंदिग्धपणे व्यक्त केले असून, त्याला फक्त वेळी-अवेळी 'काँग्रेस मॅन्डेट, काँग्रेस मॅन्डेट' म्हणून विरुद्ध पक्षास बुजगावणे दाखविणाऱ्या कट्टर स्वराजिस्टांचा तेवढा विरोध आहे. त्यांचे मॅन्डेट-प्रेम केवळ स्वार्थमूलक नसून, खरोखरीच त्यांना मॅन्डेटच्या तत्त्वाबद्दल आदर वाटत असेल, तर त्यांनी मतदारांनी स्पष्टपणे व्यक्त केलेल्या मॅन्डेटला मान देणे क्रमप्राप्त आहे व ते तसे करतील, तरच समेट संभव असून कायदेमंडळाची येती वर्षे वाया जाणार नाहीत, अशी आशा करावयाला जागा आहे.

३० नोव्हेंबर, १९२६

✧

'ततो युद्धाय युज्यस्व'

गीता ही भारताची अत्यंत लाडकी कन्या आहे. आपल्या पित्याच्या पायातील शृंखला तोडण्याचे सामर्थ्य या वीरकन्येत आहे. महाभारतकालीन अर्जुनाचा मोह आपल्या तेजस्वी उपदेशाने तिने जसा नाहीसा केला, त्याप्रमाणे सव्यसाची असून हात जोडून बसलेल्या, धनंजय असून दारिद्र्यवन्हीत होरपळून जाणाऱ्या, विजय असून पराजित होणाऱ्या, आजच्या भारतपुत्रांची कर्तव्यविमुखता नाहीशी करण्याला ती समर्थ आहे.

गीता ही हिंदुधर्मग्रंथमालेतील मेरुमणी आहे; हिंदुतत्त्वज्ञानाचे खरेखुरे सार त्याच्यात उतरले आहे; तर्ककर्कश बुद्धिमंतांपासून भोळ्या भाविकांपर्यंत सर्वांच्या हृदयाला हलविण्याइतक्या विविध शक्ती तिच्या एकवटल्या आहेत. पण भरताच्या मागच्या स्थितीकडे पाहिले, तर भगवंतांनी त्याला दिलेले हे लेणे अभाग्याच्या घरी आलेल्या कामधेनूप्रमाणे झाले आहे. 'स्वधर्मे निधनं श्रेय:' अशी गीता गर्जना करीत असताना लोक स्वधर्माची अवनती उघड्या डोळ्यांनी पाहत आहेत. 'मां अनुस्मर युद्ध्य च' अशी भगवंतांची आज्ञा असताना, जनता कपाळावर हात मारून 'आलिया भोगासी असावे सादर' या तत्त्वज्ञानाचा अवलंब करीत आहे. 'आत्मवत् सर्व भूतानि' हे सर्व धर्मांचे सार गीता अनंत हस्ताने वाढीत असताना हिंदू म्हणविणारी मंडळी आपपरभावांच्या भुकेने व्याकूळ होत आहेत. आळशाच्या दारातून गंगा वाहत असली, तरी त्याचा त्याला काय उपयोग होणार?

गीतेचे तत्त्वज्ञान जितके उदात्त तितकेच व्यापक; जितके तेजस्वी तितकेच कोमल; जितके नि:श्रेयस्कारक तितकेच अभ्युदयदायक आहे. 'सुखदु:खे समेकृत्या लाभालाभौ जया जयौ' 'ततो युद्धाय युज्यस्व नैवं पापमवाप्स्यासि' हा तिचा गंभीर संदेश आजच्या राजकीय झगड्यात अंत:करणावर कोरून ठेवण्यासारखा आहे.

सामाजिक सुधारणेच्या कैवाराने आईबापांना वाईट वाटेल, भाऊबहिणी रडू लागतील, बायकामुलांना लोक बोचून खातील म्हणून कचरणाऱ्या सैनिकांना 'क्षुद्रं हृदयं दौर्बल्यं त्यक्त्वोत्तिष्ट परंतप' हा तेजस्वी चरण पुढे सरसावण्याला सांगत आहे. गीता हात जोडून बसायला सांगत नाही. ती संकटांशी धैर्याने दोन हात करण्याची स्फूर्ती देते. गीता रडावयाला सांगत नाही, तर लढावयाला लावते.

गीतेचे तत्त्वज्ञान किती व्यापक, उज्ज्वल व हृदयंगम आहे हे खालील श्लोकांवरून सहज दिसून येईल.

''पत्रं पुष्पं फलंतोयं यो मे भक्त्या प्रयच्छति ।
तदह भक्त्युपहृतमश्नामि प्रयतारमनः ॥''

देव भावाचा भुकेला असतो; राजाने उपचारार्थ अर्पण केलेल्या रत्नराशीपेक्षा रंकाने भक्तिपूर्वक अर्पण केलेल्या फुलाची किंमत त्याला जास्ती वाटते, ही वरील श्लोकाची शिकवण किती सुंदर व यथार्थ आहे.

'मां हि पार्थ व्यपाश्रित्य येऽपि स्युः पापयोनयः ।
स्त्रियो वैश्यास्तथा शूद्रास्तेऽपि यान्ति परां गतिम्'॥

हा श्लोक सर्व कृत्रिम भेदभावांच्या मुळावर कुऱ्हाड घालणारा आहे. बायकांना घराच्या चार भिंतींत व अस्पृश्यांना चार वर्णांच्या बाहेर कितीही कोंडून ठेवले, तरी त्यांच्या हाकेला भगवंत तिथे धावत जातो. धर्माच्या नावाखाली स्वार्थाने अंध होऊन आम्ही माणुसकीला सोडचिठ्ठी देतो; पण सर्वसाक्षी परमेश्वर स्वार्थांध लोकांचा कैवार कधीच घेत नाही. धर्माच्या मुलामा काढलेल्या; पण विषमता व निर्दयता यांच्या पायांवर उभारलेल्या सर्व रूढी झुगारून द्या, हीच गीतेची खरीखुरी शिकवण आहे.

हिंदुस्थानात आज जिकडेतिकडे कौरव-पांडवांचे युद्ध सुरू आहे. सामाजिक क्षेत्रात पोटभरू रूढींनी खऱ्या धर्माला अज्ञातवासात घालविले असून, त्यांचे राज्य परत द्यावयाला त्या तयार नाहीत एवढेच नव्हे; तर त्यांच्या राज्यापैकी सुईच्या टोकावर राहील एवढी जमीनही त्याला देण्याची यांची इच्छा नाही. राजकीय क्षेत्रात आमच्यात त्याच भीष्मद्रोणाच्या साहाय्याने नोकरशाही साम्राज्याचा तोरा मिरवीत असूनही जनतारूपी पांडवांना त्याचे न्याय्य हक्कदेखील द्यावयाला तयार नाही. वाङ्मयविषयात दुःशासनलेखकांनी सरस्वतीचा नीतिपदर ओढीत तिला भरसभेत आणले असून, तिथेही दुर्योधन तिला आपली मांडी उघडी करून, तिच्यावर बसण्यास सांगत आहेत. पांडवापेक्षा कौरवांचे सैन्य जसे जास्त होते, त्याप्रमाणे हिंदुस्थानातील या विविध पक्षांत सत्पक्ष संख्यादृष्टीने दुर्बल आहे. शिवाय, होता होईल तो सामोपचाराने भांडण मिटवू म्हणून सांगणारे अजातशत्रू तर प्रत्येक पक्षात आहेतच. पण इतिहासात पुनरावृत्ती होत असते या न्यायाने सध्याच्या पांडवांनाही युद्धाशिवाय दुसरा तरणोपायही नाही. 'मारू किंवा मरू' अशा भावनेने आजच्या या

तात्त्विक रणांगणात प्रत्यकाने मारले पाहिजे 'हतो वा प्राप्स्यसि स्वर्ग जित्वा वा मोक्ष्यसे महीम्' हा श्रीकृष्णाचा ऊर्जस्वल संदेश मनात वागवून, आपापल्या क्षेत्रात कर्तबगार सुशिक्षित प्रयत्न करू लागतील, तर 'तत्र श्रीर्विजयो भूर्ध्वदवा नीति र्मतिर्मम' हे दृश्य या दरिद्री सुवर्णभूमीत लवकरच दिसू लागेल.

२१ डिसेंबर, १९२६

राष्ट्रीय सभेची अराष्ट्रीय स्थिती

कालचक्र एकसारखे फिरत आहे आणि त्याचा वार्षिक फेरा पुरा झाला की, हिंदुस्थानात राष्ट्रीय सभा भरत आहे. राष्ट्रीय सभेच्या गेल्या दहा वर्षांच्या इतिहासाकडे पाहिले तर आपण ध्येयाच्या मार्गाने पुढे जात आहो की त्या मार्गावरील एखाद्या गहन अरण्यात वाट चुकून भटकत आहो, याचाच उलगडा होत नाही. दहा वर्षांपूर्वी गोमतीच्या तीरावर भरलेल्या सभेतली एकी चालू आठवड्यात ब्रह्मपुत्राच्या तीरावर भरणाऱ्या अधिवेशनात नाही. 'तेहि नो दिवसा गताः' असे खेदाचे उद्‌गार काढण्याची पाळी अखिल भारतीय राष्ट्रीय परिषदेवर यावी यापेक्षा अधिक दुर्दैवाची दुसरी गोष्ट कोणती असणार?

दुही ही देवाने हिंदुस्थानच्या पाचवीलाच पुजली आहे असे दिसते. सुरतेच्या बखेड्यापासून लखनौच्या एकोप्यापर्यंत जी साडेसाती राष्ट्रीय सभेच्या मागे लागली होती, तीच पुन्हा गेल्या चार वर्षांपासून तिच्या मागे हात धुवून लागली आहे.

सध्या राष्ट्रीय सभेत तीन पक्ष असून त्यांचे मुख्य-प्रतिनिधी महात्मा गांधी, नेहरू, केळकर हे आहेत. हा तीन तोंडांचा देव नोकरशाहीपुढे दत्त म्हणून उभा राहील व आपल्या तपस्तेजाने तिच्या अंगातील सत्तामदाचे भूत हाकून देईल ही आशा मात्र व्यर्थ आहे. कारण त्यांपैकी एकाचे तोंड पूर्वेला तर दुसऱ्याचे पश्चिमेला असल्यामुळे एकाचा सूर्योदय दुसऱ्याला सूर्यास्ताप्रमाणे वाटत आहे. कौन्सिलांना गांधीजी अस्पृश्य मानतात ही चूक असो वा नसो; त्यांचे वर्तन तत्त्वाला धरून व सुसंगत आहे. पण नेहरू मात्र कौन्सिलांना अस्पृश्य मानून त्यांच्या घरात जेवायला तयार आहेत. कौन्सिलाची सावली पडली तरी पाप नाही असे त्यांना वाटते, असे त्यांचे म्हणणे आहे. केळकरपक्ष दिवाणगिऱ्या स्वीकाराव्या व त्याचा शक्य तितका लोकहितार्थ उपयोग करावा, असे प्रतिपादन करीत आला आहे. कौन्सिलात शिरायचे;

पण दिवाणगिऱ्या स्वीकारावयाच्या नाहीत म्हणजे 'चाटले तू बाटले' अशांपैकी प्रकार होय, असे त्यांचे मत आहे. खाडिलकरांच्या मेनका नाटकातील विश्वमित्राप्रमाणे नेहरूपक्ष कौन्सिलांना शिव्या देता देता त्याच्या पाशात सापडला आहे. दिवाणगिरीची शकुंतला मात्र या विश्वामित्राला नको.

नेहरूपक्ष व केळकरपक्ष अशी दोन शकले होऊन पडल्यामुळे राष्ट्रीय सभा मात्र हतवीर्य झाली आहे. दोन्ही पक्षांतील खंद्या लेखकांच्या लेखण्या परस्परांचे खंड करण्यात, वक्त्यांची तोंडं एकमेकांची उणीदुणी काढण्यात व वर्तमानपत्रे आपआपल्या टिमकी वाजविण्यात दंग झाली आहेत. वादाची मेख टाकून एकीला पडलेल्या लहान भेगीचे भयंकर घावांत रूपांतर झाले आहे. अजूनही हा घाव बुजविता येईल; पण नेहरूपक्ष ईर्ष्येला बळी पडून केळकरपक्षावर आग पाखडीत आहे. दिवाणगिऱ्यांवर आपली पुरी सत्ता नाही म्हणून त्या जर नाकारायच्या तर कौन्सिलात तरी जाण्याचे नेहरूपक्षाला काय प्रयोजन आहे? कौन्सिलांची पुरी सत्ता लोकांच्या हातात थोडीच आहे! कौन्सिलाने पास केलेले ठराव सरकार अमलात आणीत नाही; पण दात-ओठ चावण्याखेरीज नेहरूपक्ष अशा वेळी काय करीत होता अगर काय करील? अशा अर्धवट कौन्सिलांचा जर लोककल्याणाकरता थोडाफार उपयोग होतो, तर बापड्या दिवाणगिरांनीच असे काय घोडे मारले आहे? 'खाईन तर तुपाशी नाहीतर उपाशी' असा नेहरूपक्षाचा बाणा असेल तर त्याने गांधीपक्षाच्या पावलांवर पाऊल टाकून कौन्सिलाकडे पाठ करावी. कौन्सिलाशी तोंड करावयाचे असेल तर दिवाणगिऱ्या पाहून 'अब्रह्मण्यम्' अशी ओरड करू नये. स्वराज्यपक्ष व प्रतिकारपक्ष यांचा दिवाणगिरीखेरीज अन्य कोणत्याही बाबतीत मतभेद नाही. तेवढ्या बाबतीत प्रतिसहकारपक्षाला स्वातंत्र्य देऊन इतर बाबतीत स्वराज्यपक्ष त्यांच्याशी एकजीव होईल तरच देशाचे राजकारण थोडेतरी यशस्वी होईल. सारांश, कौन्सिलातील येती तीन वर्षे लोककल्याणकारक करणे वा न करणे हे गोहत्तीच्या राष्ट्रीय सभेवर बव्हंशी अवलंबून आहे. भिन्नभिन्न सत्त्वांचे एकीकरण आपल्या हिताचे आहे हे गोहत्तीचे नाव दाखविते. याप्रमाणे पक्षाच्या बाबतीत देशालाही हाच न्याय लावता येईल काय?

२८ डिसेंबर, १९२६

केवळ धर्मासाठी

वृद्ध मनुष्य पाहिला की वंदन करावेसे वाटते; त्याच्यावर वार करण्याचा अधमपणा कोणी तरी करील काय? संन्यासी पाहिला की, त्याच्या विश्वधर्मापुढे मस्तक लीन करण्याची बुद्धी उत्पन्न होते; मग त्या मस्तकात, संन्याशाचे मस्तक धडापासून वेगळे करण्याचा कुविचार कुठून येणार? रुग्ण पाहिला की त्याला हात द्यावयाला मनुष्य पुढे होतो; त्याच्यावर हात टाकण्याचा विचारदेखील त्या मनुष्याला असह्य झाल्यावाचून राहणार नाही. पुढारी पाहिला, की त्याच्या पायांची धूळ मस्तकी लावण्याची उत्कट इच्छा जागृत होते; देशसेवेकरिता नित्य झिजणाऱ्या त्या वंद्य पुरुषाला देहान्त प्रायश्चित्त द्यावे अशी भयंकर कल्पना अधमाच्यादेखील अंत:करणात येत नाही. पण ता. २३ डिसेंबर रोजी दिल्ली येथे वृद्ध, रुग्ण व संन्यस्त अशा श्रेष्ठ हिंदू पुढाऱ्याचा एका माथेफिरू मुसलमानाने खून केला. त्याने इस्लामासाठी खून केला; श्रद्धानंदांचा हिंदुधर्मासाठी खून झाला.

दुसऱ्याला अपशब्द बोलणे अगर धोंडे मारणे वेडाचा धर्मच आहे. पण धर्माचे वेड याच्यापेक्षा अत्यंत भयंकर असे अत्याचार करीत असते. श्रद्धानंदांचा अमानुष खून हा अशा अत्याचारांचाच निदर्शक आहे. आमच्या धर्माच्या मार्गानेच जाणाऱ्याला काय तो परमेश्वर प्रसन्न होईल अशी असहिष्णू प्रवृत्ती ज्या धर्मात असते, तिचे अंध अनुयायी परधर्मीयांचे रक्त शिंपडून आपल्या धर्माचे मुख उज्ज्वल करू पाहतात. कनककान्ता यांच्यापायी जगात जेवढे खून झाले असतील, त्याच्या दसपट धर्माच्या बेफाम वेडाने केले जातात.

ज्या गंगेच्या उगमापाशी श्रद्धानंदांनी आपले आदर्श गुरुकुल स्थापिले व चालविले, तिच्याइतकेच त्यांचे जीवन निर्मळ होते. वकिलातीत मिळविलेला पैसा

राष्ट्राची भावी पिढी शीलसंपन्न व ज्ञानसंपन्न करण्यात यांनी वेचला; ज्या वयात सामान्य मनुष्य सुनमुख पाहून नातवंडांच्या मुखाची अपेक्षा करीत असतो, त्या वयात त्यांनी मातृभूमीचे मलिन मुख पाहून तिच्या सेवेला आपणास वाहून घेतले. संन्यास घेतल्यानंतर तर देशाच्या राजकारणात त्यांनी धडाडीने भाग घ्यावयास सुरुवात केली. ब्रिटिश सरकारच्या संगिनींना न जुमानणारी निधडी छाती हिंदुस्थानातल्या भगव्या छाटीखाली असू शकते हे त्यांनी १९१९ मध्ये लोकांच्या निदर्शनास आणले. त्यांची देशसेवा अत्यंत व्यापक होती. शिक्षण, सामाजिक सुधारणा, धर्मरक्षण, राजकीय चळवळ इत्यादी सर्व क्षेत्रांत आपल्या व्यापक बुद्धीने व निर्भय हृदयाने त्यांनी प्रगतीला पोषक अशी चळवळ केली.

अशा वंद्य राष्ट्रसेवकाचा रुग्णशय्येवर खून व्हावा ही केवढी लाजिरवाणी गोष्ट आहे! ज्या स्वामी श्रद्धानंदांना मुसलमानांनी जुम्मा मशिदीत बोलण्याचा अपूर्व मान दिला होता, त्याच स्वामी श्रद्धानंदांचा एक मुसलमान खून करितो, इतके स्थित्यंतर होण्याचे कारण काय? कारण एकच आहे व ते शुद्धी आणि संघटन या चळवळी स्वामींनी धडाडीने व चिकाटीने चालविल्या होत्या, हेच होय. सामाजिक सुधारणा करणाऱ्या लोकांना नोकरशाही अडथळा करीत नाही. एवढेच नव्हे; तर अप्रत्यक्ष उत्तेजनही देते, त्याप्रमाणे ब्रिटिश सिंहापुढे निधड्या छातीने उभ्या राहणाऱ्या या संन्याशाचे मुलसमानांनी कौतुक केले; पण सामाजिक सुधारकाने तितक्याच धडाडीने राजकीय प्रांतात पाऊल टाकताच नोकरशाही जशी त्याला हद्दपार केल्यावाचून राहत नाही, त्याप्रमाणे श्रद्धानंदांची निधडी छाती हिंदुसंघटनांकरिता आड येताच ती धर्मवेड्या मुसलमानांच्या डोळ्यांत सलू लागली.

त्याचा उघडउघड अर्थ हाच आहे– हिंदूंतील धार्मिक जागृती धर्मवेड्या मुसलमानांना नको आहे. धर्मप्रेम अनिवार का हा सिद्धान्त, ते फक्त आपल्यापुरताच मानतात. मुसलमानांनी हिंदूंना बाटावे तरी त्यांनी हूं की चूं करता काम नये. हजारो वर्षे अस्पृश्य असूनही, हिंदुधर्माला चिकटून राहिलेल्या अस्पृश्यादिकांना बाटणीचा मानभावी प्रश्न मुसलमानांनी काढला की हिंदूंनी नंदीबैलाप्रमाणे त्याला मान डोलाविली पाहिजे; हिंदूंना बाटवून मुसलमान करण्याच्या कामी साम, दाम, दंड, भेद इत्यादी सर्व उपाय अमलात आणण्यास मुसलमानांचा हक्क आहे; इत्यादी कल्पना धर्मवेड्या मुसलमानांत विचाररूपाने वास करीत असल्या पाहिजेत. शुद्धी व संघटन या चळवळी आपले भक्ष्य होऊन जाणार, या भावनेने त्यांच्या तळपायांची आग मस्तकाला पोचली व तिनेच श्रद्धानंदांची आहुती घेतली.

श्रद्धानंदांना धर्मवीरांचे मरण आले. मृत्यूचा प्याला पिऊन ते अमर झाले आहेत. ज्या हिंदुधर्मासाठी त्यांनी आपले जीवन खर्च केले, त्या हिंदुधर्मासाठीच त्यांनी मृत्यूही स्वीकारला. त्यांचे कार्य त्यांच्या पावलावर पाऊल टाकून चालविणे हेच

त्यांचे उत्कृष्ट स्मारक होईल. शुद्धी व संघटन यांच्याकडे डोळेझाक करणाऱ्या हिंदूंचे डोळे श्रद्धानंदांवर उडविण्यात आलेल्या पिस्तुलाच्या आवाजाने उघडतील, तर त्यांच्या दुःखप्रद मृत्यूनेही मोठीच कामगिरी बजावली, असे होईल. हिंदूंना बाटविण्याचे कंकण बांधलेल्या परधर्मीयांचा डोळा अस्पृश्यांवर असताना याकरिता प्रत्येक हिंदूने आपल्या घरात एक तरी अस्पृश्य नोकर ठेवावा व अशा रीतीने अस्पृश्यतेचे उच्चाटन करावे हे श्रद्धानंदांचे कळकळीचे सांगणे असे. त्याची अंमलबजावणी त्यांच्या वियोगाने हळहळणाऱ्या जनतेने अवश्य केली पाहिजे. लंकेत जाऊन वानरांच्या साहाय्याने राक्षसराजाचा पराभव करणाऱ्या रामचंद्रांचा हिंदू 'वा प्राप्स्यासि स्वर्ग जित्वा वा मोक्ष्यसे महीम्' हा पुरुषार्थाचा उपदेश करणाऱ्या गोपाळकृष्णाचा हिंदू, डोंगरातला उंदीर पातशाही सिंहासन कसे कुरतडतो हे दाखविणाऱ्या शिवछत्रपतींचा हिंदू नामर्द, भ्याड, दैववादी, रूढिग्रस्त व संकुचित हृदयाचा असणे शक्य नाही. 'स्वधर्म निधन श्रेयः' ही गीतेची उक्ती सार्थ करून श्रद्धानंदांनी हेच सिद्ध केले आहे व आजच जागृत झालेला हिंदू समाज त्यांचा कृतिरूप संदेश हृत्पटलावर कोरून ठेवील, तरच त्याचा उद्धार होणार आहे.

४ जानेवारी, १९२७

बारावे महाराष्ट्र साहित्य संमेलन

महाराष्ट्र साहित्य संमेलनाचे बारावे अधिवेशन पुणे येथे गेल्या आठवड्यात मोठ्या थाटाने पार पडले. गेल्या बेचाळीस वर्षांच्या अवधीत जी बारा अधिवेशने झाली, त्यांत यंदाचे अधिवेशन अनेक दृष्टींनी अपूर्व झाले, यात शंका नाही. १९०९ सालानंतर या संमेलनाचे प्रतिवार्षिक स्वरूप जे सुटले, ते त्याला फिरून यंदा प्राप्त झाले व पुढे ते कायमचे राहील, अशी आशा वाटू लागली आहे. श्री. श्री. कृ. कोल्हटकर व श्री. न. चिं. केळकर यांच्यासारखे साहित्यसम्राट संमेलनास 'अध्यक्ष' व 'स्वागताध्यक्ष' म्हणून लाभले, हाही अपूर्व योगच होय. संमेलनाचे यंदाचे कार्यही बरेच समाधानकारक झाले असून, त्यात मंजूर झालेले ठराव व करण्यात आलेल्या सूचना विविध; तशा महत्त्वाच्या होत्या.

गेल्या वर्षी पुणे येथे भरलेल्या शारदोपासक संमेलनाचे अध्यक्ष कै. राजवाडे यांनी मराठी भाषेसंबंधाने जे चिंताजनक भविष्य वर्तविले होते, त्याचे अयथार्थत्व यंदाचे ज्योतिर्विद अध्यक्ष श्री. कोल्हटकर यांनी सप्रमाण सिद्ध करून दाखविल्यामुळे मराठी भाषेच्या हिंतचिंतकांच्या मनावरचे एक मोठे दडपण नाहीसे झाले असेल, यात शंका नाही. मराठी भाषा आसन्नमरण झालेली नाही असे आश्वासन देताना, अद्याप तिच्या प्रगतीसाठी अनेकविध व नेटाने प्रयत्न झाले पाहिजेत, हेही तात्यासाहेबांनी स्पष्ट शब्दांत बजाविले आहे.

अध्यक्षांच्या भाषणातील या आश्वासनाव्यतिरिक्त संमेलनातील ठरावावरील चर्चेच्या स्वरूपात अनेक मननीय मुद्दे पुढे आले आहेत. प्रत्यक्ष संमेलनात पसार झालेले अनेक ठरावही अत्यंत महत्त्वाचे आहेत. या ठरावाचे दोन भाग करता येतील. एक भाग अशा ठरावांचा की, ज्यांची अंमलबजावणी करणे परिषदेच्या

अगर तिच्या अभिमान्यांच्या हाती नाही. व दुसरा भाग अशा ठरावांचा की, ज्यांची अंमलबजावणी परिषद व तिचे अभिमानी साहित्यसेवक मनात आणल्यास करू शकतील. पहिल्या भागातील ठराव केवळ शिफारशींच्या स्वरूपाचे आहेत. ते अमलात आणणे सर्वस्वी सरकार अगर सरकारी संस्था यांच्याच हाती असल्यामुळे त्या बाबतीत आपला मनोदय कळविण्यापलीकडे संमेलनास काही करणे शक्य नाही व म्हणून त्या ठरावाच्या अंमलबजावणीस कालवधी लागला, तरी त्याचा दोष संमेलनाकडे येऊ शकणार नाही. पण दुसरा भाग अशाच ठरावाचा आहे की, ज्यांच्या अंमलबजावणीची जबाबदारी संमेलन व संमेलनाधिकारी, साहित्यसेवक यांच्यावर पडते. ही जबाबदारी पार पाडण्यात मात्र त्यांनी यापुढे सिद्ध झाले पाहिजे. लिपीसुधारणा, जुन्या काव्यांचे संशोधन व संगोपन, अश्लील वाङ्मयास आळा घालणे, चांगल्या ग्रंथाचे पुनर्मुद्रण करणे वगैरे अनेक गोष्टी सरकारच्या मदतीशिवाय पार पाडता येण्यासारख्या आहेत. संमेलनाने यासंबंधाने योग्य ठराव केले आहेतच. पण त्यांची अंमलबजावणीही कसोशीने होणे जरूर आहे.

३१ मे, १९२७

शास्त्रनीती की नीतिशास्त्र?

अकोला येथे भरलेल्या ब्राह्मण परिषदेला उद्देशून पुणे येथील परमहंस प्रज्ञानेश्वर यती यांनी एक पत्र पाठविले होते. समाजातील अस्पृश्यतेची आग विझविताना आपल्या पायाखाली काय जळत आहे, याचाही ब्राह्मण समाजाने विचार करावा, अशी त्यांनी विनंती केली आहे. ब्राह्मणांतही अस्पृश्य वर्ग आहे व तो सकेशा विधवांचा होय, असे परमहंसांनी स्पष्ट उद्‌गार काढले आहेत.

नीतिरक्षणाकरता केशवपन करणे आवश्यक आहे, असे म्हणणाऱ्यांनी केशवपनच एका अननुभवी अनाथ बालिकेला एकांतात नापिताच्या ताब्यात देत असते, हे ध्यानात घ्यावयाला नको काय? प्रत्येक नापित शुक्राचार्यांचा अवतार असण्याचा थोडाच संभव आहे? पापे केसांचा आश्रय करून राहतात ही अवैदिक कल्पना मान्य केली, तरी केशवपनाच्या चामुंडेपुढे विधवांचाच बळी का म्हणून द्यावयाचा? केशवपनाने जर पापे नाहीशी होत असतील, तर वेश्यागृहांच्या द्वाराशी नापितसेना सज्ज ठेवावी लागेल व तिला नेहमीच पुरुषांवरच हल्ला चढविण्याची पाळी येईल! वपनाने आचरण शुद्ध राहते असे म्हणणे म्हणजे, मनुष्यस्वभावाचे आपल्याला केसभर देखील ज्ञान नाही असे दाखविण्यासारखे आहे. वपनाने जर पावित्र्य साधता आले असते, तर हनुमंत-भीष्मांसारख्या ब्रह्मचाऱ्यांचे व रामासारख्या एकपत्नीव्रतस्थाचे गोडवे गाण्याचे कारणच उरले नसते. डोक्याचा गुळगुळीत गोटा केला, की झाला मनुष्य पवित्र!

वरील विचारसरणी आगरकरांसारख्या सुधारकाची नसून संन्यासाश्रम स्वीकारलेल्या परमहंसांची आहे. परमहंस कळवळ्याने म्हणतात, 'बाजारच्या माळणीच्या हातची फुले आपणास चालतात; पण वपन न केलेल्या मुलीने फुलांना शिवलेले चालत

नाही!!! तिने स्नान करून उगाळिलेले गंध देवास चालत नाही!!! यात अपराध तिचा, देवाचा की आमचा?'

परमहंसांनी आतडे पिळवटून काढलेले हे उद्‌गार रूढीच्या ढोलाच्या तालावर नाचत बसणारा हिंदू समाज ऐकून घेईल काय? शकुंतलेला सासरी पाठविताना आपल्यासारख्या तापशाचे मन किती व्याकूळ झाले व गहिवरून गेले हे पाहून कण्व म्हणतो, 'पीड्यन्ते गृहिण: कथं नु तनयाविश्लेष दु:खैर्नवै:' पाळलेल्या मुलीबद्दल जर इतके दु:ख, तर पोटचा गोळा दुसऱ्याच्या पदरात टाकताना हृदय किती व्याकूळ होत असावे बरे? परमहंस प्रज्ञानैश्वर यति संन्यस्त आहेत; यांचे अंत:करण सकेशविधवांची ही स्थिती पाहून जर इतके कळवळून येते, तर लहानपणापासून तळहातावरील फोडाप्रमाणे वागविलेल्या आपल्या मुलीला न्हाव्याच्या वस्तऱ्याच्या हवाली करताना आईबापांस किती त्रास होत असावा!

असाव्यात असे वाटते; पण होत नाहीत असे वस्तुस्थितीवरून म्हणावे लागते. लाडक्या मुलीवर आकाशाची कुऱ्हाड कोसळून ती घरी आली की, तिच्या वाट्याला आईची बाळंतपणे काढण्याचे काम बहुधा येते! 'वसुधैवकुटुंबकवृत्तीचा' धडा मुलीला शिकविण्याचा हा आईबापांचा प्रयत्न अत्यंत गर्ह्य आहे, असे आम्हास वाटते. आम्हाला असे एक उदाहरण माहीत आहे, की वैधव्याच्या डोंगराखाली चुरडून गेलेल्या आपल्या एका मुलीला 'मी बोलावल्याशिवाय माझ्या पुढ्यात येऊ नकोस व आपले तोंड मला दाखवित जाऊ नकोस' असा हुकूम वडिलांनी फर्मावला. पोटच्या गोळ्याला भडभडून येऊन, पोटाशी धरण्यापेक्षा हाडहुड करणारा हा महात्मा त्या वेळी बहुधा एखाद्या दाव्यातले खोटे साक्षीदार पढविण्याच्या पुण्यकार्यात गुंतला असावा. आपल्या विधवा मुलीचे दर्शन त्याला त्या महत्कार्यात अपशकुनासारखे वाटले असावे.

खुद्द आईबापांच्या आडातच प्रेमाच्या पाण्याचा ठणठणाट, तर परक्या पोहऱ्यात त्याचा लवलेश कुठून आढळणार? वेश्यागमनी पुरुषांना पाहून 'ह्य: ह्य:?' करणारे लोक सच्छील सकेशा विधवा पाहून नाके मुरडतात. साठाव्या वर्षी सातवे लग्न करणारा बुड्ढा बैल समाजाचे हे मत ऐकून मान हलवितो. तरुणांची भावनाशील अंत:करणे हा अन्याय नाहीसा करण्याकरता चवताळून जायच्या ऐवजी बाष्कळ बडबडीत आनंद मानतात. ही आमची नीती आणि हा आमचा धर्म!

केशवपन शास्त्रदृष्ट्याही त्याज्य असल्याचे परमहंसांनी दाखविले आहे. तत्संबंधी श्रद्धानंदकार लिहितात, ''परमहंसांनी विधवांचे केशवपन नीतिदृष्ट्याच नव्हे तर शास्त्रदृष्ट्याही कसे त्याज्य आहे हे स्पष्टपणे दाखविले आहे.'' नीतिदृष्ट्याच नव्हे तर शास्त्रदृष्ट्याही! या चार शब्दांत हिंदुसमाजाच्या अध:पतनाचा दारुण इतिहास मूर्तिमंत भरला आहे, असे आम्हाला वाटते. जिथे नीतीची दृष्टी निराळी व शास्त्राची दृष्टी

निराळी होते, तेथेच समाजाच्या संकटांना व अधोगतीला प्रारंभ होतो. 'नीतीचे पद जेथे न ढळे! धर्म होतसे तेथेच स्थिर।।' हा ओजस्वी संदेश सांगणाऱ्या केशवसुतांना हिंदुसमाजाच्या लाचार स्थितीची कारणे पूर्णपणे माहीत होती. आमच्या समाजात शास्त्र नीतीकडे येऊ इच्छित नाही; नीतीलाच शास्त्राकडे गेले पाहिजे. आमच्या समाजात घटस्फोट नाही म्हणून जे पुराणपंडित प्रौढी मिरवीत असतील, त्यांनी शास्त्र व नीती यांच्या या घटस्फोटाकडे अवश्य लक्ष द्यावे.

तसेच पाहू गेले, तर खरे शास्त्र तरी किती लोकांना माहीत आहे? आंधळ्याची माळ चालली आहे व रूढींच्या खड्ड्यात जाऊन पडत आहे. केशवपनाला शास्त्रातच आधार नाही असे परमहंस म्हणतात; पण आजपर्यंत ही गोष्ट 'शास्त्रीय' म्हणूनच जुलमाने अनाथ विधवांवर लादण्यात येत होती. गारुड्याच्या पोतडीप्रमाणे अशा परस्परविरोधी चिजा ज्या शास्त्रांतून निघतात, त्यांच्यावर आंधळेपणाने भरिभार टाकणे, ही गोष्ट कोणत्याही समाजाला भूषणावह नाही.

समाजाची सुखदु:खे हृदयानी पाहावयाची असतात; जीर्ण पोथ्यांतील अर्धवट अर्थ लागणाऱ्या लोकांच्या चष्म्यातून ती दिसत नाहीत. सनातनधर्म व युगाचारधर्म हे अगदी भिन्न आहेत. नीती व रूढी यांच्या झगड्यात रूढीला चिकटून राहणारा इसमच खरा धर्मभ्रष्ट असतो. पण सध्या तर अशा इसमालाच धर्ममार्तंड मानण्याचा प्रघात जारीने सुरू आहे. केशवपनाच्या बाबतीतही असेच झाले आहे. पुण्या-मुंबईसारख्या मोठ्या शहरी या हिडीस रूढींचे बंड बरेचसे मोडले असले, तरी समाजाच्या मनावर व खेडोपाडी अल्पवयी बालिकांच्या देहावरही अद्याप तिचा पगडा आहे यात संशय नाही. माता, पत्नी, भगिनी व कन्या या चार कुलदेवतांची धर्माच्या नावाखाली नाहक विटंबना करणाऱ्या या रूढीविषयी लोकांची उपेक्षा पाहून सुमारे ४० वर्षांपूर्वी 'पण लक्षात कोण घेतो' असे हरिभाऊंनी उद्‌गार काढले. आज तरी दया, नीती, शास्त्र यांचा केशवपन धडधडीत खून करीत आहे, हे समाज लक्षात घेईल काय?

२० डिसेंबर, १९२७

✧

कर्व्यांचा ७१ वा वाढदिवस

Prof. Karve's self-effacement, his single-minded dovotion to duty, his exhaustless energy, his honesty in all circumstances, his faith in the midst of opposition, his irrpossible optimism are a national asset of the first magnitude.

Mahatma Gandhi
(५-४-२८)

उद्या कर्मवीर कर्व्यांचा ७१ वा वाढदिवस आहे. भारतमातांच्या व पर्यायाने भारतमातेच्या उद्धाराकरता तनमनधन वाहणाऱ्या समाजसेवकाचा हा वाढदिवस सर्व ठिकाणी प्रेमादाराने साजरा होईल, यात शंका नाही. महात्मा गांधींनी नुकतेच म्हटल्याप्रमाणे, समाजदेवतेच्या ध्यानात स्वत:ला विसरण्याइतकी उज्ज्वल भक्ती सीताद्रौपदीच्या पातिव्रत्याशीच ज्याची तुलना करता येईल अशी कार्यैकनिष्ठा, संकटाच्या उन्हाळ्यात ही गंगेप्रमाणे ज्याला पूरच येतो असा उत्साह, झंझावातातही अढळ राहणाऱ्या पर्वतासारखा प्रामाणिकपणा शोभणारी अचल श्रद्धा आणि हेमंतातही वठलेल्या वृक्षवेलींना पाणी घालून, वसंतवैभव पाहू इच्छिणाऱ्या मालाकाराचा आशावाद हे कर्व्यांचे प्रमुख गुण म्हणजेच, खरीखुरी राष्ट्रीय संपत्ती होय.

राष्ट्राचा उद्धार कुणामुळे होतो? पै पै साचवून नवकोट नारायण होण्याची महत्त्वाकांक्षा बाळगणाऱ्या मनाकडून तो होतो काय? छे: समुद्राच्या पाण्यापेक्षा पावसाची एखादी सरच पिके पिकवू शकते. राष्ट्राचा उद्धार त्याच्याकरता दरिद्रनारायण होणाऱ्याच्या हातूनच होतो. मोटारींनी राष्ट्राची प्रगती होत नाही; ती समाजसेवेसाठी

पाठीवर ओझे घेऊन कोस कोस केलेल्या पायपिटीनेच होते. न्यायसभांत शब्दाचे मोल मोहरांनी करणाऱ्या वकिली वक्तृत्वाने राष्ट्रातला अंधार नाहीसा होत नाही; मध्यान्हीची भ्रांत असतानाही आपल्या अशिक्षित बंधू-भगिनींना साक्षर करण्याकरिता हसतमुखाने घसा कोरडा करणाऱ्याच्या हातून ते कार्य होत असते.

परोकारापरते पुण्य नाही ही जशी धर्माची सुटसुटीत व्याख्या, त्याप्रमाणे 'जे का रंजले गांजले! त्यासि म्हणे जो आपुले! तोचि साधु ओळखावा! देव तेथेचि जाणावा।।' हीच साधुत्वाची व देवत्वाची व्याख्या होय. या कसोटीला कर्व्यांचे चरित्र लावले, तरी ते बावन्नकशीच ठरते. आज वयाला सत्तर वर्षे झाली असताना हिंदी कुमारिकांचे जीवन शिक्षणासूत्राच्या अभावी शुष्क होऊ नये, हिंदी सुवासिनींचे जीवन समाजाला भारभूत होऊ नये व हिंदी विधवांचे जीवन त्यांना जड व राष्ट्राला निरुपयोगी होऊ नये म्हणून वर्षभर कार्याच्या प्रचाराकरता प्रवास करणाऱ्या कर्व्यांची मूर्ती कोणाला स्फूर्ती देणार नाही? चळवळीचे सामर्थ्य, तळमळीचे बळ, कळकळीचे फळ या सर्वांची मूर्तिमंत साक्ष म्हणजे; हिंगणे येथील आश्रम, पाठशाला व विद्यालय ही होत. कर्व्यांच्या ७१व्या वाढदिवाच्या या शुभप्रसंगी त्यांना भरपूर आयुरारोग्य व त्यांच्या देशबांधवांना या सत्कार्याला साहाय्य करण्याची सदिच्छा भगवंताने द्यावी, एवढीच आमची नम्र विनंती आहे.

१७ एप्रिल, १९२८

✧

कै. बाळकृष्ण अनंत भिडे

महाराष्ट्रातील नामांकित टीकाकार, पंडित कवी, व जुन्या कवींचे मार्मिक व रसिक अभ्यासक श्री. बा. अ. भिडे यांना ता. २ मे रोजी मुरुड येथे देवाज्ञा झाली हे ऐकून प्रत्येक भाषाभक्ताला अत्यंत वाईट वाटेल, यात संशय नाही. श्री. भिडे यांनी वयाच्या चोविसाव्या वर्षी विश्वविद्यालयाची पदवी घेऊन, सरस्वतीची द्विविध सेवा– शिक्षक व लेखक या नात्यांनी– करावयाला सुरुवात केली व गेली ३०-३१ वर्षे ती जितक्या परिश्रमाने तितक्याच हौसेने केली.

तरुणपणात ज्याला कविता करण्याची हुक्की आली नाही व धंद्याचा जम बसेपर्यंत ज्याला लेखक व्हावेसे वाटले नाही, असा सुशिक्षित मनुष्य सहसा सापडणार नाही. तेरड्याचे रंग तीन दिवस या न्यायाचीच या लेखकांची सरस्वतीवरील भक्ती असते. दुसरे काही लोक संपत्ती अगर कीर्ती यांच्या आमिषांनी सरस्वतीची सेवा करण्याचा प्रयत्न करतात. पण सरस्वतीचे लक्ष्मीशी जन्मत:च वैर असल्यामुळे व लहरी कीर्तीची मनधरणी करण्याची सरस्वतीची इच्छा नसल्यामुळे बिचारे शेवटी निराश होऊन लेखणीला रामराम ठोकतात. लेखक म्हणून पुढे येणाऱ्या लोकांपैकी निम्मेशिम्मे याच दोन वर्गांत पडतात. बाकी उरलेल्यांत लोकगंगेच्या प्रवाहात वाहून जाणारे, गरज तसा पुरवठा म्हणून साहित्याचा चिवडा करून तो विकणारे, वगैरे अनेक जाती असतातच. ज्या लेखनापासून कपर्दिकही मिळण्याची शक्यता नाही, कीर्तीच्याही दृष्टीने जे लेखन फारसे उपकारक नाही ते निव्वळ हौसेसाठी, कर्तव्य म्हणून निरपेक्षपणाने व जिवाभावाने करणारे लेखक केव्हाही हाताच्या बोटांवर मोजता येण्याजोगे थोडेच असतात. श्री. बा. अ. भिडे हे असे निरपेक्ष, कर्तव्यदक्ष साहित्यसेवक होते, यात मुळीच संशय नाही.

श्री. भिडे यांनी 'खेळगडी' व 'काव्यसंग्रह' या मासिकांच्या संपादकांचे काम अनेक वर्षे केले. सरस्वतीमंदिर, मनोरंजन, नवयुग, विविधज्ञानविस्तार, रत्नाकर, महाराष्ट्र साहित्य वगैरे मासिकांतून त्यांच्या कविता व लेख प्रसिद्ध झालेले आहेत. फुलांचे झेले, शोकक्षोभ, अन्योक्तिविलास वगैरे त्यांची काव्यपुस्तके मागील पिढीला सुपरिचित आहेत. वामन पंडित, तुकाराम, मुक्तेश्वर या कवींवरील त्यांचे चर्चात्मक निबंध चांगले उतरले आहेत. एकनाथी भागवत व केकावली हे ग्रंथ त्यांनी संपादिले असून, त्यांची सार्थ ज्ञानेश्वरी तर अलीकडेच प्रसिद्ध झाली आहे. त्यांच्या या लेखनविस्तारावरून रसिकता, विद्वत्ता वगैरे गुण जितके प्रत्ययाला येतात, तितकेच दीर्घ व्यासंग, एकनिष्ठता वगैरे गुणही प्रमुखत्वाने उठून दिसतात. साधूला ईश्वरचिंतनाशिवाय ज्याप्रमाणे दुसरे काही सुचत नाही, त्याप्रमाणे सरस्वतीच्या पूजनाखेरीज दुसरे काहीही न सुचणारे जे कित्येक वाङ्मयभक्त असतात, त्यांत श्री. भिड्यांची नि:संशय गणना होते.

श्री. भिडे यांचे काव्य एकंदरीत पंडिती थाटाचे आहे. त्यात भाषाप्रभुत्व आहे; पण भावनेचे विपुलत्व नाही. पंडितीकाव्य गृहिणी नसलेल्या संपन्न गृहासारखे असते. श्री. भिडे यांच्या काव्याच्या भाषेत तडक व गांभीर्य हे गुण आहेत. 'विदुलापुत्रानुशासन' वगैरे त्यांची काव्ये या दृष्टीने वाचनीय आहेत. पण कोमल भावनांचा आत्मा तद्नुरूप शब्दशरीरात घालणे त्यांना फारसे साधत नसे. 'Soldier's dream', 'On the receipt of my mother's picture' वगैरे इंग्रजी कवितांची त्यांनी केलेली भाषांतरे बोजड व कृत्रिम वाटतात. मोरोपंत, वामन वगैरेंच्या अभ्यासामुळे असो अगर त्यांच्या कवितेची जडण जुनी म्हणून असो; 'वंशी नाद नटी, तिला कटितटि ठेवोनि पोटीपटी' या मसाल्याची अनुप्रासप्रचुर रचना त्यांच्या काव्यात आढळते. 'हिंदू मिशनरी'स वगैरे त्यांच्या कविता ही गोष्ट स्पष्टपणे दाखवितात. त्यांनी लिहिलेली कविता त्यांच्या रसिकांची व पांडित्याची निदर्शक आहे, एवढेच तिच्याविषयी म्हणता येईल.

पण श्री. कृ. कोल्हटकर व न. चिं. केळकर यांच्याप्रमाणे, भिड्यांचीही कीर्ती कवित्वावर मुळीच अवलंबून नाही. एखाद्या तलवारबहाद्दराला गाण्याचे थोडेसे अंग असते व त्यामुळे त्याला आपली आणि इतरांची थोडा वेळ करमणूक करता येते, त्यातलाच हा प्रकार. भिड्यांच्या लेखनाचा मुख्य विशेष म्हणजे, त्यांच्या टीका होत. दहाबारा वर्षांत तर 'टीकाकार' या नात्याने यांचेच नाव प्रथमत: डोळ्यांपुढे येत असे. 'विश्वमंगल'सारखे नाटक अगर 'ललितकलांच्या मीमांसे'सारखे निबंध यांच्यावरही त्यांनी परीक्षणे लिहिली असली, तरी कुशाग्र बुद्धी, सडेतोड विचारसरणी, रोखठोक विवेचन, ठसकेदार भाषा, इत्यादी त्यांच्या अंगच्या सर्व गुणांचे दर्शन काव्य अगर काव्यचर्चा यांवरील पुस्तकांच्या टीकांतच होते. 'आधुनिक कविपंचक', 'सुधारक', 'उषा', 'काव्यचर्चा', 'मयूर काव्य विवेचन' वगैरे त्यांची परीक्षणे होतकरू टीकाकारांनी

पुन:पुन्हा वाचावीत, अशीच आहेत. टीका म्हणजे ग्रंथवृक्षावर वाढलेले बांडगूळ अगर त्याच्या मुळावर घालायची कुऱ्हाड नव्हे, तर त्याला लागलेली कीड काढून टाकून त्याचे सौंदर्य वाढविणारी माळ्याची प्रेमळ शक्ती असेच त्यांच्या टीकांवरून वाटते.

केळकर-कोल्हटकरांदि विद्वानांनी मराठी काव्याविषयी थोडेफार लिहिले आहे. पण भिड्यांचे व्यापक, खोल व नि:पक्षपाती विवेचन अद्यापि कुणीही केले नाही. भिड्यांच्या पिढीतील स्थावर पंडितांना मराठी कवितेची नवीनवी रूपांतरे भ्रष्टाचाराप्रमाणे वाटली. खऱ्या पुढाऱ्याप्रमाणे, खऱ्या रसिकांचेही मन व्यापक असते. या व्यापकपणाच्या जोरावरच जुन्या कवितेच्या छायेखाली वाढूनही, भिडे नव्या कवितेचे उत्तम गुणग्रहण करू शकले. नव्या कवितेतील दोषांवर त्यांनी जितक्या नि:पक्षपातीपणाने चाबकाचे तडाके उडविले, तितक्याच नि:पक्षपातीपणाने तिच्या गुणांचे वर्णन करताना स्तुतिरूपी अमृतही तिच्यापुढे ठेवले. त्यांचा टीकालेख कायम ठशाचा, गुळमुळीत, 'रामाय स्वस्ति अगर रावणाय स्वस्ति' अशा प्रकारचा कधीही नसे. विचाराला चालना मिळेल, वादग्रस्त प्रश्नावर प्रकाश पडेल, कवीने अगर लेखकाने भावनेच्या भरात ज्या चित्राची एक बाजू दाखविली असेल, त्या चित्राची दुसरी बाजू वाचकांना दिसेल, अशाच प्रकारे ते आपल्या लेखांची मांडणी करीत. सामाजिक गोष्टींप्रमाणे वाङ्मयातही रूढींचे प्राबल्य फार असते. पण, भिडे यांनी रूढीच्या कसोटीपेक्षा स्वतंत्र बुद्धीची कसोटी अधिक मानल्याचे त्यांच्या अनेक लेखांवरून सिद्ध होईल. मराठीत नाव घेण्याजोगे टीका वाङ्मय फारसे नाही. पण जे काही आहे, त्यात श्री. भिडे यांनी आपल्या लेखनाने चांगलीच भर घातली आहे. टीकेने विषय व विचार यांच्या दृष्टीने ग्रंथातील न्यूने भरून काढली पाहिजेत, हे तत्त्व त्यांच्याच टीकांमुळे मराठीत दृढमूल होईल, असे आम्हाला वाटते.

जुन्या पिढीतील मार्गदर्शक होण्याला पात्र असा कोकणचा एकमेव लेखक गेल्यामुळे मराठी भाषेहूनही कोकणाचे जास्त नुकसान झाले आहे. टीका व तत्सम निबंध या क्षेत्रातच आपले कार्य आहे हे ओळखून, त्यात निरपेक्षपणाने, एकनिष्ठेने व अविरत व्यासंगाने भिडे झटले. त्यांचे हे उदाहरण डोळ्यांपुढे ठेवून कोकणातील होतकरू लेखक साहित्यसेवा करतील, तरच त्यांच्या मृत्यूने झालेले नुकसान अल्पांशाने तरी भरून येण्याचा संभव आहे. प्रस्तावना, अध्यक्षस्थाने, परीक्षकाच्या जागा वगैरे मिरासदारीचे मान जरी भिड्यांना त्यांच्या योग्यतेच्या मानाने मिळाले नसले, तरी १९०० ते १९३० या कालाचा मराठी भाषेचा इतिहास त्यांचा नामोल्लेख आदरपूर्वक केल्यावाचून राहणार नाही. मालवण येथे स्थापन झालेले 'शारदोपासक मंडळ' व कोकणातील इतर वाङ्मयसंस्था एकमताने त्यांच्या निवडक टीकांचे एखादे पुस्तक काढतील, तर भिड्यांचे चांगले 'वाङ्मयस्मारक' होऊन मराठी टीकात्मक साहित्यात एका उत्तम पुस्तकाची भर पडेल.

१४ मे, १९२९

✧

राष्ट्रदेवाची पूजा

नद्यांनी आपला जलसंचय समुद्राला समर्पण केला नाही, तर पुढच्या पावसाळ्यात त्यांनाच पाणी मिळणार नाही. व्यक्ती व राष्ट्र यांचा असाच संबंध आहे. म. गांधी अर्धवस्त्रावर राहत असले, तरी परदेशी कपड्यांनी नखशिखांत नटणारे लोक आपल्या देशात लाखांनी आहेत, ही लज्जास्पद गोष्ट आहे. कायदेभंगाचे अग्निकुंड प्रज्वलित झालेले असतानाही, बर्फाप्रमाणे थंड असणाऱ्या या लोकांची विचारसरणी (या लोकांना विचार करता येतो असे मानणे, म्हणजे शिमग्यातील सोंगे नाट्यकलाप्रवीण असतात, असे म्हणण्यासारखे आहे) सर्वस्वी आंधळी असते. गांधीजी तुरुंगात जावोत नाही तर तडजोडीसाठी दिल्लीच्या राजवाड्यात जावोत, भल्याबुऱ्या उपायांनी आपल्या घरी येणारा पैशाचा प्रवाह व त्यावर अवलंबून असणारी आपली चैन यांना खंड पडला नाही म्हणजे ह्या युद्धपराङ्मुखाचे घोडे गंगेत न्हाले म्हणून समजावे.

अशा जीवनात ज्यांना सुख होत असेल, त्यांची समजूत प्रत्यक्ष ब्रह्मदेवही घालू शकणार नाही. पण परोपकार हे सर्व धर्माचे सार समजणाऱ्या भिकाऱ्यालाही दारावरून विन्मुख परत न लावणाऱ्या आणि शरीरसुखापेक्षा आत्मसुख मोठे या तत्त्वज्ञानावर विश्वास ठेवणाऱ्या भारतखंडात भौगैकदृष्टी लोकांचाच भरणा आहे, असे आम्हाला वाटत नाही. देशासाठी ज्यांचे मन तळमळते व शरीर तडफडते, आपल्या हातून काही तरी राष्ट्रसेवा व्हावी असे ज्यांना वाटते, असे लक्षावधी लोक आपल्या देशामध्ये असतील. पण, परिस्थितीच्या पिंजऱ्यात कोंडल्यामुळे त्यांची ही तडफड जागच्या जागीच शांत होते. अकारण निघून जाणाऱ्या तळमळीच्या वाफेचा योग्य मार्गाने उपयोग होईल तर–

पण, हा उपयोग कसा करावयाचा हेच कळत नाही. आगरकर, टिळक, दास,

यांच्यासारखे शिवाजी देशात होऊन गेले व गांधी-नेहरूंसारखे देवदयेने आजही मार्गदर्शक म्हणून आपल्याला लाभले आहेत. शिवाजी दिसत आहे; पण मावळ्यांचाच पत्ता नाही – असा देखावा अद्यापिही दृष्टीला पडत आहे. देवळाच्या कळसाला लागणारे सोने मुबलक मिळावे आणि पाया भरायला लागणारे दगड मात्र विपुल मिळू नयेत, ही केवढी दुःखाची गोष्ट आहे! महात्मा गांधी व त्यांचे अनुयायी राष्ट्रदेवाच्या चरणी जीवितपुष्प वाहायला तयार झाले असताना, फूल ना फुलाची पाकळी तरी आपण पूजेला देऊ असा निश्चय सामान्य लोकांनी करावयाला नको काय?

सोन्याच्या लंकेची राखरांगोळी झाली, तरी कुंभकर्ण घोरतच पडला होता असे पुराणांतरी वर्णन आहे. हिंदुस्थानातील सुशिक्षित समाज तरी दुसरे काय करीत आहे? आपल्या कपाळावरील गुलामगिरीचा शाप पुसून काढण्याकरता ज्यांचे बाहू स्फुरण पावत नाही, अर्धपोटी राबणाऱ्यांनी राबता राबता मरून जाणाऱ्या शेतकरी, मजूर वगैरे लोकांच्या डोळ्यांतील आशा पाहून ज्यांचे रक्त त्वेषाने उसळत नाही, अशी उद्योगधंद्यांची उपासमार पाहून ज्यांच्या डोक्यात विचारांचा डोंब उसळत नाही, त्यांच्या शिक्षणाची किंमत पोपटपंचीपेक्षा अधिक नाही. नंदीबैलाप्रमाणे सिंहाच्या अंगावर शृंगार नसला, तरी स्वतःच्या पोटासाठी त्याला धन्यापुढे तोंड वेंगाडावे लागत नाही.

महात्माजींचा कायदेभंगाचा कार्यक्रम ज्यांना पसंत नसेल अगर परिस्थिती वा मनःस्थिती यांच्यामुळे त्या मार्गाने जाणे ज्यांना शक्य नसेल, त्यांना कितीतरी महत्त्वाची कार्ये करता येण्यासारखी आहेत. इच्छा असली म्हणजे मार्ग मिळतो– ही उक्ती राष्ट्रकार्यातही सदैव सत्यच असते. खुद्द महात्माजींनाही युद्ध सुरू झाले म्हणून काही सर्वांनाच सैनिक होता येत नाही ही गोष्ट पक्की ठाऊक आहे व त्यांनी इतर लोकांना परदेशी कापडावरील बहिष्कार, मद्यपानबंदी वगैरे अनेक कामे सुचविली आहेत.

'एकनूर आदमी और दसनूर कपडा' ही म्हण व्यक्तीपेक्षाही इंग्रज राष्ट्राच्या बाबतीत खरी आहे. इंग्लंडच्या व्यापाराचा डोलारा मुख्यतः कापडावरच उभारला आहे. लँकेशायरचा एक तुकडाही हिंदुस्थानात खपत नाही अशी स्थिती येऊ द्या, की अस्मान ठेंगणे झालेले ब्रिटिश सरकार उद्या साष्टांग नमस्कार घालायला तयार होईल. मनुष्याचे नाक दिसते लहान; पण ते दाबले की त्याच्या नाड्या आवळतात. व्यापार हे इंग्लंडचे नाक आहे, ही खूणगाठ बांधून हिंदुस्थानचे लोक वागू लागतील तर विनंत्या, अर्ज, वाटोळी अगर चौकोनी टेबलांच्या सभा आणि त्याच मासल्याचे इतर उपाय एका शतकात जेवढा बदल घडवून आणू शकणार नाही, तेवढा एका वर्षात होईल.

गुलामगिरीच्या कल्पनेने ज्याच्या अंगाची लाही होत असेल, तो परदेशी

कापड्यांना स्पर्शही करावयालादेखील तयार होणार नाही. परदेशी कापड तलम असते; पण देशी कापड स्वस्त असते, परदेशी कापड सुंदर असते वगैरे अनेक गोष्टी खऱ्या

(अपूर्ण)

८ एप्रिल, १९३०

शृंखलांचे स्वागत

आज हजारो हिंदी लोक मिठाचा कायदा मोडीत आहेत. ज्यांच्या आयुष्यवेलीवर फुले नुकतीच उमलू लागली आहेत असे तरुण, अस्ताचलाच्या शिखरावर गेल्यामुळे सौम्य दिसणाऱ्या सूर्याप्रमाणे शांत असलेले वृद्ध, गृहाला नंदनवनाचे रूप आणणाऱ्या तरुणी किंबहुना, जग म्हणजे काय आहे याची ज्याला कल्पनाही नाही, असे अल्लड विद्यार्थी कायदेभंगाच्या होमकुंडात आनंदाने उड्या घेत आहेत. 'हा मी मिठाचा कायदा मोडला' असे म्हणत हजारो लोकांनी मीठ गोळा करावे व पुढारी हीच जागृतिवृक्षाची पाळेमुळे असतात हे ध्यानात आणून, सर्वांना न पकडता पुढाऱ्यांनाच सरकारने अटक करावी, असा देखावा आज चोहीकडे दिसत आहे.

तुरुंग म्हणजे काही राजवाडा नव्हे; बेड्या म्हणजे फुलांच्या माळा नव्हेत, सक्तमजुरी म्हणजे सुळावरले विष आहे. असे असताही, हजारो हिंदी पाय आज आनंदाने तुरुंगाची वाट धरीत आहेत, हजारो हिंदी हात 'घाला, आम्हाला बेड्या घाला' म्हणून नोकरशाहीच्या हस्तकांपुढे भरतीच्या लाटांप्रमाणे भराभर पुढे होत आहेत; हजारो माणसे हसतमुखाने तुरुंगातल्या कदन्नाचा स्वीकार करावयाला तयार झाली आहेत.

विषावर उतारा विषाचा द्यावा लागतो. तुरुंगावरही तुरुंग हेच रामबाण औषध, सर्व राष्ट्र गुलामगिरीच्या तुरुंगात अडकून पडले आहे; कैद्याप्रमाणे कदन्नावर जगण्याची सर्वांना पाळी आली आहे. अशा स्थितीत हा मोठा तुरुंग फोडण्याकरता तळमळणारी अंत:करणे छोट्या तुरुंगात प्रवेश करीत आहेत. गगनचुंबी वृक्ष होणाऱ्या बीजालाही प्रथमत: जसे स्वत:ला मातीत पुरून घ्यावे लागते, त्याप्रमाणे हा आत्मत्याग हिंदी देशभक्त आचरणात आणीत आहेत.

सुमारे अडीच हजार वर्षांपूर्वी मध्यरात्री एक तरुण राजपुत्र निद्रेच्या पाशात बद्ध असलेल्या आपल्या सुंदर पत्नीला व लाडक्या पुत्राला सोडून राजवाड्याबाहेर पडला. त्याला काय कमी होते म्हणून त्याने पुष्पमय राजवाडा सोडून कंटकपूर्ण वनाची वाट धरली? रात्रीच्या प्रशांत एकांतात सुखपूर्ण संसारावर पाणी सोडून अरण्याकडे जाणाऱ्या त्या राजपुत्राचा हेतू काय असावा हे न कळल्यामुळे, आकाशातील तारकादेखील आश्चर्यचकित झाल्या असतील. पुढे त्यांना कळून आले, की गरिबांकरिता, अनाथ-अपंगांकरता, रंजलेल्या-गांजलेल्यांचा उद्धार व्हावा म्हणून तो राजपुत्र संन्यासी झाला होता.

आजच्या आत्मत्यागी वीरांची वृत्तीही बुद्धदेवासारखीच आहे. कोट्यवधी हिंदी लोकांच्या पोटात भडकलेली आग विझविण्यासाठी रक्ताचे पाणी करीत आहेत. सामान्य जनतेच्या रक्षणाकरिता ते स्वतःचे बलिदान करीत आहेत. जुलमी कायद्याच्या चरख्यात पिळून काढून घ्यावयाला आम्ही यापुढे तयार नाही, हे ते आपल्या कृतीने लोकांना बजावीत आहेत. स्वातंत्र्यदेवतेच्या पूजेकरता आपल्या प्राणांची फुले आनंदाने वाहण्याची वीरवृत्ती ते देशात निर्माण करीत आहेत. पाशवी सत्तेचे जूं दूर फेकून देण्याचे, जे सत्य असेल व स्वातंत्र्यदेवीला आवडण्यासारखे असेल तेच करावयाचे धडे आज हे स्वार्थत्यागी वीर हिंदी राष्ट्राला देत आहेत. हे धडे राष्ट्राने मनापासून गिरविले, तर कायदेभंग करणाऱ्यांच्या पायांतील शृंखलाच देशाच्या पायांतील शृंखला तोडून टाकतात, हा इतिहाससिद्ध अनुभव हिंदुस्थानालाही येईल.

२२ एप्रिल, १९३०

तन नाही तर धन तरी द्या

मनुष्याच्या सर्व आशा एका त्रिकोणात साठलेल्या असतात. धन, तन व मन या त्या त्रिकोणाच्या तीन बाजू होत. कोणतेही महत्कार्य सिद्धीला जाण्याला या तिन्ही गोष्टी मनुष्याने त्या कार्याला अर्पण केल्या पाहिजेत. सावंतवाडीहून अवघ्या पंधरा मैलांवर असलेल्या शिरोडे गावी मिठाचा कायदेभंग करण्याची जी मोहीम चालली आहे, तिची गणना निःसंशय महत्तम कार्यातच होईल. आमची खात्री आहे की, ज्या अफाट सागराची शिरोडे येथील चळवळ ही एक होडी आहे, त्या सागराला आपल्या उरावर थै थै नाचणारी पारतंत्र्याची नौका फोडून टाकण्याइतके क्षुब्ध स्वरूप यावे, अशी प्रत्येक विचारवंतांची इच्छा असली पाहिजे. शिरोडे येथील कायदेभंगाच्या चळवळीला अशा रीतीने अनेकांनी मन दिलेच असेल. पण प्रसंगच बाका आहे की, या वेळी भाववाचकनामाची दाने करून काम होणार नाही. सामान्यनामे अगर पदार्थवाचकनामे यांचीही भाववाचकनामांइतकीच देशाला जरुरी आहे.

कायदेभंगाने कोणत्या गोष्टी साध्य होतील, हे भावी काळच सांगू शकेल. मात्र, लोकांच्या स्वाभिमानावर साचलेली राख उडवून लावण्याचे व देशासाठी हालकष्ट सोसण्याचे कंकण खेडवळांच्याही हातात बांधण्याचे अतिशय महत्त्वाचे कार्य या चळवळीकडून होत आहे. कायदेभंग हा अगस्ती ऋषी आहे. सामान्य लोकांना भयंकर वाटणारा परवशतेचा सागर तो हां हां म्हणता पिऊन टाकतो, अशी इतिहासाची शिकवण आहे.

कायदे लोकांसाठी असतात. लोक काही कायद्यासाठी नसतात. अर्थात, लोकसमूहाला जे कायदे जाचक होत असतील, ते मोडून टाकण्याचा पूर्ण अधिकार आहे. लोकांच्या मऊपणाचा फायदा घेऊन भलभलते कायदे सरकार जर त्यांच्या

माथी मारू लागले, तर त्यांनी त्यांच्यापुढे कधीही मान वाकविता कामा नये. हिंदुस्थानने आत्तापर्यंत अन्यायमूलक कायद्यांचे जोखड मानेवर वाहिले खरे; पण शिरोड्यासारख्या खेडेवजा गावी येऊन पोचलेले कायदेभंगाचे लोण सर्वांना स्पष्ट बजावून सांगत आहे की, हिंदुस्थानचे आता डोळे उघडले आहेत, मान ताठ केली आहे, छाती संकटांचे घाव घेण्याकरता पुढे करावयाला तो तयार आहे. दुसऱ्याच्या गुलामगिरीत खितपत पडायला यापुढे तो तयार नाही. ''स्वातंत्र्य– स्वातंत्र्य हाच आमचा जन्मसिद्ध हक्क आहे व तो मिळवताना आलेला मृत्यू राजपदापेक्षाही वैभवशाली आहे.'' ही उदात्त शिकवण कायदेभंग करून आणलेल्या मिठाचा शुभ्र कणन्‌कण आज जनतेला देत आहे.

पारतंत्र्याचा पर्वत मातीला मिळविण्याकरता निघालेल्या या देशबांधवांना सावंतवाडी संस्थान काहीच मदत करणार नाही काय? नुसत्या वर्तमानपत्रांतल्या बातम्या वाचून ''अरेरे'', ''वा!'' असे उद्‌गार काढले म्हणजे सुशिक्षितांचे कर्तव्य संपले काय? बांबुळीचे श्री. पंडित व सावंतवाडीचे काही सत्याग्रही शिरोडे येथे प्रत्यक्ष कायदेभंगात भाग घेत आहेत. तेवढे कार्य-तन वाहण्याचे कार्य प्रत्येकाला करता आले नाही, तरी द्रव्याचे साहाय्य करून हा राष्ट्रीय यज्ञ यथासांग पार पडेल एवढे

(अपूर्ण)

२९ एप्रिल, १९३०

परिचयाची परडी

पुष्प १

धर्ममीमांसा

लेखांक १

वाचकांना परिचय करून देण्याकरता घेतलेल्या विस्तृत निबंधवजा पुस्तकाचे नाव अनेकांनी ऐकलेही नसेल. अर्थात, हा परिचय खराखुरा आहे. तोंडओळख असलेला मनुष्य काही ओळख पटविण्यासाठी दुसऱ्याची चिठ्ठी घेऊन जात नाही. पण, उभ्या जन्मात दुसऱ्याचे तोंड आपण पाहिले नाही किंवा जो काळा आहे की गोरा आहे याची आपणाला कल्पनाही नाही, त्याच्याकडे जाताना मध्यस्थाचे पत्र घेऊन जाणे हा शिष्टाचार आहे. कालमाहात्म्यामुळे बिचाऱ्या 'धर्ममीमांसे'लाही या शिष्टाचारापुढे मान वाकवावी लागते आहे. म्हटलेच आहे नाही! 'आचारः प्रभवो धर्म!' 'धर्ममीमांसा' हा निबंध किंवा त्याच्यासारखा प्रबंध अगर पुस्तके यांची स्थिती कवीने वर्णन केल्याप्रमाणे, वन्यपुष्पाप्रमाणे अगर सागराच्या तळाशी पडलेल्या रत्नासारखी का होते याचे कारण उघड आहे. विनोदाच्या नावाखाली पांचटपणाचे प्रदर्शन करणाऱ्या पत्रांच्या सचित्र व विचित्र अंकांवर जोपर्यंत हजारो वाचकांच्या उड्या पडत आहेत, तोपर्यंत 'नीतिशास्त्रप्रवेश', 'भारतीय ज्योतिर्गणित' अगर 'धर्मविषयक निबंध' यांना पुस्तकविक्रेत्यांच्या कपाटात कुंभकर्णी झोप घ्यायला कोणीही काडीची हरकत घेणार नाही. मराठी वाचकांचे क्षेत्र वाढले असले, तरी सदभिरुचीची पाळेमुळे त्यात अद्याप दूरवर पसरलेली नाहीत, असे मोठ्या खेदाने म्हणावे लागते.

'धर्ममीमांसा' हा निबंध कोलथे (जि. रत्नागिरी) येथील विद्याभूषण तांबेशास्त्री यांनी लिहिला असून त्याची पृष्ठे ६४ व किंमत ६ आणे आहे. पुस्तकातील

विचारसरणी सडेतोड असून तोंडपाटीलकी करणारे सुधारक, 'वरुनि धुपट सोवळे' असणारे बकध्यानी कर्मठ, व दिवसा मशाली लावून पालखीतून जाणारे; पण धर्माच्या बाबतीत निजलेले आळशी आचार्य या सर्वांचा परामर्श तिने निर्भीडपणे घेतलेला आहे. १) धर्माची उत्पत्ती व व्याख्या २) धर्माच्या शाखा म्हणजे त्याचा विस्तार ३) धर्माचे शुद्ध स्वरूप व विकृत स्वरूप ४) सांप्रतकाळी लोकांची असलेली धर्मकल्पना ५) आमचे धर्माधिकारी व त्यांचे खरे कर्तव्य – अशा पाच प्रकरणांत हिंदुधर्माच्या भूत, भविष्य वर्तमानाविषयी कळकळीचे विचार निबंधकारांनी प्रगट केले आहेत. एका तपापूर्वी जे विचार सुधारकी गणले गेले असते, ते प्राज्ञपाठशाळेचे दिवेकरशास्त्री अगर कोलथ्याचे तांबेशास्त्री यांच्या लेखणीतून उतरत आहेत, हे देशाचे सुदैव होय. शास्त्रीमंडळींची 'घन' मते परिस्थितीच्या आचीने का होईना, 'द्रव' बनू लागली आहेत यात संशय नाही. जुन्याच्या सोन्यातही कालांतराने हीण वाढतो व त्याला अग्निदिव्य करावे लागते, ही विचारसरणी सर्वांच्या अंगवळणी पडणे अशक्य आहे. हिंदुधर्माच्या क्षेत्रात नवी लागवड करावयाची आहे अशातला भाग नाही; पण मूळ पिकाला खाऊन टाकणारे तण माजले आहे, तेच नाहीसे करावयाचे आहे. 'धर्ममीमांसेने' यथामती व यथाशक्ती हा प्रयत्न केला आहे.

४ नोव्हेंबर, १९२४

पुष्प १

धर्माच्या उपपत्ती व व्याख्या

लेखांक २

या प्रकरणात निबंधकारांनी 'धर्म' ईश्वराने निर्माण केला, असल्या कायम ठशाच्या कल्पनांना कवटाळून न बसता, तर्कशुद्ध विचारसरणीचा अवलंब केला आहे. 'धर्म' आचारप्रभव म्हणजे आचारापासून उत्पन्न झाला. व धर्मशास्त्रही आचारामुळेच उत्पन्न झाले. (पृ.८) ही गोष्ट सत्य आहे. पण समाजाच्या बाल्यावस्थेत कोणतेही जे आचार रूढ होतात, ते तत्कालीन सुसंस्कृत मनाला तरी पटलेले असतात, हे विसरता येणार नाही. "लेखणीच्या फटकाऱ्यासरशी स्मृतिकारांनी अगर राजपुरुषांनी विशिष्ट नियम अमलात आणले, असे कोणीच म्हणणार नाही. तथापि, धर्मशास्त्र हे मनुष्यकृत आहे, त्याअर्थी ते प्रसंगानुसार बदलण्याचा हक्क मनुष्यास असला पाहिजे, हे मत चुकीचे आहे. धर्मशास्त्र हे मूळचे मनुष्यकृत असले, तरी ते आता ईश्वरकृत झाले आहे. म्हणून ते बदलणे अगर त्यात फरक करणे हे आता मनुष्याचे अधिकारात नाही." (पृ.२१) ही वाक्ये लिहिताना धर्मविषयक रूढ व मूढ कल्पनांची छाप शास्त्रीबोवांवर पडलेली दिसते. मनुष्यकृत धर्मशास्त्र यंत्रतंत्राने छां-छूने अगर जादूटोण्याने ईश्वरकृत झाले, हे शास्त्रीबोवांच्या लेखणीला तरी माहीत असेल की नाही याची शंका आहे. 'नर करणी करे तो नरका नारायण हो जाय' हे धर्मशास्त्राच्या बाबतीतही अनुभवास येते की काय व असल्यास धर्मशास्त्राने अशी 'करणी' केव्हा व कोणती केली? वृद्धास्ते न विचारणीयचरिता:, हा न्याय धर्मशास्त्राला लागू करायचा किंवा काय? मनुष्यप्राणी समाज करून राहू लागल्यापासून ठरावीक शतके धर्मशास्त्र मनुष्यकृत म्हणजे सुधारणेला पात्र व नंतर ते देवकलेला पोचलेले

समजायचे हा कुठला न्याय? धर्मशास्त्राला अमक्या वेळी पेन्शन मिळाले हे कोण ठरविणार! बी.ए.ची पदवी मिळाली, की पुस्तकांची रजा घेणाऱ्या विद्यार्थ्यांप्रमाणे धर्मशास्त्रानेही मानवी साहाय्याला व सुधारणेला रामराम ठोकण्याचे कारण काय? 'स्वातंत्र्य हा धर्माचा आत्मा आहे,' ही गर्जना एकीकडे करावी (पृ.६) व धर्मशास्त्र बदलणे व त्यात फरक करणे हे मनुष्याचे अधिकारात नाही; तो अधिकार ईश्वराचा आहे, (पृ.२१) हे तुणतुणे दुसरीकडे वाजवायचे! कुठे गज आणि कुठे रज! आपल्या या कोलांटी उडीचे समर्थन करण्याकरिता शास्त्रीबोवांनी दिलेला दृष्टान्तही त्यांच्यावरच उलटणारा आहे. कोणताही कायदा पास होण्यापूर्वी त्याला काडीची किंमत नसते; पण नंतर तो कायदा मसुदा तयार करणाऱ्या आपल्या पित्यावरही हक्क गाजवितो; धर्मशास्त्रालाही हाच नियम लागू आहे, असे शास्त्रीबोवांचे म्हणणे आहे. आम्हाला ते अक्षरश: संमत आहे; पण कोणताही प्रचलित कायदा अगर नियम सदोष जुलमाचा अगर अन्यायाचा वाटला, तर प्रयत्नांनी बदलता येतो. वंगभंगाचे ढळढळीत उदाहरण लोकांपुढे आहे; इतकेच नव्हे, तर अन्यायाचा कायदा न जुमानणारा स्वातंत्र्यभक्तच भावी पिढ्यांना वंद्य होतो. हॅडमनने शिपमनी नाकारताना राजा म्हणजे ईश्वर ह्या जेम्स चार्ल्सच्या सूत्राचे तुकडे तुकडे करून टाकले. कायदा बदलेपर्यंत त्यापुढे सर्वांना मान वाकवावी लागते; त्याप्रमाणे धर्मशास्त्राच्या, छे! त्याचे हुबेहूब सोंग घेणाऱ्या समाजहितघातक रूढीच्या आज्ञा हिंदुसमाज 'कसायाला गाय धार्जिणी' या न्यायाने शतकानुशतके पाळीत आला आहे. म्हणून यापुढेही सारासार विवेकशक्तीशी फारकत करून दयामाया गहाण टाकून, आणि आपले स्वातंत्र्य कवडीमोलाने विकून समाजाने जगायचे की काय? गंगा कितीही पवित्र असली तरी ज्या ठिकाणी गावातील नाले तिला मिळतात, तिथले पाणी घाणेरडे व त्याज्यच मानले पाहिजे. तत्त्वज्ञानाचा आत्मा, नैतिक आचारांचा देह व व्यावहारिक आचारांची वस्त्रे ही तिन्ही धर्मपुरुषाला आवश्यक आहेत. पण डोक्यापेक्षा नव्या रुमालाला जपणारे हरीचे लाल काही थोडे सापडत नाहीत. नव्या जोड्याला चिखल लागेल म्हणून तो काढून हातात घेणारे व काटा लागला, तरी 'हाय' न म्हणणारे अनेक वीर आढळतात. आमच्या धर्माची सद्य:स्थिती तशीच आहे. तत्त्वज्ञानापेक्षा नैतिक आचारांचे बंड मोठे! धन्याचे नाव गण्या व चाकराचे नाव रुद्राजीराव! चवथ्या प्रकरणात सामान्य लोकांची धर्मकल्पना बहिरंगाला भाळून किती कोती झाली आहे, हे निबंधकारांनी सविस्तर सांगितले आहे. धडधडीत अधर्मचा सर्प धर्मरूपी हार म्हणून लोक गळ्यात घालीत आहेत. या भयंकर अवनतीचे मूळ व्यावहारिक आचारांचे माजविण्यात आलेले अवास्तव स्तोम, हेच होय. प्रस्तुत प्रकरणावरून शास्त्रीबोवांची 'आचारा'ची व्याख्याही संकुचित दिसते. ''शेवटी धर्मशास्त्राने रूढींचे म्हणणे कबूल करून 'शास्त्राद्रूढिर्बलीयसी' असा लेख लिहून दिला,'' असे

विजयोद्गार लेखकांनी काढले आहेत. जणू काय यावरती अपीलच नाही! दुसऱ्या बाजीरावाने पेशवाईवर पाणी सोडले म्हणून सध्याचा महाराष्ट्र स्वराज्याला पात्र नाही असे कोणी म्हणेल, तर ते शास्त्रीबोवा कबूल करतील काय? रूढीच्या रावणराज्यात सत्त्वाचे देव बंदीत पडले, त्यांना सोडविण्याचा प्रयत्न कुठल्याच रामाने करू नये, हा कोणत्या मुलखातला न्याय! सारांश; धर्माची उत्पत्ती व वाढ याविषयीचे शास्त्रीबोवांचे विचार समंजस तर्कशुद्ध असले, तरी त्यांचे पुढील प्रवचन केवळ पुराणमताभिमानाचे प्रदर्शन आहे. पृ.७ वरील 'यावरून ऐहिक बाबतींत तरी ज्ञानसंपन्न मनुष्यापेक्षा अज्ञानी पशुपक्षीच जास्त श्रेष्ठ व सुखी होत' हे विधानही वादग्रस्त किंबहुना भ्रामक आहे. अरण्यवास नगरवासापेक्षा बरा, निर्झरसंगीताचा आनंद राजवाड्यात कोठून मिळणार वगैरे कल्पना काव्यात शोभतात. काव्याचे चांदणे व व्यवहाराचा प्रखर सूर्यप्रकाश ही दोन्ही एकत्र नांदू शकत नाहीत. 'सिंह व गरुड यांस त्यांच्या पराक्रमाने पशुपक्ष्यांचे राजे मानतात; पण या सर्वांनी आपल्या प्रजेचे स्वातंत्र्य नष्ट केलेले नाही' हेच वाक्य उदाहरणादाखल घेऊ या. मनुष्य सिंहाला पशूंचा राजा मानतात. पशूंमध्ये (हितोपदेश, पंचतंत्र अगर इसापनीती यातील पशू मात्र अपवाद आहेत.) राजत्वाची कल्पनाच नाही आणि आहे असे मानले तर राजाचा व प्रजेचा संबंध काय? तर राजा दररोज प्रजेची शिकार करतो. 'राजदरबारी मानसन्मान मिळावा म्हणून राजांची भाषा पशुपक्ष्यांस शिकावी लागत नाही.' अशीही मल्लिनाथी निबंधकारांनी केली आहे. प्रचलित शिक्षणपद्धतीचा मार्मिक उपहास यात नि:संशय आहे. पण व्यवहारात या मृगजळाने तहान कशी भागणार? पशुपक्षी परकी भाषा शिकून हाडाची काडे करीत नाहीत, हे जितके खरे आहे, तितकेच स्वभाषेचा अभ्यास करीत नाहीत हेही खरे आहे. पशूंमध्ये 'निबंधमाला' अगर पक्ष्यांमध्ये 'गीतारहस्य' हे मनुष्यापेक्षा सुखी असले (शास्त्रीबोवांच्या मताने) तरी निर्माण होणे शक्य नाही. अर्थात शास्त्रीबोवांचे हे हवेतील किल्ले कितीही बंदिस्त दिसत असले, तरी परचक्रापासून रक्षण करण्यास असमर्थ आहेत. या विषयात वादविवाद असलेली आणखीही कित्येक विधाने आली आहेत; परंतु मुंबईप्रमाणे वर्तमानपत्रातही जागेचे मोल फार असल्यामुळे त्यांचा परामर्श घेता येत नाही. पाया पक्का; पण वरील इमारत कच्ची– असे या प्रकरणाचे संक्षिप्त वर्णन केल्यास अनुचित होणार नाही.

२५ नोव्हेंबर, १९२४

✧

पुष्प १

तोतया धर्म

लेखांक ३

पुढील प्रकरणातून धर्माचे विकृत स्वरूप, बहुजनसमाजाची प्रचलित धर्मकल्पना व धर्माचार्यांचा धर्म यांविषयी शास्त्रीबोवांनी प्रगट केलेले विचार समंजस सुशिक्षितांना संमत होतील, असेच आहेत. हिंदुधर्माचे तत्त्वज्ञान हिमालयाप्रमाणे गगनचुंबी व 'पूर्वापरौ तोयनिधीवगाह्य स्थितः पृथिव्या इव मानदण्डः।' हे वर्णन सार्थ करणारे आहे यात संशय नाही; पण हा हिमालय पोखरून क्षुद्र रूढींचे उंदीर (आणि तेही प्लेगचे) मात्र आम्ही मिळविले आहेत. देवावर रुद्रावर्तन व ऋणकोपुढे रुद्रावतार यात ज्यांचा कधीच खंड पडला नाही असे ब्राह्मण सावकार (यांचा व्याजबट्टा बहुधा मनुस्मृतीला धरूनच होत असावा!) सकेशा बालविधवा पाहिली की, डोक्यात राख घालणारे; पण त्या राखेत पायधुळीची भर पाहिजे म्हणूनच की काय, वेश्येच्या पायावर नित्य डोके ठेवणारे धर्ममार्तंड, गरीब बायाबापड्यांच्या मागे स्वकपोलकल्पित देवचार लावून त्या देवदेवस्कीत आपले उखळ पांढरे करणारे व त्या पांढऱ्या उखळात संध्या करणाऱ्या तरुणांना कांडून काढणारे जोशीमहाशय, तब्बल तीन प्रहरांचे आन्हिक मांडून चित्रगुप्ताला आवंढा गिळायला फुरसत न देणारे, परंतु पन्नाशी उलटली असताही, एखाद्या विधवेला माणसातून उठविणारे जाडे वैदिक, समाजाचे गालबोट म्हणून वावरत असते, ही गोष्ट निराळी! पोट जाळण्यासाठी धर्माचे ढोंग करणाऱ्यांनीच गालाची जागा पटकावली असून सच्छील, समंजस बाह्मणच गालबोटाप्रमाणे विरळ होऊ लागले आहेत.

या नीतिहीन धर्माची, उसाच्या नावाखाली चिपाडे व पिठाच्या मिषाने माती

समाजाच्या घशात घालणाऱ्या या व्यवहाराची जबाबदारी पांढरपेशा वर्गावर– विशेषत: धर्माचा धंदा करणाऱ्या ब्राह्मणवर्गावर अधिक आहे, असे आम्ही मानतो. इतर वर्गांत व्यसनांचा सुळसुळाट आहे, लांडेलबाड्यांची सहस्त्रभोजने घडत आहेत, मनुष्याचा गळा मनुष्यच कापत असून त्याचे लक्ष देवाच्या चरणावर वाहिले जात आहे. सर्वकाही आहे. पण शिक्षणाचा अभाव, धर्माच्या इतिहासाचे अज्ञान इत्यादी मुद्दे त्यांच्या बाजूने पुढे मांडता येतील. शतकानुशतके धर्माच्या समुद्रात बुडून राहून आजचे धंदेवाईक ब्राह्मण जर कोरडेच दिसू लागले, तर त्यांची धन्यता कुणाला वर्णन करता येईल? प्रत्येक धर्माच्या इतिहासात धर्मगुरू अगर धर्मोपदेशक, आचारभ्रष्ट व कर्मनष्ट झाल्याचा दाखला आढळतो. ख्रिश्चन धर्मातील महंतांचे व जोगिणीचे मठ रूपांतर पावता पावता उपभोगाची मंदिरे व सरकारचे वाडे बनले. 'अब्रह्मण्यम्' उद्‌गार काढविणारे ब्राह्मणांचे वर्तन पाहिले, की त्याच प्रसंगांची हिंदुधर्मात पुनरावृत्ती होत आहे, असे भासते. खऱ्या धर्माची जाणीव नसल्यामुळे निवृत्ती नाही व धर्माभासामुळे येणाऱ्या पोकळ वैराग्यामुळे प्रवृत्ती नाही, अशी हिंदुसमाजाची सध्या स्थिती होऊन बसली आहे. 'न हिंदू र्न यवन:' अशा पेचात पडून प्रगती कशी होणार?

सनातन धर्माच्या सूर्यावर आलेली ही अभ्रे इतकी घनदाट झालेली आहेत, की त्याला खग्रास ग्रहण लागले की काय, अशी भीती प्रथमदर्शनी मनाला वाटू लागते. समता, बंधुता, स्वातंत्र्य यांचा जोरदार पुरस्कार करणारा, कर्मयोगाचा विश्वव्यापी दुंदुभी वाजविणारा आमचा धर्म! पण धर्माच्या नावाखाली कोट्यवधी माणसांसारखी माणसे दूर लोटणे, स्त्रियांना चुलीपाशी डांबून ठेवून संसाराचे स्वारस्य घालविणे, बारा वर्षांच्या बालविधवेच्या मुंडणाची व साठ वर्षांच्या थेरड्याच्या पाचव्या लग्नाची घाई करणे, प्रेमविवाहाऐवजी वित्तविवाह जारीने अमलात आणणे, कर्माच्या फळापेक्षा जन्माच्या मुळाला चिकटून बसणे, धर्म व वाङ्‌मय या गंगायमुनांपासून लाखो लोकांना दूर लोटणे, इत्यादी सत्कृत्ये आम्ही करीत होतो व आहो! सण, वार, उत्सव ही सर्व जिव्हाराणीसाहेबांचे हुकूम मानणारे बंदे गुलाम? बायकांनी स्वयंपाकघर आणि देवांनी देवघर अगर देऊळ सोडून बाहेर येण्याचे कारण नाही. आम्ही कोर्टात जाऊन खोट्या साक्षी दिल्या, कुणी विश्वासाने आणून ठेवलेले डबोले गिळंकृत केले, एखाद्या संस्थेला देऊ केलेली देणगी नाकारली म्हणून देवाचे काय तीन चव्वल खर्च होतात? पूजेच्या वेळेचा खोबऱ्याचा तुकडा, दुपारच्या नैवेद्य, देऊतवाराचे वडे आमच्याकडून चुकतील तर त्याने तक्रार करावी, अशा प्रकारची आचारसरणी दिसून येत आहे. हरिश्चंद्राच्या आर्यावर्ता, आज काय पाहण्याचे तुझ्या नशिबी आले आहे?

याला उपाय एकच आणि तो यतिवेषाने घरात शिरलेल्या रावणाचा– धर्माच्या

बुरख्याखाली समाजात वावरणाऱ्या अधर्माचा– वध करणे, हाच होय. इकडे खोपटात तापकरी मंडळी अन्नावाचून तडफडत आहेत, तर तिकडे हवेल्यांत जिलबीचे अजीर्ण झाल्यामुळे ओकू लागलेली मंडळी ओकारी थांबण्यासाठी देवाला नवस करीत आहेत, असला देखावा बंद झाल्यावाचून धर्मसुधारणा व्हावी कशी? धर्म, टिळे टोपी माळात नाही तर तो अंत:करणाच्या पावित्र्यात आहे; दारात भीक मागणाऱ्या आंधळ्याकडे पाठ करून गीतेचा पाठ करण्यात नाही, तर सोवळ्याने पूजेला जाताना महाराचे गाडीखाली सापडणारे मूल चट्कन उचलून त्याचा वाचविण्यात आहे; गळ्यातल्या जानव्यापेक्षा गरिबासाठी कातल्या जाणाऱ्या सुतात, डोक्यावरच्या लांबलचक शेपटीपेक्षा समाजसेवेच्या कृत्यापासून केसभरही न ढळण्यात, भावहीन स्तोत्रपाठ करण्यापेक्षा निरक्षर लोकांना ज्ञानदान करण्यात, गांजा व भांग यांचे भक्त बनलेल्या गोसाव्यांची तुंबडी भरण्यापेक्षा एखाद्या राष्ट्रीय शाळेला मदत करण्यात नि:संशय हजारोपट अधिक पुण्य आहे. समाजसेवा व देशकार्य यांना लागणारा स्वार्थत्याग व आत्मविश्वास खऱ्या धर्माचरणानेच येईल. पण आज धर्माची कवाईत, धर्माचे नाटक, करून आम्ही आत्म्याला फसवीत आहो. धर्म हा ईश्वराकडे जाणारा राजमार्ग आहे व तो प्रत्येक प्राणिमात्राला मोकळा आहे. अनेकांच्या गुलामगिरीतून एकाला सुख प्राप्त करून देणारा धर्म, 'धर्म' या नावाला पात्रच होत नाही. 'परोपकार: पुण्याय, पापाय परपीडनम्' या एका चरणात खऱ्या धर्माचे स्वरूप प्रगट झाले आहे.

ते ओळखण्याची व दुय्यम आचारांचे अवास्तव स्तोम कमी करण्याची सद्बुद्धी जगन्नियंत्याने हिंदू समाजाला द्यावी ही करुणा भाकण्याखेरीज दुबळ्या लेखकाच्या हातात तरी काय आहे?

स्थलाभावामुळे विषयाचा यथायोग्य परामर्श घेता आला नाही, याबद्दल वाईट वाटते. तथापि, हे फुटकळ विचार वाचकांपुढे ठेवण्याला 'धर्ममीमांसे'च्या रूपाने तांबेशास्त्री कारणीभूत झाल्याबद्दल त्यांचे व या चर्पटपंजरीला जागा दिल्याबद्दल 'वैनतेया'च्या संपादकांचे आभार मानून, परडीतले पहिले पुष्प समाजपुरुषांच्या चरणांवर वाहतो.

३० डिसेंबर, १९२४

पुष्प २

राजाचे बंड

राजाचे बंड हा शब्दप्रयोग सकृद्दर्शनी व्यापाऱ्याचे काव्य अगर शिक्षकाची श्रीमंती याप्रमाणे 'वदतो व्याघात'चे उदाहरण आहे असे वाटते. बंड म्हटले म्हणजे, प्रजेचेच असावयाचे; फार झाले तर राज्यलोभाने एखाद्या राजघराण्यातला पुरुष बंड करील. पण राजाने बंड करणे हे कोतवालाने चोरी करण्यासारखे आहे, असा सामान्य मनुष्याचा स्वाभाविक ग्रह असतो. 'बंड' शब्दाला अशा काही अर्थांच्या छटा चिकटून राहिल्या आहेत, की राजाची व त्याची दोस्ती होणार नाही असे वाटते. परंतु रा. कारखानीस यांनी आपल्या नाटकात अहिनकुलाप्रमाणे वाटणाऱ्या या शब्द युगुलाला जीवश्चकंठश्च मित्र बनविले आहे. सगळ्यांना बंडे करता येतात; पुरुष, बायका, मुलगे, मुली, फार काय तोतयादेखील बंड करतो! मग राजानेच असे काय पाप केले आहे, की त्याला बंडाचा अधिकार नसावा!

रा. त्र्यं. सी. कारखानीस ह्यांचा सुशिक्षित नट व लेखक या नात्याने महाराष्ट्राला चांगला परिचय आहे. 'राजाचे बंड' उभारून त्यांनी नाटककाराची गादी मिळविली आहे.

राजसत्ताक राज्यपद्धतीत प्रजेचे हिताहित राजाच्या कृपाकटाक्षावर अवलंबून असते हे खरे; पण प्रजेचा राजाशी प्रत्यक्ष संबंध फारच थोडा येतो. सूर्य पृथ्वीला प्रकाशित करण्याचे कार्य किरणांच्या द्वारे करतो, त्याप्रमाणे राजाचे प्रजानुरंजन मित्रमंडळ व अधिकारपदस्थ सेवकवर्ग यांच्याचद्वारे पार पडत असते. पण किरणांना राहूचा पेशा पत्करून सूर्याला ग्रासून टाकल्यावर पृथ्वीला प्रकाश मिळणार कोठून?

विलासावर लाथ मारून प्रजेच्या कल्याणासाठी आपले शिर तळहातावर घेणारा महात्मा भांगेतल्या तुळशीप्रमाणे क्वचितच आढळायचा. पण असा एखादा आढळला तर राजवाड्याच्या पिंजऱ्यात त्याला कोंडून व ऐशआरामाच्या डाळिंबी दाण्यात त्याला बुडवून अधिकारीवर्ग त्याची दृष्टी अंध करतो व त्याच्या स्वार्थी जुलमाला आड येणारा काटा आपोआप दूर होतो. राजाच्या बंडांत हेच चित्र रेखाटले आहे. सुदैवाने राजा कुमारसिंह वेळीच सावध होतो; व राजांचे राजे होऊ पाहणाऱ्या पापी व पाषाणहृदयी अधिकाऱ्यांविरुद्ध बंड उभारतो. 'सत्यमेव जयते' या न्यायाने त्याचे बंड यशस्वी होते, हे सांगावयाला नकोच.

प्रजेच्या छळात बहुधा अधिकारीवर्गाइतकाच राजाचा हात असतो. निदान, तो डोळेझाक करीत असल्यामुळेच छळ चालू शकतो. स्वसुखाचा होम करणारा राजा ही चीज खडकावरल्या कल्पवृक्षाइतकीच दुर्मीळ असल्यामुळे रा. कारखानिसांनी आपल्या बंडाला 'एक मनोराज्य' हे नाव दिले आहे. पण बंड करणारा स्वसुखानिरभिलाष राजा एकदा गृहीत धरल्यानंतर त्याच्या चित्राचा सत्याभास निर्माण करण्यात विशेषसे यश मिळाले नाही, असे वाटते. केशवसुत गोविंदाग्रजांची काव्यवचने उद्धृत करणारी पात्रे अद्भुत वातावरणात वावरू लागली, की थोडा तरी विरस झाल्यावाचून राहत नाही.

नाटकात परिणामकारक प्रसंग आहेत; परंतु ज्या व्यक्तीवर प्रेक्षकांचे डोळे खिळून राहिलेले असतात, तो राजा चवथ्या अंकाच्या तिसऱ्या प्रवेशानंतर मागे पडतो व अप्रधान पात्रे व त्यांच्यावरील प्रसंग यांनाच महत्त्व येते. कुमारसिंहाच्या स्वभावातील परिवर्तन घिसाडघाईने केले असल्यामुळे, अमात्य सेनापतींच्या हातातील बाहुले स्वत: सूत्रधार कसा झाला, या इतिहासाला भरावा तसा रंग भरत नाही.

सभेत अनेक वक्ते झाले, म्हणजे एकाचेही वक्तृत्व उठावदार होऊ शकत नाही. त्याचप्रमाणे नाटकात खूप पात्रे झाली, की स्वभावविकासालाही योग्य अवसर मिळत नाही. 'स्वामी', 'वत्सलामाई', 'दीनदास' इत्यादी पात्रांचा स्वभावपरिपोष आहे यापेक्षा अधिक व्हावयाला पाहिजे होता. प्रसंगपूर्ण कादंबरीच्या प्रकरणांना प्रवेशाचे रूप देऊन वर्णनाच्या जागी संवाद आणला आहे की काय, असे उद्गार नाटकाच्या संबंधाने निघतात.

संविधानकाचा थाट कोल्हटकर-गडकरी पंथाचा असला, तरी भाषा अगर विनोद ह्यामध्ये त्या पंथाशी राजाच्या बंडाचे गोत्र जुळत नाही असे दिसते. भाषा बहुधा प्रौढ व अनेक प्रसंगी रसाळ आहे; परंतु संवादात चमत्कृतिहीनता अनेक वेळा जाणवते. नाटकात काव्याचा अभाव नाही, तसा प्रभावही नाही.

राजाच्या बंडात विनोदाचे मानाचे पान खुशमस्कऱ्याला देण्यात आले आहे. रा. कारखानिसांनी हे पात्र निर्माण करण्यात शेक्सपिअर संप्रदाय स्वीकारला; पण

‘तपकिरीच्या डबी’सारख्या नीरस विनोदाने या संप्रदायाचे स्वारस्य गेले. विनोद सुबोध असला म्हणजे आकर्षक होतो; परंतु खुशमस्कऱ्याचे अनेकदा वेड घेऊन पेडगावला जात असल्यामुळे व त्याच्यामागून पेडगावपर्यंत धावण्याचे त्राण वाचकांच्या पायात नसल्यामुळे त्याचा विनोद सरस होत नाही.

रा. कारखानिसांच्या नाट्यगंगेचा हा उगम आहे. त्यामुळे पात्रांचा संकुचितपणा अगर उथळपणा यांचे दोष जमेस धरण्यासारखे नाहीत. गडकऱ्यांच्या मृत्यूनंतर टिकाऊपेक्षा टाकाऊच नाटके अधिक प्रमाणात रंगभूमीवर येऊ लागली. रंगभूमीवरील या फाल्गुनमासाला आळा पडला नसून वासंतिक वारे वाहू लागले आहेत, हे सुचविण्याऱ्या नाटकांत राजाच्या बंडाची गणना करता येईल. ‘जे न देखे रवी, ते देखे कवी’ असे असल्यामुळे स्वत:ला प्रजेचा सेवक समजणारा राजा या नाटकात दृष्टीला पडतो. विषयाची अपूर्वता, चटकदार प्रसंग, उदात्त ध्येय इत्यादी गुणांमुळे या नाटकाच्या वाचनाची फेड सव्याज आनंदाने होते, यात संशय नाही.

१८ फेब्रुवारी, १९२५

✧

पुष्प ३

दुटप्पी की दुहेरी

लेखांक १

श्री. श्रीपाद कृष्ण कोल्हकर यांची 'प्रतिभाशाली लेखक' म्हणून वकिली करणारा 'मूकनायक' प्रत्येकाच्या परिचयाचा आहेच. सुदाम्याच्या पोह्यांचा समाचार घेता घेता चोर नसतानाही चोरांचे संमेलन पाहण्याचा व बहारीच्या विनोदाचा अनुभव घेण्याचा प्रसंग ज्याच्यावर आला नाही, असा महाराष्ट्रीय वाचक विरळा! अष्टपैलू लेखनाबद्दल असलेली आपली ख्याती सिद्ध करण्याकरताच की काय, पन्नाशी उलटल्यानंतर कादंबरीलेखनाला त्यांनी हात घातला आहे. 'दुटप्पी की दुहेरी' ही त्यांची नुकतीच प्रसिद्ध झालेली कादंबरी नावीन्यपूर्ण कथानक, पक्षभेदांची समतोल चर्चा व सालंकार भाषासरणी या तिन्ही दृष्टींनी वाचनीय आहे.

आजोबांचे चित्र काढावयाचे म्हणजे, त्यांच्या डोक्यावर चक्री पागोटेच दाखविले पाहिजे व मुंबईकर नातवाची मूर्ती रेखाटावयाची असल्यास तोंडात चिरूट, गळ्यात गळपट्टी व डोक्यावर साहेबी टोपी असाच सरंजाम रंगविला पाहिजे, असा प्रचलित चित्रकलेतील शिष्टाचार आहे. त्याप्रमाणे नेमस्त तेवढा सुधारक व राष्ट्रीय तेवढा दुर्धारक हे ठाम सिद्धान्तही लोकांच्या अंगवळणी पडून गेले आहेत. राष्ट्रीय सुधारक व नेमस्त दुर्धारक हे शब्द जुळविण्याचा प्रसंग छापखान्यातील कामगारांवर सहसा येत नाहीत. सामाजिक सुधारणेत गरुडाची भरारी मारणारे राजकीय बाबतीत गजगती का होतात व राजकीय बाबतीत सिंहगर्जना करणारे सामाजिक विषयात गोगलगाय कसे बनतात, हे एक मनोरंजक कोडे आहे. 'दुटप्पी की दुहेरी' या कांदबरीतील सहाव्या प्रकरणात या विचित्र चमत्काराचा– एका बाजूने वज्रकठोर तर दुसऱ्या

बाजूने कुसुम कोमल होणाऱ्या पुढाऱ्यांच्या या मनोवृत्तीचा– सविस्तर परामर्श घेतला आहे. टिळकांनी समाजसुधारणेला स्वतःला वाहून घेतले नाही म्हणून काही लोक त्यांना पुष्पांजली वाहतात; तर आगरकरांनी राजकीय सुधारणांचे घोडे पुढे दामटले नाही म्हणून कित्येक त्यांच्यावर कोरडे उडवितात. पण, सरकार व समाज या दोघांच्या कात्रीत सापडल्यावर, 'सर्वनाशे समुत्पन्ने अर्धं त्यजति पण्डितः' या न्यायाने व्यापक दृष्टीच्या व विशाल बुद्धीच्या पुढाऱ्यांनाही एकांगी सुधारक कसे व्हावे लागते, ह्याचे हरिहररावांनी काढलेले चित्र मार्मिक आहे. राजकीय चळवळींबरोबरच सामाजिक चळवळी सुरू केल्या, तर राजसत्तेच्या रोषाची आग व खवळलेल्या सामाजाचा फोफाटा ही एकाच वेळी वाट्याला येतात. राजकीय बाबतीत काळ्यांना गोऱ्यांच्या बरोबरीने हक्क मिळणे हा अस्पृश्योद्धार व मातृभूमीच्या भाळी स्वातंत्र्यतिलक लागणे, हा विधवाविवाहच आहे. त्याचप्रमाणे, सामाजिक बाबतीत प्रौढविवाह हे स्वराज्य व जातिभेदांची तीव्रता कमी करणे, हीच प्रांतिक स्वायत्तता आहे. पण एका धोंड्याने राजकीय सुधारणा व सामाजिक सुधारणा असे दोन पक्षी पाडण्याचा प्रयत्न केला, तर धोंडा उलटून होणाऱ्या जखमेखेरीज दुसरा फायदा होणे दुरापास्त आहे. असा १८८० ते १९१० पर्यंतचा पुढाऱ्यांचा अनुभव होता. याच अनुभवाच्या आधारावर कादंबरीचे कथानक उभारले आहे.

पण नाटकात दोघा भावांनी रामरावणाची सोंगे घ्यावी व पडदा पडल्यानंतरही आवेश न ओसरल्यामुळे एकमेकांच्या उरावर बसावे – अशातली या दोन पक्षांची महाराष्ट्रात गत झाली आहे. अग्नी आणि पाणी यांच्या सहकारितेने वाफ निर्माण होऊन ती अचाट शक्तीची कामे करते. पण अग्नीवर पाणी ओतून ही शक्ती निर्माण होणे शक्य आहे काय? राष्ट्रीय-नेमस्त, दुर्धारक-सुधारक हे भेद परतंत्र राज्यपद्धती व अंध समाजस्थिती यांच्या विचित्र मिश्रणाने उत्पन्न झाले आहेत. 'आहे ते ठीक आहे' असे म्हणणारे पुराणमतवादी व त्यात सुधारणा झाल्या पाहिजेत असे प्रतिपादणारे प्रगतिवादी हेच राष्ट्रांतील खरे पक्ष होत. 'स्वराज्य हा माझा जन्मसिद्ध हक्क आहे' असे ज्या तोंडाने म्हणायचे, त्याच तोंडाने अस्पृश्याच्या अंगावर 'शिवशील ना?' म्हणून ओरडणे कितीसे सुसंगत होईल? स्पर्शपात्रता हा अस्पृश्याचा जन्मसिद्ध हक्क नाही काय? राज्यकारभाराचा अनुभव नसला, तरी राज्य चालविण्याची पात्रता आमच्या अंगात आहे, हे जर अकबर, चांदबिबी, शिवाजी व नाना फडणवीस यांच्या उदाहरणांनी सिद्ध होते, तर वरिष्ठ वर्गाशी मिळूनमिसळून वागण्याचा अनुभव नसला, तरी अस्पृश्य ते काम सहज करू शकतील, हे दामाजीची सुटका करणारा विठू महार अगर अन्य अस्पृश्य संत यांच्या दाखल्यांनी सिद्ध होत नाही काय? पाण्यात पाय टाकल्यावाचून पोहता कसे येणार, हा प्रश्न आम्ही राज्यकर्त्यांना मोठ्या दिमाखाने विचारतो व आमच्या स्वराज्यपात्रतेचे बिनतोड समर्थन करितो. हाच प्रश्न आमच्या

तोंडावर अस्पृश्यांनी विचारण्याखेरीज त्याच्या स्पर्शपात्रतेचा आणखी पुरावा काय पाहिजे?

कार्यकारी मंडळात आणखी एक हिंदी सभासद वाढवावा या कल्पनेपलीकडे ज्यांच्या राजकीय सुधारणांची उडी जात नाही, त्या सामाजिक सुधारकांनाही असाच प्रश्न विचारता येईल. विधवेने आपले आयुष्य कसे कंठावे म्हणून आसवांनी भरलेले डोळे पुशीत दाटलेल्या कंठाने जे प्रश्न विचारतात त्यांना, तेहतीस कोटी पोरे पोसण्याची जबाबदारी जिच्यावर आहे, त्या भारतमातेचे सौभाग्यहीनत्व का दिसू नये? तीस कोटी मानवी प्राणी व त्यांच्या पुढील पिढ्या यांचा प्रश्न निघाला, की मूग गिळून गप्प बसायचे आणि एका व्यक्तीच्या सुखदु:खासाठी आकाश-पाताळ एक करायचे, ही व्यस्त सहानुभूती काय कामाची? लहानपणी लग्ने होतात म्हणून अकांडतांडव; पण लहानपणी हजारो पोरक्या पोरांना पोटासाठी मरावे लागते, त्याबद्दल ब्र नाही! मनुस्मृतीत अक्षतयोनी विधवेच्या पुनर्विवाहाला हरकत नाही, हे सिद्ध करण्याचा कोण अट्टाहास! पण 'यद्यत्परवशं दु:खं यद्यदात्मवशं सुखम्!' या मनूच्या उक्तीकडे लक्ष देऊन पारतंत्र्याचे पाश तोडले पाहिजेत, ह्याचा पत्ताही नाही.

सर्वांगीण व चिरस्थायी प्रगती व्हावयाला असल्या अर्धवट सुधारणांचे मंडन उपयोगी नाही. राजकीय व सामाजिक सुधारणा ही एकाच समाजशरीराची अंगे आहेत. त्यात डावे-उजवे कोणते, ते ज्याने-त्याने आपल्या आवडीप्रमाणे ठरवावे. पण मी खाल्लेल्या अन्नाचा रस माझ्या उजव्या अर्धांगाला मिळावा असे औषध मागणाऱ्या रोग्याच्या कोटीत बसणे कुणासही भूषणावह नाही.

हिंदुस्थानची सध्याची अवनत स्थिती हे एक दुर्भेद्य जाळे आहे. ते निव्वळ राजकीय धाग्यांनी अगर केवळ सामाजिक दोऱ्यांनी विणलेले नाही. मग नुसता राजकीय सुधारक अगर निर्लेप सामाजिक सुधारणा होणे म्हणजे तण न काढता, नवे बी पेरणे अगर तण काढून बी न पेरता स्वस्थ बसणे होत नाही काय? दोन्हींची फलप्राप्ती एकच आणि ती पिकाचा एक दाणाही हाती न येणे ही होय. सत्ताधाऱ्यांचे हाल व समाजाचा छळ या दोन्हींनाही तुच्छ लेखून सव्वसाचित्याने राजकीय व सामाजिक सुधारणा घडवून आणण्याचा प्रयत्न करणे हेच आजच्या हिंदी मनुष्याचे उच्चतम ध्येय व्यावहारिक रीतीने अमलात आणणारा, लोकप्रियता संपादन करून देणारे लेख टोपणनावाने लिहून ते रहस्य केवळ समाजसेवेसाठी न फोडणारा, त्या रहस्याचा कुठार आपल्या प्रेमवृक्षाच्या मुळावर पडत असतानाही जनतेसाठी ते आघात सोसणारा, उदारचरित, सरस्वतीकंठपाणी हरिहरराव या कादंबरीचा नायक आहे. त्याच्या स्वार्थत्यागाची व नि:पक्षपाती मतांची पूर्ण कल्पना येण्याला मूळ कादंबरीच वाचली पाहिजे.

२ मार्च, १९२५

पुष्प ३

दुटप्पी की दुहेरी

लेखांक २

'दुटप्पी की दुहेरी' हे उद्बोधक कादंबरी मालेतील पहिले पुष्प आहे. विस्ताराच्या दृष्टीने पाहिले, तर या पुष्पाला 'छोटी कादंबरी' म्हणावे लागेल; कथानकाचा विकास अगर प्रसंगांचे वैचित्र्य या दृष्टीने तर ही छोटी कादंबरी, म्हणजे एक लहान कथाच आहे. चतुर्थीच्या चंद्राच्या कोरेभोवती तारामंडळ विलसत असले म्हणजे जी शोभा दिसते, ती 'दुटप्पी की दुहेरी'त वाचकांना आढळेल. कथानकाचा चंद्र पौर्णिमेचा असला म्हणजे ग्रंथगगनात चंद्रिकेचा जो मधुर विहार आढळून येतो, तो या कादंबरीत दिसत नाही. कोल्हटकरांची कथानके उत्कट प्रसंगांपेक्षा रम्य रहस्यांनीच गुंफिलेली असतात. 'दुटप्पी की दुहेरी' या नियमाला अपवाद नाही. हरिहररावांनी 'राष्ट्रीय व सुधारक' या नात्यांनी दुहेरी देशसेवा करावी म्हणून 'कौंतेय' या टोपणनावाखाली देशभक्तीची ज्वाला उज्ज्वल करणारे व संपूर्ण नावाने लोकगंगेचा प्रवाह निर्मल करणारे लेख लिहिण्याचा संकल्प करणे, हा या कादंबरीचा पाया होय. नावासाठी हपापलेल्या माणसांची गर्दी जगात इतकी झाली आहे की हरिहररावांचे हे वर्तन वेडेपणाचे अगर आपल्या पायावर आपल्या हाताने धोंडा पाडून घेण्यासारखे आहे, असेच एखाद्या पोटभरू लेखकाला वाटले असेल. सुधारकी लेख निनावी व लोकप्रियता मिळवून देणारे जहाल लेख आपल्या नावाने (पदवी व वेळ पडल्यास आजोबा-पणजोबांच्या नावाची पुस्ती जोडून) छापणारे लेखक महाराष्ट्रात निर्माण झाले आहेत. पण हरिहररावांचे असिधारा व्रत पाळणारे हुतात्मे कोठे आहेत? 'लढायला तू न् तुटीला मी' हाच न्याय वाङ्मयक्षेत्रातही चालू आहे.

पण 'कौंतेय' ही व्यक्ती कोण आहे, हे षट्कर्णी होऊ न देण्याची प्रतिज्ञा (खुद्द हरिहरराव व कौंतेयाचे राष्ट्रीय लेख प्रकाशित करणाऱ्या 'चंद्रिका'चे संपादक अमृतराव या दोघांशिवाय ही गोष्ट कुणालाही माहीत नसते.) आपल्या चतुर्भुज होण्याच्या आड येईल, हे तो प्रतिज्ञा करतेवेळी हरिहररावांच्या ध्यानीमनी तरी होते काय? अमृतराव 'चंद्रिका' मासिकाप्रमाणे, हरिहराच्या भाळी विलसणाऱ्या चंद्रिकेचेही जनक असतात. अमृतरावांची ही सुशिक्षित कन्या हरिहररावांच्या बाबूची बाई म्हणून कथेच्या आरंभी त्यांच्या घरी येते, 'मी तुझी ताईच, नाही का' म्हणून बाबूला प्रेमाने विचारते, त्याची दाई होऊन त्याचे आरोग्य, ज्ञान व सौख्य वाढविते आणि शेवटी त्याची माई होते. कौंतेयाचे चंद्रिकेवर (अर्थात मासिकावर) प्रेम असते व त्याची भरपाई चंद्रिका कौंतेयावर (लेखक या नात्याने) प्रेम करून करते. 'कौंतेय' ह्या नावाचे संपादकीय रहस्य फोडता तर येत नाही व त्यावाचून चंद्रिकेशी प्रेमविवाह होणे शक्य नाही. या कात्रीत हरिहरराव सापडतात. हृदयाच्या चिंधड्या झाल्या, तरी पुरवल्या; पण रहस्य रक्षण केले पाहिजे. ही त्यांची उदात्त विचारसरणी ठिकठिकाणी वाचकांच्या हृदयावर आपला पवित्र ठसा उमटविते. चंद्रिका निघून गेल्यानंतर हरिहरराव उदासीन होतात. 'चंद्रिके'तल्या, एका लेखावर राजद्रोहीपणाचा आळ येतो व न्यायाधीशांच्या भट्टीतून हरिहरराव तावूनसुलाखून निघतात, असा कथेचा उत्तरभाग आहे. वाइटातूनदेखील बरे निघते, त्याप्रमाणे राजद्रोहाच्या खटल्यामुळे हरिहरराव हेच कौंतेय हे उघड होते. व चंद्रिका हरिहरावांच्या प्रेमप्रवाहाआड आलेला टोपणनावाचा पर्वत आपोआप अदृश्य होतो. हरिहररावांच्या कौंतेयाच्या कृतीविषयी जो विनय दिसत होता, त्यालाच चंद्रिका द्वेष मानीत होती; पण रहस्यभेदानंतर हरिहररावांनी केवळ तत्त्वाकरिता केवढे मन:संयमन केले, याची तिच्याप्रमाणे वाचकांनाही पूर्ण कल्पना येते व त्यांच्याविषयीचा आदर दुणावतो.

सदरहू कादंबरीचे कथानक एकरंगी असण्यापेक्षा इंद्रधनुष्याप्रमाणे सप्तरंगी असते व पात्रांची संख्या विभक्त कुटुंबापेक्षा अविभक्त कुटुंबाला शोभण्यासारखी असती तर दुधात साखर पडली असती! पण सुवर्णाला सुगंध, समुद्राला विस्ताराबरोबर माधुर्य, सूर्याला तेजाइतकीच कोमलता असावी अशी इच्छा असली, तरी या अपूर्ण जगात ती बहुधा अतृप्तच राहणार! बुद्धी व भावना यांचे संमिश्रण करणे हे सकाळचे ऊन व अष्टमीचे चांदणे अगर हिमालय व ज्वालामुखी यांचा संगम करण्याइतके कठीण आहे. प्रस्तुत कादंबरी बुद्धिप्रधान असल्यामुळे रसापेक्षा चमत्कृती, भावनेपेक्षा कल्पना व सहजतेपेक्षा विद्वत्तातीत अधिक आढळते.

रागिणीनंतर नावीन्यपूर्ण सामाजिक कथा या नात्याने 'दुटप्पी की दुहेरी' हीच ठळकपणाने उठून दिसेल अशी कादंबरी झाली आहे. रागिणीतील खेळीमेळीचे संवाद, अगर निर्झराप्रमाणे खळखळणारा मोकळेपणा यांचा 'दुटप्पी की दुहेरी'त

अभाव आहे. परंतु जुने व नवे काव्य, कथा, निबंध जहाल मवाळ, सुधारक दुर्धारक इत्यादी पक्ष वगैरे अनेक विषयांवर हरिहर-चंद्रिकांचे जे समतोल व सरस संवाद आले आहेत, ते वाचनीय व मननीय आहेत. शास्त्रीय गाण्यापेक्षा भरमसाट तानांनाच लोकसमूह जास्ती भुलतो. त्यामुळे, वरील पांडित्यपूर्ण भाग चहा-कॉफीच्या कथानकांना सोकावलेल्या वाचकांना तादृश्य आवडणार नाहीत. पण, आजचे अनेक जिव्हाळ्याचे प्रश्न, उच्च वाङ्मयाचा आनंद व अभिजात अभिरुची इत्यादी दृष्टींनी वरील भाग मनोवेधक झाले आहेत.

कोल्हटकर ग्रंथकार असल्यामुळे या कादंबरीत विनोदाचे साम्राज्य असेल अशी कल्पना होणे स्वाभाविक आहे. पण विनोदाला या कादंबरीत प्रधानपददेखील मिळालेले नाही. कादंबरीतील गांभीर्याचा रखरखीतपणा मधूनमधून येणाऱ्या विनोदाच्या विरल सावलीने किंचित कमी जाणवतो, हे मात्र खरे!

विद्यापीठाच्या अभ्यासक्रमात मराठीचा दिवसेंदिवस अधिक प्रवेश होत आहे. सदरहू पुस्तक कथानक, प्रतिपादन, चर्चा, प्रौढपणा, चटकदार भाषा, सुंदर सुभाषिते व नीतितत्त्वे इत्यादी गुणांनी मंडित असल्यामुळे विद्यार्थिवर्गाच्या हातात देण्याला सर्वस्वी योग्य आहे. सटरफटर कादंबऱ्यांच्या कोंड्यावर ताव मारण्यापेक्षा या सत्त्वाढ्य कादंबरीच्या वाचनाने प्रत्येक सुशिक्षित वाचकाचा फायदा होईल, असा आम्हाला भरवसा आहे.

दुहेरी हरिहररावांप्रमाणे दुहेरी लेखनही वंद्य असते. रा. कोल्टकरांची ही कादंबरी त्यांच्या या लेखनप्रकाराच्या पर्जन्यकाळचे हस्तनक्षत्र न होता मृगनक्षत्र होईल, अशी आशा बाळगिली, तर ती चुकीची ठरेल काय?

१० मार्च, १९२५

पुष्प ४

मधु-माधव

महाराष्ट्र शारदेच्या कंठात काव्यसुमनांच्या माळा इतक्या झपाट्याने पडत आहेत, की या अनाहूत अलंकरांचे ओझे तिला असह्य होत आहे. दिल्ली दरबाराच्या गर्दीत मागे टाकणारा कविसमूह व शारदेचा वरदहस्त आपल्या शिरी असावा म्हणून त्यांची चाललेली धडपड ही पाहून वरदहस्त ठेवताठेवता आपल्या नाकी नव येतील असेच सरस्वतीदेवीलाही वाटू लागले असावे! सध्या प्रसिद्ध होणाऱ्या मराठी काव्यग्रंथाकडे पाहिले, म्हणजे मुंबईच्या क्वीन्सरोडची आठवण होते. संध्याकाळी रस्त्यावर या बाजूहून त्या बाजूला जायचे, म्हणजे जीव मुठीत धरून जावे लागते. त्या रस्त्यावरील मोटारींप्रमाणेच महाराष्ट्र वाङ्मयात काव्यसंग्रहांचा सुळसुळाट होत आहे. आज कवितेचा जन्म, उद्या मासिकात तिचे प्रकाशन ऊर्फ सौंदर्यदर्शन, तर परवा पुस्तकरूपी पुरोहिताच्या साहाय्याने तिचे रसिकाशी लग्न, असले घिसाडघाईचे प्रकार दिवसेंदिवस अधिक आढळून येऊ लागले आहेत. देशात दलालांपेक्षा उत्पादक उद्योगधंदे करणारे पाहिजे असतात, त्याप्रमाणे वाङ्मयात संग्राहकांपेक्षा लौकिकवान लेखकांची जास्ती जरुरी असते. लतेने मालाकार व जमिनीने शेतकरी होणे सहसा सुखकारक होत नाही. लेखनापेक्षा संग्राहकाकडे कवींचे लक्ष लागणे हे वाङ्मयाच्या संपन्नतेच्या दृष्टीने काही शुभचिन्ह नाही.

नुकताच प्रसिद्ध झालेला 'मधु-माधव' हा काव्यसंग्रह चाळला, तर वरील विधानांची सत्यता पटेल. या काव्यसंग्रहाच्या म्यानात सहसा एकत्र न राहणाऱ्या दोन तलवारी गुण्यागोविंदाने नांदत आहेत. कवींच्या बाबतीतही 'याचको याचकं दृष्ट्वा,

श्वानवत् गुरगुरायते' हाच न्याय अनेक वेळा अनुभवाला येत असल्यामुळे जोडकवींचा काव्यसंग्रह हे एक आश्चर्यच वाटते. रा. विठ्ठलराव घाटे (मधु) व रा. माधवराव पटवर्धन (माधव) यांनी तपापूर्वीची आपली प्रेमज्योती प्रज्वलित ठेवली व तिच्या प्रकाशत हातात हात घालून वाङ्मयाचा मार्ग आक्रमण्याला सुरुवात केली, हे त्यांना भूषणावह आहे.

परंतु १२ आणे किमतीच्या ७२ पृष्ठांच्या या संग्रहाचा भूषणावह भाग एवढ्यावरच संपतो. ज्या अज्ञात कविराजाच्या सहवासात बडोद्याला मधु-माधवांनी दिवस काढले, त्याची सुंदर कविताकन्या वस्त्राभरणे नसल्यामुळे रसिकांपुढे येऊ शकत नाही; आणि 'काल मेली व आज पितर झाली' अशा मासल्याची कवने मात्र पुस्तकाचा वेष परिधान करून पुढे येऊ शकतात! परडीतील ताजी फुले टाकून तीत निर्माल्य भरणे, कलमी आंब्याची लागवड करण्याऐवजी जिकडेतिकडे काजूची झाडे करून टाकणे व सुंदर कवितेऐवजी सामान्य कवितेचा संग्रह करणे, या गोष्टी सारख्याच व्यवहारचातुर्याच्या आहेत. भूक नसताना पंचपक्वाने वाढली; तरी ती मातीमोल होतात, त्याप्रमाणे ज्या कवितेच्या संग्रहाविषयी वाचकांत उत्सुकता नाही– तो छापणे म्हणजे पैसा कागदशाईत अडकवून ठेवणे होय. 'मधु-माधवा'तील काही कविता वाचनीय असल्या, तरी चंद्रशेखरांच्या या भक्तद्वयाने त्यांचा भिजत पडलेला काव्यसंग्रह प्रसिद्ध करण्याचे काम हाती घेणे अधिक रसिकपणाचे व सत्काव्यनिष्ठेचे झाले असते.

'मधु-माधवा'त रा. घाटे यांच्या वीस व रा. पटवर्धन यांच्या एकवीस कविता आल्या आहेत. या कवितांपैकी अनेक 'नवयुग' व 'महाराष्ट्र साहित्य' यात यापूर्वीच प्रसिद्ध झालेल्या आहेत. शाळेतील परीक्षा व विद्यापीठाच्या परीक्षेसाठी विद्यार्थी पाठविण्याकरिता घेण्यात येणारी पूर्वपरीक्षा यात जितके अंतर आहे, तितके तरी मासिक व पुस्तक यात प्रसिद्ध होणाऱ्या कवितांमध्ये असले पाहिजे. पहिल्यापेक्षा दुसऱ्याचा कस अधिक मोठा असल्यावाचून भागणार नाही. 'मधु-माधवा'त काही सुंदर फुलांबरोबर अनेक सामान्य फुलेही गुंफण्यात आल्यामुळे ह्या संग्रहाचे वाचन काश्मिरातील प्रवासाप्रमाणे एकसारखे मनोवेधक होत नाही. 'विमला आणि अशोक', 'प्रेमाची परीक्षा नको', 'तुझा मी तूंहि हो माझी', 'शेवटल्या भेटीस' या कवितांपैकी दोन 'नवयुगा'त आल्या असून सर्वत्र 'महाराष्ट्र शारदा' या काव्यसंग्रहात आल्या आहेत. त्याच कविता पुन: या काव्यसंग्रहात छापण्यापासून विशेष लाभ काय आहे, हे निदान आम्हाला तरी समजत नाही.

केवळ प्रतिभा या दृष्टीने पाहिले, तर घाट्यांची कविता सामान्य तारका व पटवर्धनांची शुक्राची चांदणी वाटते. घाट्यांची कविता राष्ट्र व प्रेम या दोन तारांमधून वाहत आहे; पण पटवर्धनांचा काव्यसागर भिन्न भिन्न विषयरूपी देशांना स्पर्श करीत

आहे. 'आई', 'श्रीशिवराजस्तोत्र', 'आई आम्हा आठवशील ना' या घाट्यांच्या कविता मधुर व सुंदर आहेत. 'माझा अभिसार' व कालकवींची 'फुलराणी' या कविता बरोबरीने वाचल्या म्हणजे अभिसार नीरस का वाटतो हे कळून येईल. 'उदात्तरस शिकवी कवीला ही मेलेली सरणी' (सरण यांचे अनेकवचन), 'छबी तुझी पाहू', 'लगबगी' (घाईने या अर्थी) 'पक्षी ती गंधास उच्छ्वासिली' अशा मासल्याचे शब्दप्रयोग घाट्यांच्या कवितेत कमी नाहीत. 'प्रेता आधण आले' असल्या कल्पनांनाही तोटा नाही.

माधव जुलिअन यांच्या कवितेत अनौचित्य, संस्कृत मराठी शब्दांना बळजबरीने बाटवून फारशी करण्याचे प्रयत्न, कल्पनांचा अस्पष्टपणा इत्यादी दोष आढळतात. दत्त कवींचे निद्रागीत ज्यांनी वाचले आहे, त्यांना या संग्रहातील–

'रस्त्यात पहा फक्त दिवे लुकलुकती
ओसाड शांत पथ दिसती.
गाडी घोडा, बायसिकल मोटार
काही न अतां दिसणार.
कुर्र् घण् घण् पों, आवाज न ये कानी
माझीच ऐक तू गाणी'

ही अंगाई वाचून हसूच येईल. माधव जुलिअन स्फूर्तीइतकेच मार्मिकतेला महत्त्व देतील, तर त्यांची काव्ये नि:संशय चांगली वठतील.

निवड केल्यावाचून सरसकट काव्यसंग्रह करणे कवी व वाचक या उभयतांच्याही दृष्टीने इष्ट नाही. 'मधु-माधवा'तील काव्यांची कसोशीने निवड करून प्रसिद्ध झालेल्या पुस्तकांपेक्षा एखादे छोटे पुस्तक काढले असते, तर ते लोकादराला अधिक पात्र झाले असते. दहा शून्यांपेक्षा एखादा एक, व शंभर अरसिकांपेक्षा दहा रसिक अधिक मोलाचे असतात, हा धडा भावी काव्यसंग्राहक शिकतील, तर संग्रहांविषयीची उदासीनता खास नाहीशी होईल.

१७ मार्च, १९२५

पुष्प ५

गोखले-चरित्र

लेखांक १

थोर पुरुषांची चरित्रे हे भवसागरावरील दीपस्तंभ होत. तळघरात कोंडलेल्या मनुष्याला झरोक्यातून येणारा किरण आणि रखरखीत वाळूतून चालणाऱ्याला एखाद्या वृक्षाची सावली जितका आनंद देते, तितकाच तो सच्चरित्रवाचनाने सामान्य मनुष्याला लाभतो. गुडघ्यात मान घालून रडणाऱ्याला क्षणभर का होईना, छाती वर काढून फिरावयाला लावण्याची शक्ती जर कशात असेल, तर ती महात्म्यांच्या चरित्रांत संचित झालेल्या विजेतच आहे. मनुष्याच्या अस्फुट महत्त्वाकांक्षांना निराशेची अफू देऊन परिस्थिती त्यांना मृतवत् करीत असते; पण ही निराशा झुगारून देऊन तू 'तू खटाऱ्या गाडीचा बैल नाहीस, तर सूर्याच्या रथाचा अश्वराज आहेस' हा दिव्य संदेश सात्त्विक चरित्र मनुष्याला देत असते. 'पायाखाली काय जळते ते पहा' हा निराशावाद अनेक आशांची राखरांगोळी करीत असतो. 'डोक्यावर काय प्रकाशत आहे ते पहा' हा आशावाद प्रयत्नांची पराकाष्ठा, उदात्त ध्येयाची देवता आणि कर्तव्यापाशी सर्वस्व अर्पण करण्याची उत्सुकता या त्रिगुणांनी रंगलेली चरित्रेच घुमवू शकतात. राजाचे रत्नभांडार, शास्त्रागार आणि दारूचे कोठार ही सर्व टाकीचे घाव सोसून देवकलेला पोचणाऱ्या कर्तबगार नररत्नापुढे तुच्छ आहेत.

त्यातून चरित्र-विषय झालेली वंद्य विभूती नुकतीच होऊन गेली असेल, तर ते चरित्र अधिकच प्रोत्साहक व पुरुषार्थ-प्रवर्तक होऊ शकते. चरित्र-नायक व वाचक यांच्या परिस्थितीत व विचारोच्चारात विशेषसे अंतर नसल्यामुळे त्याच्या चरित्रपटांतील धागा न् धागा ते आपलेपणाने व जिव्हाळ्याने पाहतात. ना. गोखल्यांचा चरित्रचंद्र

लोपल्याला अवघी दहा वर्षे झाली असल्यामुळे त्यांच्या चित्र-दर्शनापासून होणारा फायदा दुहेरी आहे.

स्वराज्योत्सुक महाराष्ट्राने गोखल्यांचे चरित्र लिहिण्यात दहा वर्षे घालविली हे त्याच्या धडाडीला मुळीच शोभण्यासारखे नाही. 'विलंब हा शब्दच माझ्या कोशात नाही' असे उद्‌गार काढणारे महाराष्ट्रीय दुर्मीळ आहेत हे तर या अक्षम्य अवधीचे कारण आहेच; पण नावडतीचे मीठ अळणी हा कौटुंबिक न्यायही गोखले चरित्राच्या बाबतीत थोडाफार लागू पडतो. गोखल्यांच्या निधनकाळी 'नृपतिजनपदानां दुर्लभः कार्यकर्ता' हा चरण अनेकांनी गौरवपूर्वक म्हटला असेल; पण दोन्ही घरांच्या उपाशी पाहुण्याप्रमाणे लोकनीती व राजप्रीती या दोहोंनाही ते थोडेफार पारखे झाले होते, हे विसरून चालणार नाही. गोखल्यांचे राजदरबारी वजन होते– ते विद्वत्ता, वक्तृत्व, नेमस्तपणा, सत्यप्रियता इत्यादी गुण-समुदायांमुळेच. पण, हे वजन म्हणजे अंतरंगी शिरण्याचा परवाना अगर राज्यनौकेचे सुकाणू हाती धरण्याची मुभा असा मात्र मुळीच त्याचा अर्थ होत नाही. गोखल्यांना त्यांच्या उभ्या आयुष्यात तुरुंग दिसला नाही याचे कारण सरकारच्या मर्जीपेक्षा त्यांचे काटेतोल राजकीय धोरणच होय. 'आडवे आले की कापावे' एवढेच सरकार जाणते. गोखले सरकारच्या आड आले असले, तरी सरकारचा अन्यायाला प्रवृत्त झालेला हात धरण्यापुरतेच! दंड थोपटून सामना करण्यासाठी त्यांनी सरकारला कधी आव्हान केले नाही; उलट सरकारच्या शेपटीवर आपला पाय पडणार नाही, याबद्दल ते मुत्सद्द्याला शोभणारी दक्षता बाळगीत.

डॉ. परांजपे यांचे छोटे इंग्रजी चरित्र वगळल्यास, प्रि. पटवर्धन व रा. अभ्यंकर यांनी लिहिलेली दोन लहान मराठी चरित्रे हेच काय ते महाराष्ट्रीयांचे 'गोखले-वाङ्मय' होय. प्रि. पटवर्धनांच्या चटकदार लेखणीतून त्यांनी संकल्पिल्याप्रमाणे गोखल्यांचे विस्तृत चरित्र बाहेर पडले असते, तर 'शशिना च निशा निशया च शशी' असा हृदयंगम संगम लोकांच्या दृष्टीला पडला असता; पण क्रूर काळाला आपला एक नमस्कार कमी झालेला कसा आवडणार?

पुण्याचे सुप्रसिद्ध प्रकाशक रा. वि. ग. ताम्हनकर यांनी गोखल्यांच्या विस्तृत चरित्राची ही उणीव लक्षात घेऊन रा. पां. स. साने एम.ए. या गृहस्थांनी लिहिलेले एक चरित्र नुकतेच प्रकाशित केले आहे. मागणी तसा पुरवठा करणारे लेखक-प्रकाशक पुष्कळ असतात; पण वाङ्मयातले न्यून पूर्ण करणाऱ्यांच्या सश्रद्धेने लेखणी व मुद्रा हाती घेणारे सत्सेवक फार थोडे. साने-ताम्हनकरांचे हे सात्त्विक साहस निःसंशय प्रशंसनीय आहे.

चरित्रग्रंथ २६५ पृष्ठांचा असून प्रस्तावना, परिचय, सूची व संस्मरण या चौकडीने ५० पृष्ठे व्यापिली आहेत. प्रस्तावनाकार प्रो. पोतदार यांनी गोखल्यांच्या गुणांचे गोड वर्गीकरण करून त्यांच्या चरित्रसागराचे सार वाचनवृंदापुढे मांडले आहे.

'अंत:करणचे सामरस्य', 'दानवीकरण', 'मागोवा घेणे' इत्यादी पोतदारी पद्धतीचे प्रयोग त्यांच्या या लहान; पण चटकदार प्रस्तावनेत आपले वैशिष्ट्य दाखवीत आहेतच.

साने यांनी चरित्राचे लेखन परिश्रमपूर्वक केले आहे. पण, त्यांच्या मनाला धारवाडी काटा टिळक-गोखले वाद आला, की टिळकांच्याकडे झुकू लागतो, हे या ग्रंथांतील अनेक पृष्ठे (४८-५४, ६९, उत्तरार्ध ४, २५-२६, ३३-३६) सांगतील. ग्रंथकर्त्याने आपल्या समजुतीप्रमाणे चरित्रनायकांच्या चुकांचा उल्लेख करू नये, असा याचा अर्थ नाही; पण टिळकांची तरफदारी करणारा वक्ता वरील पृष्ठांत अवतारला आहे, असा अनेकदा भास होतो. चरित्रलेखक हा बोलका वकील नसून निर्जीव आरसा आहे असे मानले, तरी त्यात गोखल्यांच्या गुणावगुणांचेच प्रतिबिंब पडले पाहिजे. 'हे चित्र पहा आणि हे चित्र पहा' असले प्रसंग चरित्रगंगेचा प्रवाह खंडित करतात, हे चरित्रलेखकाने विसरता कामा नये.

टिळक-गोखले वादात गोखल्यांची बाजू लंगडी आहे, या पूर्व आधारापलीकडे चरित्रकार फारसे गेलेले दिसत नाहीत. उदाहरणार्थ, गोखल्यांच्या अंतकाळी ज्या पत्राने कलहाग्नीत तेल ओतले, ते पत्र मिळविण्याची जर त्यांनी खपटपट केली असती, तर त्या प्रकरणावर पूर्ण प्रकाश पडला असता!

२४ मार्च, १९२५

✧

पुष्प ५

गोखले-चरित्र

लेखांक २

अपरिमित परिश्रम म्हणजेच प्रतिभा, असे अनेक पंडितांनी म्हटले आहे. वर्गातला हुशार विद्यार्थी सामान्य विद्यार्थ्याला बुद्धीपेक्षा निष्ठावंत व्यासंगाच्या बळावरच मागे टाकू शकतो. अद्वितीय मानल्या जाणाऱ्या पुरुषांच्या बाबतीतही प्रतिभेच्या वरील व्याख्येत सत्यांश आहे, हेच अनुभवाला येते. सकस जमिनीत काम करणारा जडभरत शेतकरी व खडकावर नंदनवन उठविण्यासाठी रक्ताचे पाणी करणारा शेतकरी यांची तुलना केली तर दुसराच सरस ठरतो. मग देवदयेने जिथे जमीनच उत्कृष्ट लाभली, तिथे तो मातीचे सोने करील हे काय सांगावयाला पाहिजे?

रानडे, टिळक, गोखले यांचे चरित्ररूपी ताजमहाल निरुपम सुंदर झाले आहेत, याला दैवी देणगीइतकीच त्यांची कुशल कारागिरीही कारणीभूत आहे. प्रतिकूल परिस्थितीत व अल्पवयात गोखल्यांनी बजावलेली कामगिरी पाहिली, म्हणजे धाकट्या पिट्शी त्यांची तुलना करण्याचा मोह अनावर होतो. ही तुलना जितकी चुकीची तितकीच बरोबर ठरेल, यात संशय नाही.

गोखल्यांना डेक्कन एज्युकेशन सोसायटीत ओढण्याचे लोहचुंबकाचे काम टिळक-अगरकरांच्या तेजस्वी चारित्र्याने केले. पण, पदवीधर पैशाला पासरी झाले नव्हते, अशा काळी, पोटाला चिमटा घेऊन आपली विद्यानौका पैलतीराला पोचविणारा वडीलभाऊ मोठ्या आशेने आपल्या आयुष्यक्रमाकडे डोळे लावून बसला आहे, हे चित्र डोळ्यांपुढे नाचत असताना, गोखल्यांनी एका स्वार्थत्यागी संस्थेशी संलग्न होण्यात जो मनाचा मोठेपणा दाखविला, तो निरंतर वंद्यच होईल. ओठांवरला जार

न वाळलेल्या गोपाळाने अवघ्या अठराव्या वर्षी पदवीधर होणे, ही कौतुकाची गोष्ट तर खरीच. पण लक्ष्मीधर होण्याचा मोह टाळून, 'साहेबा'पेक्षा 'मास्तर' हा किताब मानाचा मानून, शेकड्यांशी व हजारांशी फक्त अंकगणितातच संबंध ठेवण्याचा जो निश्चय या अल्पवयी तरुणाने केला, त्याचे ते कौतुक चिरंजीव होऊन बसले आहे. स्वार्थत्याग केव्हाही सापेक्ष असतो. गोखल्यांप्रमाणे शेकडो तरुण पदवीधर खासगी शाळांत सध्या शिक्षक होत आहेत. पण त्यांच्यामध्येही नोकरी 'अडला हरी' होऊन पत्करणारेच फार आढळतात. बड्या पगाराची जागा हां हां म्हणता मिळण्यासारखी असताना गोखल्यांनी आनंदाने दरमहा २५ रु.ची खुर्ची पत्करिली, यातच त्यांच्या त्यागाचे महत्त्व आहे.

महर्षी रानडे यांच्या चरणापाशी शिष्याला शोभणाऱ्या शालीन वृत्तीने गोखल्यांनी जी तपश्चर्या केली, तिचे फळ त्यांना आयुष्याच्या उत्तरार्धात मिळाले. राजकारणात 'पी हळद अन् हो गोरी' असल्या वृत्तीची अनेक माणसे नेहमी भाग घेत असतात. पण भक्कम पाया नसला कळस कडा ठरतो, हे गोखल्यांनी पुरेपूर जाणले व राजकारण, अर्थशास्त्र इत्यादी गहन शास्त्रांचा पायाशुद्ध अभ्यास रानड्यांच्या साहाय्याने केला. गोखल्यांसारख्या कॉलेजातील प्रोफेसराने ही विद्यार्थिदशा किती एकनिष्ठेने, अपूर्णत्वाच्या जाणिवेने व गुरूविषयक आदराने पार पाडली याचे सुरस वर्णन रा. साने यांनी केले आहे. अर्ध्या हळकुंडाने पिवळे होण्याची प्रवृत्ती महाराष्ट्रातून नाहीशी झाली, तर गोखले-चरित्राने आपले कार्य केले, असे म्हणावयाला हरकत नाही.

गोखल्यांच्या माफीच्या वादळात लोकांची मने कुठल्या कुठे वाहत गेली. बहिरंगावरून लोभावणाऱ्या अगर रागावणाऱ्या जनतेला गोखल्यांचे अंतरंग समजले होते कोठे? देशसेवेला रामराम ठोकण्याची– लहान तोंडी मोठा घास अशा मासल्याची– सूचना काही शिष्यांनी त्यांना केली, तेव्हा 'कोणाच्याही सांगण्यावरून' देशसेवेचे कंकण मी हाती बांधलेले नाही; व कोणाच्या उपदेशाने मी ते सोडूनही टाकणार नाही' असे बाणेदार उत्तर त्यांनी दिले. कीर्ती, मान, सुखासुखी मोठेपण असल्या अमिषांना भाळणारी त्यांची देशसेवा नव्हती. कवीच्या अंत:करणावर आघात झाला म्हणजे गुणगुणल्यावाचून त्याला जसे राहवत नाही, रानातून परत येणारी गाय पाहिली की वासरू जसे हंबरू लागते, तसे त्यांचे हृदय हिंदभूमीच्या स्मरणाने उचंबळू व उद्गारू लागे. 'बोलविता धनी वेगळाची' ही दिव्य साक्ष देशसेवेच्या बाबतीत त्यांना पटली होती. 'देह जावो अथवा राहो' या भावनेनेच गोखल्यांनी राष्ट्रविठ्ठलाची सेवा केली. राजकारण पदाच्या गादीवर लोळून होत नाही, तर तापलेल्या तव्यावर उभे राहूनच ते साधावे लागते, हे त्यांनी रात्रीचा दिवस करून जगाला दाखविले. १९०५ साली इंग्लंडात शिष्टाई करण्यासाठी जाऊन त्यांनी 'पन्नास दिवसांत पंचेचाळीस ठिकाणी भाषणे केली, कोठे निबंध वाचले, कोठे

मुलाखती दिल्या, कोठे नवीन पुढाऱ्यांशी विचारविनिमय केला.' (पूर्वार्ध पृ.१११) गजगती देशभक्ती गोखल्यांच्या गावीही नव्हती! पब्लिक सर्व्हिस कमिशनचे काम जिवापाड मेहनतीने करून त्यांनी आपला मृत्यू ओढवून घेतला, असे म्हटले तर अतिशयोक्ती होणार नाही. काळपाश गळ्यात पडले असताना ज्याचे डोळे देशाच्या भावी उज्ज्वल काळाकडे लागलेले असताही, ज्याचा क्षीण हात देशाचा भाग्यपट विणण्यात तल्लीन झालेला असतो, ज्याची वाणी देशभक्तीचा परमपवित्र मंत्रपठण करण्यातच समाधान मानते, तो पुरुष धन्य होय. गोखले हे नि:संशय अशा प्रकारचे धन्य पुरुष होते. गोखल्यांच्या चरित्रगगनातील अनेक उज्ज्वल ग्रहांचे यथातथ्य दर्शन रा. साने यांच्या लेखनशैलीच्या दुर्बिणीतून होत आहे. त्यांची भाषा ओजस्वी, सरस व प्रसंगानुरूप अलंकारिक असल्यामुळे चरित्राला एक प्रकारचा चटकदारपणा आलेला आहे. वक्तृत्वाला पोषक अशी वाक्यरचना रा. सान्यांना फार आवडते असे दिसते. पण संवादाची भाषा जशी निबंधाला चालत नाही, त्याप्रमाणे आपणच प्रश्न करणे, आपणच त्याचे उत्तर देणे इत्यादी प्रकारांचा प्रबंधात अतिरेक झाला, की त्याला नाटकी स्वरूप येते. भाषा जुन्या वळणावर नेण्याचा हल्ली एक सांप्रदाय निघाला आहे व साने त्याचे अनुयायी आहेत, असे दिसते. या समुद्रमंथनातून काही रत्ने नि:संशय लाभतात; पण खालील प्रयोग असावे तितके व्यवस्थित नाहीत, असे आम्हाला वाटते. 'ढोपरात मान घालून', 'श्रियाळ शैऱ्यांचे आपण वंशज', 'शरीरात वास्तव्य करणारा मानसहंस यांस कायमचे पंगू केले आहे', 'मुंबईच्या चरम भाषणात', 'अमृताची बी', 'कलमकुशाग्रणी', 'मोह आवरण घालू पाहील', 'मोहास न भाळून', 'काँग्रेसभंजक' 'ते एकदम बायकोसारखे रडू लागले', 'रक्ताची आहुती', 'दास्यत्वाची खोड' इत्यादी.

(अपूर्ण)

३१ मार्च, १९२५

✧

पुष्प ७

शिवपावित्र्य

लेखांक - १

इतिहासाच्या पायावर भावी राष्ट्रोदयाचे चिरंतन मंदिर उभारण्याचा प्रयत्न प्रत्येक युगात होत असतो. वृक्षाची पाळेमुळे, सातमजली हवेलीचा पाया, कवींचे हृदय आणि राष्ट्राचा इतिहास यांची अदृश्य स्फूर्तीच त्या त्या कार्याचे कारण करिते व त्याला वैभवशिखरावर चढविते. इतिहासहीन वैभवसंपन्न राष्ट्रापेक्षा उज्ज्वल इतिहासाने नटलेल्या दरिद्री देशातच मला जन्म दे, असा प्रत्येक भावनाप्रधान मनुष्य परमेश्वराची प्रार्थना करील. इतिहासाच्या नुसत्या संस्मरणाने त्या राष्ट्रात चैतन्य उत्पन्न होते आणि वठलेल्या महत्त्वाकांक्षांना पालवी फुटते. हजारो शतकांच्या अनुभवाचा अर्थ इतिहासाच्या प्रत्येक शब्दांत भरून राहिला असल्यामुळे नेता, बुद्धिनेता व कर्ताचा त्राता या दृष्टीने त्याचे महत्त्व केव्हाही कमी होणे शक्य नाही.

राष्ट्राच्या आयुष्यात इतिहासाचे स्थान अत्यंत महत्त्वाचे असल्यामुळे ऐतिहासिक नाटक म्हणजे दूधसाखर, सुवर्णाला सुगंध, अगर वक्तृत्वाला लय यांची जोड असे कुणी म्हटले, तरी त्यात अतिशयोक्ती होणार नाही. मराठीत प्रतिभासंपन्न नाटककरांनी लिहिलेली भाऊबंदकी, तोतयाचे बंड, कुमारसंभव इत्यादी सुंदर नाटके आहेत. पण, त्यांची संख्या विशेष मोठी नसल्यामुळे व सरस्वतीमंदिर नेहमी सौंदर्याचे स्वागत करण्याला सज्ज असल्यामुळे रा. श्रीपाद कृष्ण कोल्हटकर यांची दिलेल्या 'शिवपावित्र्य' या नाटकाचा रसिकजन सादर स्वीकारच करील.

कोल्हटकर व खाडिलकर या समकालीन व आपापल्या क्षेत्रांत अधिराज असलेल्या ग्रंथकारांची विस्तारपूर्वक तुलना करणे अत्यंत मनोरंजक आहे. महाराष्ट्र

शारदेने सामाजिक विषयांचा परामर्श घेण्याचे काम रा. कोल्हटकर व इतिहास-घटनांचे मंथन करण्याचे काम रा. खाडिलकर यांच्यावर सोपविले असावे, असे वाटण्याजोगेच प्रयत्न प्रत्येकाने केले आहे. मनुष्याच्या देहाच्या प्रमाणे त्याच्या आत्म्याची छायाही त्याला कधी होत नाही, हेच खरे! खाडिलकरांनी सामाजिक धारणेवर व कोल्हटकरांनी इतिहासपुराणावर जाहीर बहिष्कार टाकला नसला, तरी त्याविषयी सर्व उदासीन आहेत असाच प्रत्येक वाचकाचा समज होता; व तो केवळ निराधार होता, असेही म्हणता येणार नाही. रा. कोल्हटकरांनी 'शिवचारित्र्य' लिहून इतिहासाच्या क्षेत्रात प्रवेश केला आहे. रा. खाडिलकरांच्या लेखणीतून एखादे सामाजिक नाटक उतरावे, अशी इच्छा कुणी प्रगट केली, तर ती अरसिकपणाची होईल काय?

रा. कोल्हटकरांच्या नाटकाचा मध्यबिंदू अतिशय सूक्ष्म व व्यवहार ज्याला इतिहास म्हणतो, त्या इतिहासात ज्याचे पाच-दहा ओळींपेक्षा अधिक महत्त्व कुणी मानत नाही असा प्रसंग आहे. कल्याण काबीज केल्यावेळी तेथील सुभेदाराची सुंदर सून आबाजी सोनदेवाने महाराजांना नजर म्हणून पुढे केली. पण, राजकारणातला सिंह त्या वेळी शुक्राचा अवतार झाला. ऋषिविदुरांना लीलेने विद्ध करणाऱ्या मदनाचे पाचही बाण या राजयोगीश्वराने बोथट ठरविले, लोहपिष्ठ भक्षण करून उग्र तपश्चर्या करणाऱ्या विश्वामित्रालाही जे साधले नाही, ते या महाराष्ट्रगुरूने साधले आणि त्या लावण्यवती यवनीला 'माता' म्हणून नाटककाराने तिच्या घरी पोचते केले. प्रसंगावधान राखून अफजलखान्याच्या पोटात वाघनखे खुपसणे, शाहिस्तेखानावर छापा घालून मराठ्यांचा पराक्रम जेवतेवेळी त्याला आठवेल अशी तजवीज करणे, व कपटी अलमगिराच्या जाळ्यातून आगऱ्याहून निसटून येणे – या सर्व गोष्टी छत्रपतींनी चंद्रगुप्ताला लाजविणारे शौर्य व चाणक्याला लाजविणारा मुत्सद्दीपणा दर्शवितात. या प्रसंगांनी महाराजांची बुद्धी व छाती कसोटीला लावली; पण महाराजांच्या आत्म्याला कसोटीला लावणारा सर्वांत मोठा प्रसंग कल्याणच्या सुभेदाराची सून त्यांच्यापुढे येऊन उभी राहिली, तोच होय. शेकडो वीरांना तोंड देणारा योद्धाही या वेळी लटलटतो; त्याच्या विवेकाच्या भाल्याचे टोक मोडते व धर्मबुद्धीची ढाल हातातून गळून पडते. शरवर्षावातून तीराप्रमाणे पुढे जाणारा वीर या वेळी स्तंभित होतो आणि ब्रह्मास्त्रालाही न उमगणारे त्याचे मन अपांग कटाक्षांनी घायाळ होते. प्राणिमात्राला पशू करणाऱ्या या मदनाला आपण जाळून टाकले आहे, असेच महाराजांनी कृतीने दाखविले. महाराजांना शिवाचा अवतार म्हणावयाला एवढी गोष्टदेखील पुरेशी आहे.

शिवपावित्र्यातील अंक ३ प्रवेश ६ वाचताना शाकुंतलच्या पाचव्या अंकाची आठवण होते. व दोन्ही प्रसंगांची तुलना करण्याचा मोह अनावर होतो. दुर्वासाच्या

शापाने शकुंतलेची विस्मृती पडली असतानाही दुष्यंत 'अनिवर्णनीयं नाम परकलत्रम्' असे पुटपुटत शकुंतलेच्या अवगुंठनाआड लपलेल्या मुखकमलाचे निरीक्षण करतो तर मातुश्री जिजाबाई तुमच्याइतक्या सुंदर असत्या किंवा मी तुमच्या उदरी जन्म घेतला असता तर मीही तुमच्याइतकाच सुंदर झालो असतो. (पृ. १४६) हा एकच विचार हसीनासारखी लावण्यलतिका पाहून शिवाजीच्या मनात घोळू लागला! संतकवीला शोभणारी एक सौंदर्यदृष्टी, 'परकिया नारी माउलीसमान' हा तुकोबांचा सुंदर अभंग आचरणात उतरविण्याचा मनोनिग्रह, 'कष्ट करण्याची सवय झालेल्या व साध्या राहणीच्या शिपाईगड्यास या महालात चुकल्याचुकल्यासारखे वाटत आहे.' (पृ.१३७) हे उद्‌गार छत्रपतींच्या अलौकिक चारित्र्याचे मूर्तिमंत साक्षीदारच होत. वीरश्रेष्ठाची छाती व त्या छातीखाली ऋषिश्वराचे हृदय अखिल जगतीरालावरील राजात छत्रपतींनीच दाखविले, असे म्हणावयाला हरकत नाही.

राष्ट्र 'दिग्विजया' इतकेच 'पावित्र्या'वर अवलंबून असते, हा अमोलिक धडा– सध्याच्या हिंदुस्थानच्या व हिंदी संस्थानांच्या विस्कळीत स्थितीत आवश्यक असलेला धडा– शिवपावित्र्य शिकवीत आहे. प्रजेने रक्ताचे पाणी करून राजनिष्ठापूर्वक संस्थानी खजिन्याची भरताड करावी व संस्थांनी काळ्या युवरांजांनी श्वेतद्वीपात तो गर्ह्य छंदाफंदात पाण्यासारखा उधळून टाकावा ही केवढी लांछनास्पद गोष्ट आहे! नीतिधर्माच्या दरबारात राजा काय अगर रंक काय सारखाच असतो. जी गोष्ट दरिद्र्याच्या हातून घडली तर पाप ठरते, तीच श्रीमंतांच्या हातून घडली म्हणजे स्वर्गाला चढविण्याइतकी पुण्यशील होते, असे थोडेचे आहे. शिवपावित्र्यापासून प्रत्येक महाराष्ट्रीय व छत्रपतींच्या स्वराज्यवृक्षाच्या इतस्तत: पसरलेल्या शाखांचे अधिपती महाराष्ट्रीय संस्थानिक शुद्ध शीलाचा धड घेतील, तरच वेळी 'शिवाजी महाराज की जय' म्हणून ओरडल्याचे व 'शिवस्मारके' उभारल्याचे थोडे तरी सार्थक होईल.

२८ एप्रिल, १९२५

✧

पुष्प ७

शिवपावित्र्य

लेखांक - २

(पहिला लेखांक ता. २८ एप्रिलच्या अंकात प्रसिद्ध झाला आहे. सं. 'वैनतेय')

चमत्कृतिपूर्ण व रहस्यमय कथानक हा कोल्हटकरांच्या नाट्यरचनेचा विशेष आहे. शिवपावित्र्यापूर्वीच्या त्यांच्या नवनाटकातील त्यातल्या त्यात साध्या कथानकाची 'धीरतनय' व 'जन्मरहस्य' हीच होत. 'शिवपावित्र्य' मात्र या दोन्हींपेक्षाही साधे झाले आहे; व याचे कारण नाट्यविषय ऐतिहासिक व एकप्रसंगात्मक आहे हेच होय. कथानकाचे सूत्र गिरिशिखरावरून खाली उतरणाऱ्या निर्झराप्रमाणे वळणे घेत घेत जाऊ लागले, की त्याच्या जाळात वाचकप्रेक्षकांची मने आपोआप गुंतून पडतात. चत्मकृतीच्या अतिरेकाचे नीरसपणात फार लवकर रूपांतर होत असते. लावण्यसंपन्न हसीना शिवाजीला आपल्या सौंदर्यजालात गुंतविण्याचा प्रयत्न करते; पण मोहाचे पाश तटातट तोडून गरुडाच्या भरारीने शिवराय पवित्र वातावरणात उडून जातात, हा शेवटचा प्रसंग सोडला, तर इतर प्रवेश काव्यविनोद व चटकदार संवाद यांनी मनोवेधक झाले असले, तरी उत्कटपणाच्या अभावी ते दिसावे, तसे उठून दिसत नाहीत. नाटकाच्या साध्याकडे त्याच्या भिन्न भिन्न अंगांचा, प्रवेशांचा व संवादाचा प्रवाह ज्या प्रमाणात वाहत जातो त्या प्रमाणात वाचक तल्लीन होतो, असा अनुभव आहे. शिवाजी व हसीना हे या नाट्यवस्तूचे मुख्य व अभंग धागेदोरे होत. पण शेवटच्या प्रवेशाखेरीज त्यांची कुठेच गाठ पडत नसल्यामुळे व आपल्यावर कोसळणाऱ्या अग्निदिव्याची शिवाजीला शेवटपर्यंत माहिती नसल्यामुळे या धागेदोऱ्यांची वीण एखाद्या रहस्यपूर्ण कथानकाप्रमाणे मोहक कशी होणार?

शिवपावित्र्यातील मुख्य प्रसंग विजेच्या चमकीप्रमाणे आहे. या चमकीला सुसंगत अशी पार्श्वभूमी चितारणे फार कौशल्याचे आहे. काल्पनिक कथानक अगर नवरसपरिपूर्ण ऐतिहासिक कथानक चटकदार रीतीने रंगविणे सोपे असते. पण गुदगुल्या होतील, अंगावर शहारा उभा राहील, बाहू स्फुरण पावू लागतील अगर हृदयाचे पाणी पाणी होईल, अशा प्रकारच्या प्रसंगांचा अभाव असलेले ऐतिहासिक नाटक रंगदार करणे जवळजवळ अशक्यच भासते. 'शिवपावित्र्या'तील केंद्रप्रसंग (climax) नैतिक दृष्टीने अत्यंत मनोवेधक व ऐतिहासिक दृष्टीने अभिमानास्पद असला, तरी वाचकांच्या हृदयावर ठसा उठविण्याइतका परिणामकारक होत नाही व याचे मुख्य कारण विषम सामाजिक परिस्थितीच आहे. पुरुषवर्गाच्या शिथिल नीतिमत्तेविषयी उदासीन असणाऱ्या समाजात पुरुषांचं पावित्र्य कसोटीला लावणारा प्रसंग पाहून हृदय खालीवर होणे फारसे शक्य नाही. पुण्यप्रभातील शेवटच्या प्रवेशात वसुंधरेच्या नीतिमत्तेवर अभ्रपटले आलेली पाहून वाचकांचे चेहरे जसे काळवंडतात, तसे ते शिवपावित्र्यातील शिवाजीच्या कसोटीच्या प्रसंगी चिंतातुर होणार नाही. विधवा व विधुर यांची दुःखे सारखीच असतात; पण चारी बाजूंनी विधवेचा कोंडमारा होत असलेला पाहून तिच्याविषयी सहृदय मनुष्य जितक्या सहानुभूतीने विचार करतो, तितका तो विधुराच्या दुःखाविषयी करू शकत नाही. विधुराची एकलकोंडेपणाची दुःस्थिती यथार्थ रंगविणारे एखादे नाटक कुणी लिहिले, तरी ते सहसा लोकप्रिय होणार नाही. हा दोष त्या विषयाचा नसून समाजात रूढ झालेल्या नैतिक कल्पनांचा असतो. या कल्पनांचे काटेरी कुंपण ओलांडून समदृष्टीने रसास्वाद घेऊ शकणारा रसिक-भृंगराज विरळाच आढळायचा!

शिवपावित्र्याच्या एकेरी प्रसंगाला आपल्या कल्पनेने नटविण्याचा रा. कोल्हटकरांनी कौतुकास्पद प्रयत्न केला आहे; व त्यांचे विशिष्ट कौशल्य या प्रयत्नात दिसून येते. नाटकाचे कथानक एकसांधी नसले तर ते नाटकच होणार नाही; हा एकसांधीपणा साधण्याकरता शिवाजीचा सूड घेऊ इच्छिणारा त्याचा सावत्रमामा शंभूजी मोहिते याला प्रतिनायक केला असून त्याचा अंतिम हेतू शिवाजी दुःशील आहे, हे दाखविण्याचा असतो. सईबाई व सोयराबाई या जोडगोळीच्या साहाय्याने त्यांच्या कारस्थानाला विविधपणा येतो. शिवाजी नीतिभ्रष्ट आहे, हे सिद्ध करण्यासाठी जिवाचा आटापिटा करणारा मामा सामान्य दृष्टीला थोडासा विचित्रच भासतो. सुडाचा हा द्राविडी प्राणायाम सहसा प्रचारात नसल्यामुळे व सुडाची आग लावावयाला 'पावित्र्या'चीच निवड करणे शंभूजीला भाग पडले, असा कथाभाग नसल्यामुळे तो स्वाभाविकच फिक्का भासतो.

पण रसोत्कर्षाचा हा भाग सोडून दिला, तर शिवाजीचे स्वभावलेखन फार चांगले साधले आहे, असे म्हणावयाला हरकत नाही. 'मी महालात जन्मलो आणि तू खोपटात जन्मलास हा केवळ दैवयोग आहे,' असे म्हणून इमानी मोत्या

अस्पृश्याच्या अंगावरून प्रेमाने हात फिरविणारा प्रजाप्रेमी राजा, 'तुमचा खरोखरच व्यापार करावयाचा इरादा आहे की मागेपुढे राज्य काबीज करण्याचा विचार आहे?' हा मार्मिक प्रश्न विचारणारा मुत्सद्दी, 'या देशाच्या आकाशात एकदा तुमच्या तूळ राशीचा उदय झाला म्हणजे तिच्या मागावून वृश्चिक राशीचा उदय होण्याला कितीसा अवकाश लागणार?' हे भविष्य वर्तविणारा दूरदर्शी देशभक्त, 'मातृश्री जिजाबाई तुमच्याइतक्या सुंदर असत्या किंवा मी तुमच्या उदरी जन्म घेतला असता तर मीही तुमच्याइतकाच सुंदर झालो असतो हा एकच विचार माझ्या मनात घोळत आहे,' असे शुकाचार्याला शोभणारे उद्गार काढणारा महात्मा कुणाला वंद्य होणार नाही?

समशेरबहाद्दर होऊ पाहणारे 'गुलजारखां' हे या नाटकातील विनोदी पात्र आहे. गडकरी संप्रदाय सुरू झाल्यापासून विनोदासाठी नाटकात निदान तीनचार स्वतंत्र (स्वातंत्र्य एरवी कितीही इष्ट असले, तरी नाटकातील पात्रांच्या बाबतीत अनिष्टच!) पात्रे असलीच पाहिजेत, असा समज बळावत चालला आहे. रा. कोल्हटकरांनी मात्र सुसंबद्ध विनोदाची कास धरलेली आढळून येते. दुसऱ्या अंकातील तिसऱ्या प्रवेशात महंमद व हसीना या दांपत्याचा प्रणयविनोद आलेला असून नाटकात इतरत्रही विनोदाच्या छटा आढळल्यात. (अंक १ ला, प्रवेश २ रा. यातील शिवाजी, सईबाई व सोयराबाई यांचा संवाद.)

या नाटकाच्या उपवनात मधुर सुभाषितपुष्पे इतस्ततः फुललेली आढळतात. 'कुऱ्हाडीच्या वाराने झाडाला जखम होते; पण कुऱ्हाडीच्या पात्याला ओचकराही पडत नाही' (पृ.२) 'खरोखर वीरांना जखम अलंकारसारख्या वाटतात.' (पृ.८) 'जिंकणारापेक्षा हरणाऱ्यावरच विजय अवलंबून असतो', 'मनुष्य आरंभी मुखाच्या पाण्याने स्नान करायला बसतो, तेव्हा त्याला ते पाणी स्वच्छ मिळत असते. पण जसजसे आयुष्यरूपी पात्र रिकामे होत जाते, तसतसे अधिकाधिक गढूळ पाणी मिळत जाते; आणि अखेरीस तर पात्राच्या तळचा चिखलच हाती येतो.' (पृ.१०१) 'क्षुद्र स्नेह्यापेक्षा दिलदार शत्रू सहस्रपट बरा.' (पृ. १०३)

प्रत्येक देशात प्रत्येक काळी स्वातंत्र्ययुद्ध सुरू झाले, की स्थितीप्रिय व गतिप्रिय असे दोन पक्ष होतात. या शिवकालीन पक्षांचा वादविवाद पहिल्या अंकाच्या पहिल्या प्रवेशात ग्रंथित केला आहे. तो वाचीत असताना देशाच्या सद्यःस्थितीची आठवण झाल्यावाचून राहत नाही. राष्ट्राच्या पडत्या काळातही 'स्वभूमीच्या मोचनार्थ व स्वातंत्र्याप्रीत्यर्थ हातावर शीर घेतलेल्या वीरांचा उत्साह परदेशापहार करू पाहणाऱ्या अन्यायी राजाच्या आज्ञेने नाचणाऱ्या भाडोत्री शिपायास कसा येणार?' (शिवपावित्र्य पृ. १३) ही जाणीव जागृत असली म्हणजे, स्वातंत्र्यसूर्य उदय पावलाच म्हणून समजावे.

१९ मे, १९२५

पुष्प ८

कथासप्तक

कथासप्तक हे पुस्तक गंगायमुनांचा संगम, तारकांची युती, पौर्वात्य व पाश्चिमात्य संस्कृतीचे पुनर्मिलन, अगर हिमालय व महासागर यांची भेट यांच्याप्रमाणे प्रथमदर्शनीच हृदयंगम अडीच तपांपेक्षा अधिक वर्षे निरपेक्ष देशसेवा करणाऱ्या दोन प्रतिभाशाली महाग्रंथकारांच्या एकमेकांवरील गाढ व निर्मल मनाची साक्ष हे पुस्तक देत असल्यामुळे त्याचे सौंदर्य अधिकच खुलून दिसत आहे. सात भिन्न भिन्न रंगांनी रंगविलेल्या कथांनी रमणीय दिसणारे इंद्रधनुष्य वाङ्मयाकाशात प्रत्येकाचे लक्ष वेधून घेईल, यात संशय नाही. 'सप्तकांपैकी पहिले चार सप्तक रा. श्रीपाद कृष्ण कोल्हटकर यांचे असून, शेवटचे तीन रा. न. चिं. केळकर यांचे आहेत. कोल्हटकर-केळकरांची जोडी 'कथालेखक' या नात्याने महाराष्ट्र वाचकांना फारशी परिचित नाही.' 'कथासप्तक' या संग्रहातील कोल्हटकरांच्या मासिक 'मनोरंजना'त प्रसिद्ध झालेल्या निदान कथा-कल्पना तरी आठवत होत्या; पण बुरखा घेतलेल्या आपल्या आईलादेखील मुलगा जसा ओळखू शकत नाही, त्याप्रमाणे टोपणनावाखाली सिद्ध झालेल्या लेखाचे जनकत्व पुष्कळ वेळा शोधून काढता येत नाही; हा नेहमीचा अनुभव रा. केळकर यांच्या गोष्टींच्या बाबतीत आला आहे. कथासप्तकाची जाहिरात वाचून त्यात केळकरांच्या अप्रसिद्ध गोष्टी येणार आहेत, असा बहुतेकांनी अंदाज केला असेल; पण मूकनायकातील विक्रांत कृत्रिम दाढी काढताच जसा वकिलाचा राजा होतो, त्याप्रमाणे टोपणनावाचा आडपडदा दूर होताच १९१४ तील 'चित्रमय जगत'मधील गोष्टी रा. केळकरांच्या झाल्या व अकरा वर्षांपूर्वीच्या जुन्या मित्रांचे

(गीतराव, बाळभटजी, दादासाहेब इत्यादी) वाचकांना दर्शन झाले.

कोल्हटकरांच्या 'गाणारे यंत्र' व 'पती हाच जिचा अलंकार' या खऱ्याखुऱ्या लघुकथा असून 'संपादिका' व 'गरीब बिचारे पाडस' या त्या मानाने बऱ्याच मोठ्या आहेत. पहिल्या दोन हातातील सुवर्णकंकणासारख्या तर दुसऱ्या दोन गळ्यातील मोहनमाळेप्रमाणे भासतात. पुष्करिणी व निर्झरिणी, लतिका व वृक्ष, यांच्या उपमा या कथायुगलांना अनुक्रमे देता येतील. व्यापक अर्थाने या चारी गोष्टींना सामाजिक या सदराखाली घालता येईल; पण रंग एकच असला तरी त्याच्या कमीअधिक प्रमाणावरून जसे निरनिराळे पोटरंग ठरत असतात, त्याप्रमाणे 'गाणारे यंत्र' ही रम्यकाव्यमय, 'पती हाच स्त्रीचा अलंकार' ही व्यावहारिक व 'संपादिका' आणि 'गरीब बिचारे पाडस!' या ध्येयपर असे या कथांचे वर्णन करता येईल. या चारी कथांची कथानके साधी; पण हृदयस्पर्शी असून त्यांचा प्रवाह अकृत्रिम व अखंड आहे. 'गाणाऱ्या यंत्रां'त उषेच्या कंठमाधुर्याने तिच्या भावाच्या रुक्ष संसाराला ओलावा आणिला. एवढेच नव्हे; तर तिला दिनकररावांसारखा अनुरूप व रसिक पती मिळवून दिला हा कथाभाग आहे. दिनकररावांचे त्या गाण्यावरील प्रेम व ते गाणे म्हणणारी कुमारिका शोधून काढण्यासाठी त्यांनी सोसलेला त्रास यांचे चित्र डोळ्यांपुढे उभे राहिले की, 'भावस्थिराणि जननान्तर सौहृदानि' या कालिदासाचा चरण पुन:पुन: जिव्हाग्रावर नाचू लागतो. 'मधुर तव ऐकु कुठे मुरली,' हे या कथेतील पद्य सुंदर व मधुर असून कथेच्या प्रवाहाला अत्यंत पोषक आहे.

बायकांच्या दागिन्यांचा सोस कुटुंबाची कशी धूळधाण उडवितो याचे नित्य दिसणारे हृदयद्रावक चित्र 'पती हाच स्त्रीचा अलंकार' या कथेत रेखाटले आहे. अतिपरिचयात अवज्ञा होऊन पतिरूप अलंकारापेक्षा सोन्याचे निर्जीव अलंकार आवडू लागतात, व दागिन्यांच्या प्रति धोंडोपंत कर्जाच्या चिखलात रुतून बसतात, ही हरहमेश घडणारी गोष्ट आहे. कोल्हटकरांच्या एकंदर लेखनात अगदी घरगुती अशी वाटणारी हीच गोष्ट आहे. या कथेचे करुण पर्यवसान अत्यंत परिणामकारक असून तीत मध्यम वर्गातील प्रत्येक पतीचे अंत:करण अतिशय कौशल्याने रंगविलेले आहे. शब्दावरील श्लेष (पृ.१५), कर्जाच्या दुष्परिणामांचे वर्णन (पृ. २०-२१), वसंतातील वनश्रीचे मनोहर चित्र (पृ. २६-२७), इत्यादी स्थळे चांगली साधली आहेत.

'संपादिका' या गोष्टीचा पूर्वार्ध म्हणजे लग्नाची वरात ही वाऱ्यावरची वरात मानून वडीलमंडळींनी केलेले लग्न व मने संलग्न न झाल्यामुळे त्यात उत्पन्न झालेले विघ्न, याचे खरेखुरे चित्र आहे. मुलांचे शिक्षण वाढले, त्यांच्या विवाहाची वयोर्यादा वाढली या गोष्टीकडे काणाडोळा करून 'मुलाचे लग्न ठरविणे हा माझा जन्मसिद्ध हक्क आहे' हा मंत्र जपत पितृपदस्थ मंडळी वधूवरांच्या डोक्यांवर अक्षता

टाकून मोकळी होतात; पण वडाची साल पिंपळाला लावण्याचा त्यांनी केलेला उद्योग, मुलाची आवडनिवड न बघता त्याला चतुर्भुज करण्याचा केलेला अव्यापारेषु व्यापार, व रथाच्या एका बाजूला मोटारीचे चाक तर दुसऱ्या बाजूला खटाऱ्या गाडीचे चाक लावून त्याची खुंटविलेली गती या सर्वांचे खापर कोणाच्या डोक्यावर फोडायचे? उपरणे व साडीपदराच्या या गाठी बांधल्या म्हणून आत्म्याचे अभंग मिलन होत नाही, अक्षता कुंकुममिश्रित केल्या म्हणून वधूवरांच्या हृदयाला काही प्रेमाचा रंग चढत नाही, लाजणाऱ्या वधूकडून वराचे नाव आळेबळे घेवविले म्हणून तो पुढे बायकोचे नाव टाकायचे ते टाकतोच. या गोष्टी लग्नसंस्थांना सट्टेबाजार अगर नवरात्र समजणाऱ्या प्रौढ पंडितांना व पित्यांना कधी समजणार?

संपादिकेचा उत्तरार्ध रम्य, काव्यमय व कुतूहलजनक आहे. विवाहातील वैषम्यामुळे रघुनाथराव जानकीचा तिरस्कार करतात; पण ती साध्वी रामायणातील नायिकेप्रमाणे पतीपासून दूर राहून सरस्वतीची उपासना करते, विदुषी होते, व रघुनाथरावांच्या दर्पणाला आपल्या तेजस्वी लेखनाने उजाळा आणते. रघुनाथरावांसारखे उतावळे विद्वान आपल्या जानकीचा त्याग न करता, तिला सुसंस्कृत करण्याचा धडा 'संपादिके'पासून घेतील तर सध्याचा संक्रमण काळ थोडा तरी सुखकर होईल.

वाङ्मयदृष्ट्याही ही गोष्ट बऱ्याच वरच्या दर्जाची आहे. कोल्हटकरांच्या वाणीचा विरोधी व विनोदी विलास (पृ ४१, पृ ६२) इत्यादी स्थळी चांगल्या रीतीने प्रगट झाला आहे. रघुनाथरावांच्या स्वभावातील गुणावगुणांचे रेखन, प्रकाश व छाया यांचे मिश्रण अत्यंत स्वाभाविक असून त्यांचे मतपरिवर्तन फार सुंदर रीतीने रेखाटले आहे. 'गरीब बिचारे पाडस' ही अत्यंत हृदयद्रावक कथा कोल्हटकरांच्या छोट्या कथामालेतील मुकुटमणी होय. संपादिका ही गोष्ट शुक्राच्या चांदणीप्रमाणे भासते. पण 'गरीब बिचारे पाडस' ही लेखकाचे हृदय विदीर्ण करून आलेली व वाचकांना स्तंभित करणारी अशी वीजच आहे. पुनर्जन्मविषयक तत्त्वज्ञानाने या गोष्टीला अलौकिक भव्यपणा आला असला, तरी तिची रचना, तिच्यातील प्रसंग हे अतिशय घरगुती व अकृत्रिम आहेत. सारजाबाईच्या असाध्य आजाराने संतापरावासारख्या पाषाणातून बाहेर पडणारी गंगा व पुनर्जन्माविषयी श्रद्धा व अंधश्रद्धा या दोन तटांतून तिचा वाहणारा प्रवाह पाहिल्यावर ज्यांच्या डोळ्यांतून अश्रू पडणार नाहीत. 'स वै मुक्तोऽयवा पशू:' असेच म्हणावे लागेल. या कथेइतकी नावीन्यपूर्ण व परिणामकारक कथा क्वचितच वाचावयाला मिळते. कोल्हटकरांचे वाङ्मयगुणही या गोष्टीत विपुल प्रमाणात आढळतात. या गोष्टीतील नवनव्या कल्पना, विनोदाची व उपहासाची ओझरती चमक व अत्यंत परिणामकारक स्वभावरेखन या सर्वांची यथार्थ कल्पना यावयाला मूळ गोष्टच वाचावयाला पाहिजे. पर्जन्यदृष्टीचे चित्र पाहून ग्रीष्माने रखरखलेल्या भूमीला खरी शांती कशी प्राप्त होईल?

ह. ना. आपटे, कृ. के. गोखले, वि. सी. गुर्जर, सौ. गिरजाबाई केळकर इत्यादी प्रसिद्ध कथालेखकांनी पुष्कळ चांगल्या गोष्टी लिहिल्या आहेत. पण कोल्हटकरांच्या 'संपादिका' व 'गरीब बिचारे पाडस' यांच्याइतक्या वाङ्मय-गुणसंपन्न गोष्टी त्यात फारच थोड्या आहेत. दुय्यम शिक्षणाच्या शाळांनी इतर वाचनासाठी हे पुस्तक अवश्य लावावे अशी त्याची योग्यता आहे; आणि पुणे व सांगली येथील काही शाळांतून ते लवकरच सुरू होणार आहे, असे कळते.

रा. न. चिं. यांच्या तीन गोष्टी म्हणजे तीन विनोदी लेखच आहेत. कथासूत्र नसलेल्या प्रबंधाला गोष्ट म्हटले तरी एकंदरीत तो संन्याशाचा संसारच होतो. कॅ. लिमये यांच्या विनोदी लेखसंग्रहात व रा. वामन मल्हार जोशी यांच्या 'नवपुष्पकरंडकांत' या पद्धतीचे लेखन आहे. विनोदी निबंध व कथा या दोन्हींच्या मिश्रणापासून निर्माण झालेली एक लेखनपद्धती असे तिचे वर्णन करणे योग्य होईल. संवादात्मक पद्धतीने लिहिलेल्या विनोदी निबंधात कथा लेखनकौशल्य शोधणे, म्हणजे पोपटाचे पोट फाडून त्यात कस्तुरी आहे की नाही, हे पाहणे होय.

रा. केळकर हे मार्मिक विनोदी लेखक आहेत; त्यांच्या अष्टपैलू लेखनाची खुमारी सूक्ष्म विनोदामुळेच अधिक वाढली आहे. सदरहू संग्रहात घेतलेल्या गोष्टींत मात्र त्यांचा विनोद सूक्ष्म नसून स्थूल आहे. त्यांच्या इतर लेखनातला विनोद म्हणजे काम करता करता श्रम हलके व्हावे म्हणून मधूनमधून गुणगुणण्याचे गाणे होय. संग्रहित गोष्टीत मात्र असल्या लकेरी नसून बैठकीचे गाणे आहे. एरवीच्या लेखातील तोंडी लावणे या गोष्टीत मुख्य पक्वान्न झाले आहे, हाच या लेखांचा विशेष आहे.

विनोदाच्या उच्चत्वाच्या दृष्टीने या गोष्टीचा अनुक्रम प्रकाशनाच्या बरोबर उलट लागेल. 'माझी आगगाडी कशी चुकली' ही पाहुणचाराचे अजीर्ण कसे बाधते हे सविस्तर वर्णन करणारी गोष्ट सर्वांत सरस आहे. 'सामाजिक चालीरीतींचा फरक' या गोष्टीतील विषय शिळा असला, तरी हिंदी नावांनी केलेले इंग्रजी समाजाचे वर्णन मजेदार वठले आहे. 'नावात काय आहे' हे या गोष्टीत चांगलेच प्रत्ययाला येते. 'गीताराव' या गोष्टीत चांगल्या नादाचा अतिरेक व तोही अर्थ टाकून शब्दावडंबरांत रमण्याचा असा असला म्हणजे मनुष्य किती हास्यास्पद होतो, याचे चित्र रेखाटले आहे. या गोष्टीत काही चांगला विनोद असला, तरी क्लिष्ट व कृत्रिम कोट्यांनी अनेक ठिकाणी वाचकाचा विरस होतो.

अलीकडे दोन लेखकांच्या जोडगोळीने एका पुस्तकाच्या बंदीतून वाचकवर्गावर आपल्या प्रतिभेचा वर्षाव करण्याचा प्रघात पडला आहे. पण अनेक वेळा या जोडगोळीत 'लंगडा व आंधळा' या गोष्टीतील भागाबेटीचे तात्पर्य असते असे समजते. कथासप्तकाची गोष्ट मात्र सर्वस्वी निराळी आहे. सरस्वतीमंदिरात प्रवेश मिळणे मुश्किलीचे आहे, हे पाहून दोघा प्रवेशेच्छूंनी एकमेकांच्या उपरण्याला गाठ

बांधावी (हेतू हा की एक आत शिरला की त्याच्या मागून दुसऱ्याला फरपटत का होईना जायला मिळणारच!) हा प्रकार स्वार्थी असू शकेल; पण शारदेने स्वहस्ते ज्यांना उच्च स्थानावर बसविले आहे, त्यांनी बांधलेली गाठ निर्मल प्रेमाची व उच्च रसिकतेची द्योतक आहे, हे काय सांगावयाला पाहिजे? 'मतिविकार' व 'तोतयाचे बंड' या परस्परांच्या नाटकांवर टीका करून या लेखकद्वयाने वाङ्मयाला आवश्यक अशी कर्तव्यकठोरता पूर्वी दाखविली होतीच! कॉलेजमध्ये वर्गात अगर नंतर एकमेकांच्या घरी हे साहित्यसेवक स्नेही जसे जवळजवळ बसत होते व आहेत, तसे आज कथासप्तकातही बसलेले आहेत. प्रकाशकांनी या मित्रद्वयाचा एखादा सुंदर फोटो सदरहू पुस्तकात घातला असता, तर या चिरंजीवी उपक्रमाच्या दुधात साखर पडली असती.

२६ मे, १९२५

पुष्प ९

श्यामसुंदर

सृष्टीच्या उद्यानात एकाच लतिकेला एकाच प्रकारची फुले येतात; परंतु शब्दसृष्टीच्या उपवनात लतेच्या एका शाखेवर गुलाबाची फुले, तर दुसरीवर जाईजुईची फुले असा चमत्कार दृष्टीस पडतो. रा. श्रीपाद कृष्ण कोल्हटकर यांच्या लेखनलतिकेच्या कादंबरीशाखेवर नुकतेच उमललेले 'श्यामसुंदर' हे फूल व त्यांची सर्व पुष्पसृष्टी यांचा विचार केला असता वरील तत्त्वच प्रत्ययाला येते. वंगवाङ्मयातील रवींद्रनाथांप्रमाणे रा. कोल्हटकर हे बहुविध लेखक आहेत; परंतु रवींद्रांचे वाङ्मय जितके भावनाप्रधान असते, तितकेच रा. कोल्हटकरांचे बुद्धिप्रधान असते. तथापि, 'जन्मरहस्या'सारखे नाटक किंवा 'गरीब बिचारे पाडस' ही लघुकथा यात रा. कोल्हटकरांच्या भावनांची जी उत्कटता व्यक्त झाली आहे, तिनेच 'श्यामसुंदर'चे मुख्य कथानक अत्यंत सात्त्विक अशा करुणरसाने परिपूर्ण केले आहे.

'श्यामसुंदर'चा विषय अस्पृश्योद्धार हा आहे व आपले राष्ट्र उत्कर्षाच्या शिखराला जाणे अगर अवनतीच्या गर्तेत खितपत पडणे, हे ज्या काही प्रश्नांवर अवलंबून आहे; त्यांत अस्पृश्योद्धाराचा प्रश्न अत्यंत महत्त्वाचा आहे. 'ये यथा माम् प्रपद्यन्ते। तास्तथैव भजाम्यहम्' ही घोषणा अस्पृश्य मानलेल्या देहाच्या आतील भगवंताचा अंश करीत असताना दररोज 'गीता' पाठ करणारे पुराणमताभिमानी लोक अद्याप जागे होत नाहीत, हे देशाचे दुर्दैव होय.

'जन्मरहस्य' व 'परिवर्तन' या दोन्ही नाटकांत वर्ण्यविषय इतक्या उघड रीतीने रा. कोल्हटकरांनी पुढे मांडला आहे की, प्रिं. भामट्यांनादेखील बुरखेवाल्या बाईची

उपमा त्या नाटकातील विषयांना देववणार नाही. 'श्यामसुंदर'मध्ये मुख्य विषय अतिशय ढळढळीतपणे वाचकांच्या नजरेला येईल, अशीच ग्रंथकर्त्यांने कादंबरीची रचना केलेली आहे. वाङ्मयसेवेच्या द्वारे रा. कोल्हटकरांनी जे समाजसेवामंदिर गेल्या तीस वर्षांत उभारले, त्याचा 'श्यामसुंदर' कळस आहे.

'श्यामसुंदर' वाचत असताना 'Uncle Tom's Cabin' या गुलामगिरीविरुद्ध मोहीम करणाऱ्या कादंबरीची आठवण झाल्यावाचून राहत नाही. 'मी' कादंबरीचा नायक व 'श्यामसुंदर' यांचे चरित्रपट भिन्न भिन्न असले, तरी त्यांच्या चरित्राचे सूक्ष्म धागे एकमेकांशी थोडेफार जुळते आहेत; परंतु कै. आपटे व रा. कोल्हटकर यांच्या या दोन उद्बोधक कादंबऱ्यातील अत्यंत मोठा फरक, 'मी' मध्ये समाजसेवक कसा घडत जातो व 'श्यामसुंदर'मध्ये जातिवंत समाजसेवक प्रत्यक्ष समाजसेवा कशी करतो हे दाखविले आहे, हाच होय.

विषयसूत्रावर कथानकाच्या अनुरोधाने काही प्रसंगांचे मणी 'श्यामसुंदर'मध्ये गुंफले असले, तरी मनोरंजकपणापेक्षा विषयाच्या प्रतिपादनाकडेच ग्रंथकर्त्यांनी जास्त लक्ष पुरविले आहे. तथापि, रा. कोल्हटकरांच्या नेहमी काही तरी चमत्कृतिपूर्ण नावीन्य हुडकून काढणाऱ्या प्रतिभेमुळे मंद वाहणाऱ्या 'श्यामसुंदर'च्या कथाप्रवाहालाही आकर्षकपणा आलेला आहे. पहिल्या दोन प्रकरणांत ब्राह्मण असलेला 'श्याम' निष्ठुर पित्याच्या शब्दांनी घर सोडतो व तिसऱ्या प्रकरणात शूद्र बनतो; अकराव्या प्रकरणाअखेर 'श्याम'च्या दुर्दैवाने (परंतु अस्पृश्यांच्या सुदैवाने) हैबती त्याला जखमी व विद्रूप करतो; आणि बारा या प्रकरणापासून 'श्याम' अस्पृश्य म्हणून वावरू लागतो. तीन वर्णांतील 'श्याम'ही अकल्पित यात्रा अत्यंत चमत्कृतिजनक आहे. या महायात्रेचे फार मोठे पुण्य मात्र 'श्याम'च्या पदरात शेवटी पडलेले आहे. ते पुण्य म्हणजे ब्राह्मणापासून अस्पृश्यांपर्यंत सर्वांनी भेदभाव सोडून एका मायभूमीची लेकरे व एकाच धर्माचे भक्त या नात्याने केलेले सहभोजन होय.

श्यामसुंदरमधील सडेतोड विचारसरणी 'यद्यपि शुद्धं लोकविरुद्धं नाकरणीयं नाचरणीयं' या मंत्राचा १०८ वेळा जप केल्यावाचून तोंडात पाणी न घालणाऱ्यांना कधीही पटणार नाही, हे उघड आहे. परंतु काचेप्रमाणे हीन असणारी संस्कृती कांचनाप्रमाणे उच्च असणाऱ्या संस्कृतीशी संसर्ग पावल्यावाचून उज्ज्वल कशी दिसणार? संघटनांवाचून अस्पृश्यांची उन्नती होणे शक्य नाही; करिता स्पृश्यांनी कोणत्याही प्रकारचा भेदभाव न बाळगता अस्पृश्यांत मिसळले पाहिजे व दूरदृष्टीने त्यांच्या उन्नतीचा मार्ग आखला पाहिजे; आणि ज्या मानाने अन्नौदकाचे निर्बंध शिथिल त्या मानाने येणेजाणे जास्ती व परिचयाचे प्रेमात रूपांतर होण्याचा संभव अधिक हा नेहमीचा अनुभव असल्यामुळे कोणाही हिंदूने दुसऱ्या हिंदूला (मग तो कोणत्याही जातीचा असो) दिलेला प्रेमाचा घास आनंदाने स्वीकारला पाहिजे, हीच काय ती

‘श्यामसुंदर’ची शिकवण आहे.

अत्यंत प्रेमळ माता व तितकाच प्रेमळ पिता यांच्या वियोगामुळे एरवी बुद्धिग्राह्य असलेल्या या कादंबरीला करुणरसाचा ठिकठिकाणी ओलावा मिळालेला आहे. प्रकरणे २-३-४ व १५ ही करुणरसाच्या दृष्टीने अत्यंत सुंदर वठली असून शेवटचा भाग वाचताना ज्याच्या डोळ्यांत अश्रू उभे राहणार नाहीत, असा सहृदय मनुष्य क्वचितच सापडेल.

‘श्यामसुंदर’मध्ये मनोरंजक संवाद फार कमी असून प्रकरणे स्पृश्यास्पृश्य वादाच्या सांगोपांग चर्चेत खर्च झाली आहेत; त्यामुळे स्वाभाविकच भाषेमध्ये प्रौढपणा आढळून येतो. सामान्य वाचकाला ‘श्यामसुंदर’ची भाषा, असावी तितकी सुबोध आहे असे वाटणार नाही; परंतु रसिक व मार्मिक वाचकांना आनंद देणारी स्थळे या कादंबरीत विपुल आहेत. पहिले प्रकरण म्हणजे हिवाळ्यात पहाटे फुलणारे पारिजातकाचे नाजूक झाडच आहे. त्यात नवनव्या सुंदर कल्पना व मातृहृदयाचे अतिशय सरस वर्णन आले आहे. पृ. १५३ व १५४ वरील म. गांधींच्या असहकारितेच्या चळवळीचे वर्णन समतोल दृष्टीने केलेले आहे. ‘सरकारी शाळांत मुले न पाठविण्याचा निश्चय निपुत्रिकांकडूनच काय तो पूर्णपणे पार पडला’ हे शाळावरील बहिष्काराचे वर्णन आज प्रत्येकाच्या अनुभवाला येत आहे. पृ. २३७ ते २४३ यात चिमणरावांचे जे वावदूक वृत्तीचे भाषण आले आहे, त्यात बेगडी देशभक्ताचे खरेखुरे चित्र रेखाटले असून त्यातील विनोदही चांगला आहे.

स्थलाभावामुळे या नावीन्यपूर्ण कादंबरीचे विस्तृत गुणदोष विवेचन करणे शक्य नाही; शिवाय ऊस स्वत: चावून खाण्यात जी गोडी असते ती त्याचा आयता मिळणारा रस (व तोही घोटभर) पिऊन कधीही मिळत नाही. गुरुवर्य कोल्हटकरांना नम्रपूर्वक एवढेच सुचवावेसे वाटते, की केशवसुत ज्याप्रमाणे कवींचे कवी होते, त्याप्रमाणे आपण लेखकांचे लेखक आहात. केशवसुत सामान्य जनतेत जरी फारसे लोकप्रिय झाले नाहीत, तरी गोंविदाग्रज, बालकवींसारखे शिष्य त्यांच्या कवितेने निर्माण केले. आपल्या लेखनानेही आतापर्यंत गडकऱ्यांसारखे पहिल्या प्रतीचे साहित्यसेवक निर्माण केले आहेत व यापुढेही ते निर्माण होतील; करिता महाराष्ट्रासाठी व मराठी वाङ्मयासाठी तरी आपण लेखनसंन्यास घेऊ नये. महाराष्ट्रातील वाढती रसिकता श्यामसुंदरच्या धाकट्या भावंडाकडे आजपासूनच डोळे लावून बसली आहे, हे काही सांगावयाला नको.

१५ सप्टेंबर, १९२५

पुष्प १०

लो. टिळकांची धर्मविषयक मते

लो. टिळक हे केवळ सरकारला दरारा दाखविणारे राजकारणी पुरुषच नव्हते, तर राजकारणाप्रमाणे ज्योतिषशास्त्र, गणितशास्त्र व धर्मशास्त्र यांतही त्यांची सर्वगामी बुद्धिमत्ता अनिरुद्ध रीतीने संचार करती असे हे सर्वश्रुत आहे. पायांखाली जळणाऱ्या पारतंत्र्याचे चटके जितक्या तीव्रतेने भासमान होत असत, तितक्याच तीव्रतेने आकाशस्थ ज्योतीमधील विसंवादही त्यांना दिसत असे. परवशतेच्या मोहातून अज्ञ देशबांधवांना जागृत करण्याकरिता 'केसरी'च्या दशदिशा गर्जवून सोडणाऱ्या गर्जना, त्यांच्या लेखणीतून जशा बाहेर पडल्या, त्याप्रमाणे हाडीमांसी खिळलेल्या दुबळ्या निवृत्तीच्या निद्रेतून महाराष्ट्राला जागृत करणारा कर्मयोगाचा मंत्रही त्यांच्याच तेजस्वी लेखणीतून बाहेर पडला. यादृष्टीने पाहता, राजकारणात त्यांनी जसा आपला विशिष्ट पंथ स्थापन केला, त्याप्रमाणे धर्मकारणातही त्यांनी जुने व नवे यांची सांगड घालणारा नवा पंथ निर्माण केला आहे. हा पंथ म्हणजे नि:स्वार्थी देशसेवा होय. इतर कोणत्याही पुढाऱ्यांपेक्षा टिळकांची धर्मविषयक मते कळून घेण्याची जिज्ञासा जनतेत जास्ती प्रबल असणे स्वाभाविक आहे; कारण, संमतिवयाचे बिल वगैरे प्रसंगी लोकमान्यांनी तत्कालीन सुधारकपक्षाला जो तीव्र विरोध केला, त्यावरून बहुजनसमाज त्यांची गणना हिंदुधर्माच्या कट्ट्या कैवाऱ्यांत नेहमी करीत असे. एकोणिसाव्या शतकात नव्या मन्वंतराचा जो सोसाट्याचा वारा महाराष्ट्रभर वाहू लागला, त्या वाऱ्याने प्रत्येक क्षेत्रात अग्नीवर साचलेली राख उडवून टाकण्याचा उपक्रम आरंभला. धर्मक्षेत्र या नियमाला अपवाद होणे शक्य नव्हते. परंतु, शिक्षकांप्रमाणे सुधारकांतही

भराभर विद्यार्थ्यांच्या डोक्यात विषय कोंबणारे, व मागील विषय पचनी पडला असे पाहून पुढील समजावून सांगणारे असे भेद असतातच. लोकमान्यांची गणना तत्कालीन बाह्य परिस्थितीमुळे त्या वेळी जरी पुराणमतवाद्यांत झाली, तरी आज अडीच तपे उलटून गेल्यानंतर व त्यांचा तेजस्वी चारित्र्यसूर्य कालरूपी क्षितिजाच्या आड गेल्यानंतर, नि:पक्षपातीपणाने त्यांच्या सद्‌चरित्राचा विचार केला तर अंतर्यामी ते सुधारकच होते, अशी खात्री पटल्यावाचून राहत नाही.

'लो. टिळकांची धर्मविषयक मते हा एक पुष्पगुच्छ आहे. सव्वादोनशे पृष्ठांचा हा ग्रंथ एकट्याच व्यक्तीने लिहिला नसून, सहा निरनिराळ्या होतकरू विद्वानांनी टिळकांच्या धर्मविषयक मतांविषयी लिहिलेल्या सहा निबंधांचा एक संग्रह आहे. 'धर्मस्य तत्त्वं निहितं गुहायम्' तत्त्व त्रिकालाबाधित असल्यामुळे व 'नैकोऋषिर्यस्य वच:प्रमाणम्' अशीच टिळकांच्या धर्मविषयक मतांच्या बाबतीत स्थिती होण्याचा संभव असल्यामुळे सहा तरुण ऋषींच्या निबंधांचा हा संग्रह-तत्त्व-जिज्ञासू वाचकाला एका विद्वान ग्रंथकाराच्या कृतीपेक्षा नि:संशय अधिक मनोरंजक व अधिक तत्त्वबोधक वाटेल.'

या सहा निबंधलेखकांपैकी पाच पदवीधर आहेत; व सर्वच तरुण आहेत ही गोष्ट नि:संशय अभिनंदनीय आहे. महाराष्ट्राच्या नवीन पिढीत धर्मजिज्ञासा वाढत आहे व पाश्चिमात्य ज्ञानाच्या निकषग्रावेवर पौर्वात्य सुवर्ण घासून घेण्याची शास्त्रीय बुद्धी महाराष्ट्रात वाढत आहे, याची ही छोटी निबंधमाला उत्कृष्ट साक्ष आहे.

टिळकांच्या धर्मविषयक मतांची एक चरणात उल्लेख करावयास 'कर्मण्येवाधिकारस्ते माफलेषुकदाचन' या पलीकडे उल्लेख करण्याचे कारण उरणार नाही; परंतु धर्म म्हटला म्हणजे सामान्य लोकांपुढे नित्यनैमित्तिक कर्मे, परंपरागत रूढी व व्यावहारिक आयुष्यक्रमाचे संस्कार इत्यादी गोष्टी उभ्या राहतात. या दृष्टीने टिळकांच्या गोष्टी उभ्या राहतात. या दृष्टीने टिळकांच्या चरित्राकडे पाहिले, तर जुन्या पायावर नव्या इमारतीची उभारणी करावी (व तीही अतिशय सावकाश करावी) अशा मताचे ते होते हे दिसून येईल. इंग्रजी शिक्षणाच्या पहिल्या लाटेसरशी कित्येक स्वाभिमानशून्य सुधारकबुवांनी सुधारणेच्या पांघरुणाखाली जे अकांडतांडव केले, ते त्यांना कधीच संमत होणे शक्य नव्हते; परंतु कालानुसार होणाऱ्या सुधारणांना त्यांनी यापुढे अडथळा केला असता, असे वाटत नाही. १८९० ते १९०० या शतकातील विशिष्ट राजकीय बुरख्याखाली त्यांची प्रगतीपर मते झाकून गेली असली, तरी मृत्यूपूर्वी डेमॉक्रेटिक पार्टीचा जो जाहीरनामा त्यांनी काढला होता, त्यावरून समाजसुधारणेचा व्यापक व प्रगतीपर दृष्टीने त्यांनी पूर्ण विचार केला होता, असे दिसून येते.

प्रस्तुत सहा निबंधांतील मते एकमेकांशी सर्वस्वी जुळती आहेत असे नाही.

अर्थात, प्रत्येक निबंधात मतभेदाची थोडीफार स्थळे प्रत्येक वाचकाला आढळणारच. तथापि टिळकांच्या धार्मिकमतांची वाढ, नि:पक्षपातीपणा, इत्यादी दृष्टींनी रा. बापट यांचा निबंध अत्यंत वाचनीच आहे. रा. बनहट्टी यांचा कल जुन्याकडे जास्ती झुकत असला तरी त्यांचा निबंध अत्यंत चटकदार आहे. इतर निबंधांतही प्रत्येकाचे काही ना काहीतरी वैशिष्ट्य आहेच. १९२५ च्या महाराष्ट्राने स्वतंत्र दृष्टीने हे निबंध वाचले असता सामाजिक व धार्मिक सुधारणा एकमेकाला पोषक कशा होतील, याचा मार्ग त्याला खास आखता येईल.

धर्म व राजकारण ही दोन नाहीत, अशीच रामदासाप्रमाणे लोकमान्यांची शिकवण आहे. देशसेवा स्वार्थत्यागावाचून होत नाही; स्वार्थत्यागाला मनोनिग्रह लागतो व मनोनिग्रह करावयाला धर्मच शिकवतो. या दृष्टीने देशसेवा व धर्म यांचा किती निकट संबंध आहे, हे दिसून येते. 'तुम्ही आपल्या कर्माचा पडदा जर स्वच्छ काचेसारखा कराल तर त्यातून परमेश्वर दिसेल, गोणपाटाचा कराल तर त्यातून परमेश्वर दिसायचा नाही,' हाच लोकमान्यांच्या तात्त्विकदृष्ट्या अत्यंत धार्मिक अशा जीविताचा महाराष्ट्राला संदेश आहे.

(लो. टिळकांची धर्मविषयक मते किंमत १ रुपया. मिळण्याचे ठिकाण – केसरी कचेरी, पुणे.)

२२ सप्टेंबर, १९२५

पुष्प ११

श्री शाहूछत्रपती यांचे चरित्र

महाराष्ट्रशारदेच्या मंदिरातील चरित्राचे दालन पाहावयाला एखादा परदेशी रसिक आला, तर 'जागा भाड्याने देणे आहे' अशी पाटी येथे का लाविली नाही, अशी शंका तो आपल्या मार्गदर्शकाला विचारल्यावाचून राहणार नाही. या दालनाच्या कानाकोपऱ्यात थोडेसे साहित्य बारकाईने निरखून पाहिल्यास त्याच्या दृष्टीला पडेल; परंतु मोत्यांचा व्यापारी जोंधळ्याचे दाणे अगर रत्नपारखी गाजरे पाहून जितका आनंदित होत असेल, तितकाच तो होणार हे उघड आहे. या दालनातील अडगळीत डॉ. आनंदीबाईंचे चरित्र (श्री. काशीबाई कानिटकर), श्री शिवछत्रपती चरित्र (रा. केळुसकर), चिपळूणकरांचे चरित्र (रा. ग. त्र्यं. माडखोलकर), लो. टिळकांचे चरित्र (रा. न. चिं. केळकर), रानडे चरित्र (रा. न. रा. फाटक), इत्यादी पाणीदार मोत्ये सापडण्याचा जर संभव नसता, तर त्याचे कुलूप वर्षांनुवर्षे मोहोरबंदच राहिले असते.

चिरंजीव स्वरूपाच्या विविध अलंकारांनी प्रत्येक महाल भरगच्च भरला, तरच त्या भाषेला दिग्विजय करणे शक्य होते. महाराष्ट्रशारदेच्या ओक्या ओक्या दिसणाऱ्या चरित्रभागात 'श्री शाहूछत्रपतींच्या चरित्रा'ची भर टाकण्याचा प्रो. आ. बा. लठ्ठे यांनी जो प्रयत्न केला आहे, त्याचे त्या दृष्टीने अभिनंदन करणे जरूर आहे.

श्री शाहूछत्रपतींच्या कर्तबगारीशी संबद्ध अशा ७३ चित्रांनी नटविलेल्या या पाचशे पृष्ठांच्या चरित्रग्रंथाची किंमत अवघी दोन रुपये आहे, हे कुणालाही खरेदेखील वाटणार नाही. परंतु, तपकिरीच्या किमतीत कस्तुरी मिळण्याचा हा योग श्रीमच्छत्रपती राजाराम महाराज यांनी आणला व अशा रीतीने ते पितृऋणातून मुक्त झाले, हे त्यांना

भूषणावह आहे. प्रो. लट्ठे यांना तर हा ग्रंथ 'प्रसादचिन्हांनी पुरः फलानि' या कव्युक्तीचे उदाहरणच वाटेल; कारण ग्रंथकारांच्या आसनावरून उठताच कोल्हापूरच्या महाराजांच्या सल्लागारांचे आसन त्यांनी विभूषित केले आहे व लेखणी नुकतीच टाकलेले त्यांचे हात दिवाणपदावरून राज्यनौकेचे सुकाणू स्वीकारणार आहेत, हे आता सर्वांना माहीतच झाले आहे. ब्राह्मण-ब्राह्मणेतर व स्पृश्यास्पृश्य यांच्यातील कृत्रिम भेद मोडण्यासाठी ज्या शाहूछत्रपतींनी अविश्रांत परिश्रम केले, त्यांच्या चरित्रग्रंथाने लक्ष्मी व सरस्वती यांच्यातील पिढीजात वैर नाहीसे केले, ही गोष्ट स्वाभाविकच होय.

संस्थानिक म्हणून जर चरित्र लिहावयाचे म्हटले तर हिंदी संस्थानात दर पिढीला सातशे चरित्रग्रंथ निर्माण होतील. पण सूर्याच्या तेजाने चमकणाऱ्या काचेने थोडा वेळ जरी डोळे दिपवून टाकले, तरी रत्न म्हणून जसा कुणी तिचा स्वीकार करीत नाही, त्याप्रमाणे सत्ता अगर मत्ता यांच्या खांद्यावर आरूढ होऊन उच्च झालेल्या मनुष्याला मृत्यू मातीतच फेकून देतो. 'सत्यमेव जयते नानृतम्' हे मानवी जीविताच्या बाबतीतही अक्षरशः सत्य आहे. ज्याचे जीवित उन्नत विचारांच्या आश्रयाने जो 'स्व'चे क्षितिज विस्तृत करू शकत असेल, दुःखाने काळवंडलेली बांधवांची सुखे उज्ज्वल करण्याकरिता जो स्वतःच्या प्राणांचा होम मांडीत असेल, मानवजातीला जाळणाऱ्या जुलमाची आग विझविण्याकरता ज्याने आपल्या रक्ताचे पाणी करून ते तिच्यावर ओतले असेल, अशाच नरपुंगवाचे चरित्र भावी पिढ्या गात असतात. सामान्य संस्थानिकांचे जीवित सोन्याच्या पिंजऱ्यातील पोपटासारखे असते. राजविलासात डाळिंबी दाण्यांपलीकडे त्यांची दृष्टीच जात नाही. शाहूछत्रपतींचे सादर कौतुक करायला ते याचसाठी की पिंजऱ्यात असूनही त्यांनी आकाशापर्यंत भराऱ्या मारल्या. तरवारबहाद्दरीला जागा नाही म्हणून त्यांचे मन स्वस्थ बसले नाहीत. महाराजांनी संस्थानचा रथ पुढे ढकलण्याचे यथाशक्ती प्रयत्न केले. एवढेच नव्हे; तर दलित वर्गाची बंधने तोडण्याकरताही यथामती खटपट केली.

प्रो. लट्ठे यांनी आपल्या या चरित्रात महाराजांच्या खासगी व कौटुंबिक आयुष्यक्रमाची सविस्तर माहिती दिली आहे. महाराजांची शरीसंपत्ती, त्यांची साधी राहणी, प्रत्येक गोष्टीत व्यापक विचार करण्याचा त्यांचा प्रयत्न या सर्वांचा ठसा वाचकांच्या मनावर निःसंशय उमटतो. सध्याच्या शरीरदारिद्र्याच्या काळात महाराजांची व्यायामाची आवड केवळ संस्थानिकांनाच नव्हे, तर सर्व दर्जाच्या इतर लोकांनाही अनुकरणीय आहे. साक्षरता व शिक्षणाचा प्रसार या दोनही सुधारणा इष्ट असल्या, तरी शरीसंपत्ती गमावून त्या संपादन करणे म्हणजे धडधाकट आंधळ्याने दृष्टिलाभासाठी पांगळेपण पत्करणे होय.

'दुरून डोंगर साजरे' ही म्हण एरवी खरी असली, तरी ती चरित्ररूपी डोंगराच्या

बाबतीत मात्र खोटी ठरते. चरित्रनायकाच्या निकट सहवासात असलेल्या मनुष्याला या डोंगरावरील काटेकुटे लागण्याचा संभव फार असला, तरी तो त्याचे चित्र गुलाबांनी फुललेल्या काश्मीरच्या भागाप्रमाणे रेखाटतो; तर उलट स्थलकालाच्या दृष्टीने मनुष्य या पर्वतापासून जितका दूर, तितके त्यावरील खाचखळगे त्याला अधिक दिसतात. प्रो. लठ्ठे त्यांनी चरित्रलेखकात न्यायाधीशांची वृत्ती धारण करण्याचा कसून प्रयत्न केला आहे; पण शाहू महाराजांचे कलुषित झालेले मन निर्मळ व्हावयाला अवधी मिळावा म्हणून त्यांनी गेल्या दहा वर्षांत बेळगावी जी वकिली सुरू केली होती, ती चरित्रात मधूनमधून डोके वर काढतेच असे कोणाही निःपक्षपाती वाचकाला वाटेल.

दलितवर्गाच्या उद्धाराकरिता शाहूछत्रपतींनी जिवाचे रान केले व ही गोष्ट महाराष्ट्राच्या हृत्पटलावर कायमची कोरलेली राहील. पण महाराज संस्थानिक न होता सामान्य जनतेत जर जन्माला आले असते तर त्यांचे कार्य अधिक व्यापक, व समाजहितपोषक झाले असते, असे आम्हाला वाटते. बडोदे, म्हैसूर वगैरे सुधारणांची ध्वजा फडकविणाऱ्या संस्थानांकडे जिज्ञासू दृष्टीने पाहावयाला त्यांना संधीच मिळाली नसावी. उच्च मानलेल्या वर्णाचा हीन मानलेल्या वर्णाशी जो संबंध आहे, तोच राजाचा प्रजेशी आहे, ही गोष्ट त्यांच्या दृष्टीने फारशी महत्त्वाची नसावी! 'सत्यशोधक' समाजाशी महाराज तद्रूप झाले असतानाही प्रजेच्या हक्कांची वाढ करणे हे राजाचे कर्तव्य आहे, हे सत्य त्यांना दिसले नाही, याचे दुसरे काय कारण असणार?

धर्माप्रमाणे सामाजिक सुधारणेची तत्त्वेही सौम्य व सात्त्विक असतात. परंतु सत्त्वशील धर्माच्या नावावर इतिहासात ज्याप्रमाणे रक्ताचे पूर वाहिलेले दिसतात. त्याप्रमाणे सुधारणेच्या नावाखाली निर्भेळ द्वेषाचे विषही समाजात पसरत असलेले सध्या आढळून येते. राजकीय सुधारणेप्रमाणे सामाजिक सुधारणेतही जहालपणा असला, तरी अत्याचार असता कामा नये अशीच हिंदुस्थानाची नाजूक परिस्थिती आहे. 'पी हळद आणि हो गोरी' ह्या बाण्याने समाजात सुधारणा करण्याचे कंकण बांधणे म्हणजे मानवी इतिहासाचे पूर्ण अज्ञान व्यक्त करणे होय! गोरे होण्यासाठी हळदीचा रतीब सुरू केला तर अंगापेक्षा डोळेच लवकर पांढरे होतील! सत्यशोधक समाजाचा गेल्या तपातील इतिहास पाहिला, म्हणजे 'उत्क्रांती हा सृष्टीचा नियम आहे; क्रांती नाही' हे तत्त्व मनाला पटल्यावाचून राहत नाही. सुधारणेची चळवळ ही सेनापतीच्या कौशल्याने व धर्मयुद्धाच्या भावनेने करावी लागते. पेंढाऱ्यांप्रमाणे वर्तन केले तर सोन्यासारख्या तत्त्वांची माती होते व सुक्याबरोबर ओलेही जळून खऱ्या व चिरंतन सुधारणेला एक प्रकारचा अडथळाच येतो. ज्या पक्षाचा व तत्त्वांचा महाराजांनी पुरस्कार केला, त्यांचे महाराजांच्या मृत्यूनंतर अधिकाधिक व्यक्त होत

चाललेले स्वरूप हेच सिद्ध करीत आहे की महाराजांची कार्याची तळमळ व कळकळ अवर्णनीय होती; परंतु त्यांना द्रष्ट्याची दृष्टी मात्र नव्हती!

प्रो. लट्ठे यांच्या लेखणीने महाराजांच्या चरित्रसूर्याभोवती घातलेल्या या प्रदक्षिणेत तिचा अर्धाच भाग प्रकाशित झाला आहे, हे ज्योतिषशास्त्राच्या नियमांस अनुसरूनच आहे. परंतु, महाराजांच्या सार्वजनिक आयुष्यक्रमावरील अनेक आक्षेपांच्या बाबतीत चरित्रकारांनी जे मौन धारण केले आहे, ते सर्वार्थसाधक आहे, असे मात्र आम्हाला वाटत नाही. 'Silence is golden' या म्हणीप्रमाणे 'मौन म्हणजे दोषाची कबुली होय,' हेही चरित्रकारांची ध्यानात घेतले असते तर बरे झाले असते.-

'वाङ्मयग्रंथ' या नात्याने या पुस्तकांकडे पाहिले म्हणजे, त्याला ग्रंथ म्हणण्याऐवजी चरित्ररूपी हाराच्या मण्यांचे दुकान म्हणण्याचा मोह उत्पन्न होतो. वाङ्मयदृष्ट्या सर्व चरित्र अगदी निर्जीव भासते. मोहक भाषेचा खेळ अगर उदात्त कल्पनांचे अथवा विचारांचे स्फुरण या दोन्हींवर ग्रंथकर्त्यांनी बहिष्कार टाकला आहे असे दिसते. सर्व प्रकरणे व सर्व प्रसंग चित्रगुप्ताच्या निर्विकार मनाने ग्रंथकरांनी लिहिले आहेत. आहे हाच मजकूर चटकदार रीतीने मांडला असता, तर चरित्र अधिक आकर्षक झाले असते. आहे त्याच स्थितीत प्रो. लट्ठे यांनी प्रचलित वाङ्मयात भर टाकून श्रीमच्छत्रपती राजाराम महाराज यांची आज्ञा यथामती पावली, एवढेच म्हणणे शक्य आहे.

(श्रीशाहूछत्रपती यांचे चरित्र किं. २ रु. (श्रीराम तत्त्वप्रकाश प्रेस, बेळगाव))

६ ऑक्टोबर, १९२५

✧

पुष्प १७

मातृगीतांजली

माता, मातृनगरी, मातृशाला, मातृभाषा व मातृभूमी हे प्रेमाचे पंचप्राण होत. त्यांच्या स्मरणाने त्यांचे अंत:करण उचंबळून येत नाही, त्यांच्याविषयीच्या अभिमानाने ज्यांच्या अंगात उत्साह संचरत नाही, यांचे ऋण फेडण्याची तळमळ ज्याला लागत त्याला पशू म्हणणे म्हणजे कृतज्ञ अशा पशुजातीचा अपमान करणे आहे. प्रेमाच्या या पंचप्राणांकरिता प्राणाहुती देणारे वीरच सर्व देशाच्या इतिहासात वंदनीय झाले आहेत. भगवान श्रीकृष्णाच्या गीतेइतकेच देवकीमातेला कारागृहातून सोडविण्याकरिता त्याने केलेल्या कंसवधाचे आपणाला कौतुक वाटते. रोमच्या बलाढ्य राजापेक्षा आपल्या एकाकी बाहुबलाने रोमचे संरक्षण करणाऱ्या हिरॉशियाचेच शाहीर पोवाडे गातात. वाटर्लूची लढाई जिंकणारा वेलिंग्टन या विजयाचे श्रेय ईटन येथे असलेल्या आपल्या मातृशालेकडेच देतो. अलसेरू क्लार्रन हे प्रांत १८७० च्या युद्धात जर्मनीच्या ताब्यात गेले असतानाही, त्या प्रांतातील प्राथमिक शाळातील फ्रेंच बालवीरदेखील फ्रेंच भाषेतील राष्ट्रगीत गुणगुणत असतात. मातृभूमीचा पुसट झालेला सौभाग्यतिलक उज्ज्वल करण्याकरता हजारो हुतात्म्यांनी आपल्या हृदयाचा, रक्ताचा पूर वाहविलेला आहे. अवदशेची तिला लागलेली दृष्ट दूर व्हावी म्हणून शेकडो शूरांनी आपली काया तिच्यावरून ओवाळून टाकली आहे; ती सुखाच्या शिखरावर विराजमान व्हावी म्हणून अनेक सत्पुत्रांनी मृत्यूच्या अथांग दरीत निर्भयपणे उड्या टाकल्या आहेत.

सौंदर्यमय प्रेम हा काव्याचा आत्मा आहे. मातृभूमीवरील मनुष्याचे प्रेम उत्कट

व उदात्त असल्यामुळे अर्थातच प्रत्येक देशात मातृभूमी हा कवींच्या जिव्हाळ्याचा विषय होऊन बसतो. स्कॉटच्या कादंबऱ्यांइतकेच 'Breathes there the man' या चरणाने प्रारंभ होणारे त्यांचे मातृभूमी स्तोत्रही प्रसिद्ध आहे. आपल्याकडेही बंगालचे स्कॉट बंकिमचंद्र यांचे 'वंदे मातरम्' हेच हिंदी राष्ट्रस्तोत्र झाले आहे. मातृभूमीच्या पूजेचा प्रत्येकाला अधिकार आहे. ह्या पूजेत वेदोक्त, पुराणोक्तांचे वाद कधीही उत्पन्न होत नाहीत. ह्या पूजेला लागणारी फुले भक्तीच्या लतेवर फुलत असतात. ह्या पूजेला लागणारा धूप स्वार्थ जाळला तरच मिळतो. ह्या पूजेला लागणारे मंत्र प्रतिभाशाली कवी रचित असतात.

मातृगीतांजली हा मातृभूमीच्या पूजेला लागणाऱ्या मंत्रांचा– राष्ट्रीय गीतांचा संग्रह आहे. यात मातृभूमीचें स्तवन करणारी तेहतीस गीते असून शेवटी संग्रहाक श्री. ना. ग. लिमये यांनी रचलेली भूदेवीची आरती आहे. या तेहतीस गीतांपैकी २९ मराठी असून बंगाली, कानडी, हिंदी, गुजराती, या भाषांतील एक एक राष्ट्रगीत दिले आहे. भाषांच्या दृष्टीने हा संग्रह पंचारतीसारखा असून मराठीच्या निरांजनात जास्ती वाती आहेत. कित्येक शाळांतून आरंभी प्रार्थना करण्याची अत्यंत इष्ट पद्धत असते. अशा प्रार्थनांत अगर उत्सव, संमेलने इत्यादी प्रसंगी या राष्ट्रगीतांपैकी निवडक गीते म्हणण्याचा परिपाठ पडणे आवश्यक आहे. देवाप्रमाणे मातृभूमीची भक्ती शिकवून कुणाला येत नाही, हे खरे आहे. पण कीर्तन, कॉंग्रेस इत्यादी संमेलनपर प्रसंगी सर्व समाजाने उच्चारलेल्या शब्दांमुळे एक पवित्र वातावरण उत्पन्न होते, हे कुणालाही नाकबूल करता येणार नाही. Morte De Arthur मध्ये टेनिसनने 'प्रार्थना ही पृथ्वीला स्वर्गाशी जोडणारी साखळी आहे,' असे जे वर्णन केले आहे, ते अशा प्रसंगी पूर्णपणे पटते. ' अजित नाम वदो भलत्या मिषे, सकल पातक भस्म करीतसे' हा वामनाचा श्लोकार्थ अजित देवाधिदेवाइतकाच मातृभूमीलाही लागू पडतो. मुलांच्या मनात मायभूमीची आठवण सतत जागृत ठेवावयाला व त्यांच्या उन्नत भावना अधिक करावयाला उत्कृष्ट राष्ट्रीय गीतांचे पाठांतर हाच सुलभ व सुंदर उपाय आहे.

मातृगीतांजलीत २९ मराठी गीतांकडे दोन दृष्टींनी पाहिजे पाहिजे. पहिली दृष्टी भक्तीची व दुसरी काव्याची. समुद्रात विलीन झाल्यानंतर दोन भिन्न नद्यांचे पाणी जसे एकरूप होते, त्याप्रमाणे भक्तीच्या प्रांतात कवी कोणत्याही दर्जाचा असला, तरी त्याची जिव्हाळ्याची कविता चांगलीच वाटते. भक्ती हा स्वाभाविक भाव आहे. काव्यही कला आहे. नामदेव, तुकारामांइतके पंढरीरायाचे भक्त बहुजन समाजात थोडेतरी होऊन गेले असतील; पण 'असों द्यावा घोर सदा समाधान, आहे नारायण जवळचि' हा दृढ विश्वास किंवा 'युगा ऐसें पळ तुजवीण जाय, पाहतोसी काय अंत माझा!' ही आर्त विनवणी शब्दरूपाने त्यांच्यापैकी कुणालाही व्यक्त करता आली नाही, हाच न्याय सदरहू गीतांनाही लागू पडतो. भक्तीच्या राज्यात भेदभाव नसल्यामुळे

यातील प्रत्येक गीतात उज्ज्वल पूर्वकालाचा अभिमान व उज्ज्वल भविष्यकालाविषयी श्रद्धा यांचा हृदयंगम संगम झाला आहे. राजाने प्रधानपद चढविलेला मुलगा व राजाने हद्दपार केलेला मुलगा हे दोन्ही जसे आईला सारखेच प्रिय वाटतात, त्याप्रमाणे काव्य कलेने सरस अगर निरस ठरविलेली काव्यें भक्तीला सारखीच आवडतात.

पण 'कला' या दृष्टीने एखादी गोष्ट जितकी चांगली, तितकीच ती माणसाला अधिक आवडते. 'पुंडलिक वरदा हरि विठ्ठल' या सध्या भक्तिभावाला तुकारामाच्या काव्यगुण-संपन्न अभंगामुळे अधिकच भरते येते. बहिणीचे गाणे गोड हे असायचेच; पण तिचा गळा गोड असून गायनकलेचे शिक्षण मिळाले असेल तर ते अधिकच गोड लागणार नाही काय? न्हाऊ घातलेले, डोळ्यांत काजळ व गालावर तीट असल्यामुळे अधिकच रेखिले दिसणारे तान्हुले, अस्वच्छ व मलिन स्थितीतल्या बाळापेक्षा आईच्या डोळ्यांनादेखील अधिक मोहक व आकर्षक वाटत नाही काय? मातृगीतांजलीतील राष्ट्रीय गीतातही काव्याच्या दृष्टीने सरस व सामान्य असे भेद पडतातच व त्यातील सरस गीतेच अधिक लोकप्रिय होतील यात शंका नाही.

२९ मराठी गीतांत हिंदस्तोत्रे व महाराष्ट्रस्तोत्रे असे दोन भाग करता येतील. हिंदस्तोत्रे २१ असून महाराष्ट्रवर्णनपर गीते ५ आहेत. याशिवाय, खऱ्यांची जन्मभूमी, अज्ञातवासी यांची 'वंदे मातरम्' व ताब्यांची 'मातेस्तव व्हा सिद्ध मराया' या कवितात विशिष्ट अशा जन्मभूमीचा उल्लेख नसल्यामुळे त्यांचा एक छोटा; पण निराळाच वर्ग आहे. हिंदस्तोत्रांत टिळकांची 'माझ्या जन्मभूमीचे नाव' ही कविता उदात्त भावना, गांभीर्य व रसानुकूल रचना यांचा त्रिवेणीसंगमच आहे. न. चिं. केळकर, गो. नि. चाफेकर, चंद्रशेखर यांच्या कविताही चांगल्या आहेत. चंद्रशेखरांची हिंदवंदना, अत्यंत नादमधुर व सुंदर आहे. महाराष्ट्रगीतांत विनायकांची 'महाराष्ट्रलक्ष्मी' प्रसाद व आवेश यांनी पूर्ण असून तिची छाया पडलेली बेहेऱ्यांची 'मायभूमीस' ही कविताही बरी आहे. उरलेल्या तीन कवितात 'वंदे मातरम्' मध्ये तेजाची चमक असून, 'मातेस्तव व्हा सिद्ध मराया' ही रसपूर्ण आहे. पांगारकर व लेले यांच्या कविता सुबोध असल्यामुळे लहान विद्यार्थ्यांना उपयुक्त आहेत.

संग्राहकांनी कित्येक गीतांच्या नैवेद्याचे काम त्यातल्या कडव्यांच्या अक्षतांवरच भागविले असल्यामुळे ती मूळची चांगली असूनही या संग्रहात निरस झाली आहेत. उदाहरणार्थ, गोंविदाग्रजांचे 'महाराष्ट्रगीत'. एखादा मनुष्य चांगला धावतो म्हणून त्याचा पाय कापून आणला तर तो बिचारा पाय धावण्याचे काम कितीसे चांगले करील? मारुतीला मुंगीचे रूप देण्याच्या या प्रयोगाबरोबरच औपचारिक पद्यवजा असलेल्या गीतांचाही संग्रह रा. लिमयांनी केला आहे. गिरीशांची 'आर्यमातेस' किंवा पाध्यांची 'भारतभू' ही गीते एखाद्या समारंभाकरता तयार केलेल्या पदांसारखी

वाटतात. त्यात काव्य असे काय आहे. राष्ट्रगीत अंत:कणातून उत्पन्न व्हावे लागते? पद्यरचनेवर प्रभुत्त्व असल्याने आपले अंत:करण आत न ओतता जर ते लिहिले, तर ते एखाद्या पुतळीप्रमाणे सुंदर; पण निर्जीव भासते.

खुद्द कित्येक गीतांतही कर्णकटुता, रसभंग इत्यादी अनिष्ट दोष आहेत. मुळ्यांच्या गीतांत 'सिंधूनद सोंड ज्यास, मध्यभाग दोंदिल खास' असे दारिद्र्याने पोट पाठीला मिळालेल्या हिंदुस्थानचे वर्णन आले आहे. हे वर्णन विनोदी आहे की गंभीर आहे याचेच वाचकांना कोडे पडेल. सा. शारदाबाई परांजपे यांच्या कवितेत ध्रुवपदात व प्रत्येक कडव्याच्या शेवटच्या चरणात उपांत्य अक्षर अनावश्यक असल्यामुळे ती कविता म्हणता येणेच शक्य नाही. कवींप्रमाणे काव्यातही वृत्तदोष प्रथमदर्शनीच मन दूषित करतो. सीतासती (३१) भगीरथी, हिंदी, मही (१८) इत्यादी कर्णकटू शब्द प्रसिद्ध कवींच्या कवितात आले आहेत. दीर्घाला बळजबरीने ऱ्हस्व करण्याचा प्रयत्न 'दीर्घसूत्री' माणसाच्या बाबतीत होणे इष्ट असले, तरी शब्दाच्या बाबतीत खास नाही. अद्य-विसर (१९) कीर्ति-बाजा (८), कळकळ कर्पूर (आरती) इत्यादी– धेडगुजरी व अनुचित समासही मधूनमधून वाचकांचे स्वागत करतात. विवाहाप्रमाणे समासातही विषमता त्रासदायक असते, हे कवींनी विसरू नये.

असले किरकोळ दोष मातृगीतांजलीतील पुष्पांचे काटे होत. हे काटे हाताला बोचले म्हणून गुलाबाचा सुगंध कमी होत नाही. महाराष्ट्रातील प्रत्येक शिक्षणसंस्थेने या पुस्तकांचा उपयोग केला, तर थोड्याच अवधीत मुलांच्या राष्ट्रीय भावनांना किंचित का होईना, उज्ज्वल वळण लागेल यात संशय नाही. मातृभूमीची ही सुंदर स्मरणी गुंफून तयार केल्याबद्दल संग्राहक श्री. लिमये यांचे शिक्षकांनी व पालकांनी अभिनंदन केले पाहिजे.

'मातृगीतांजलीचा' दुसरा भाग प्रसिद्ध करण्याचा रा. लिमये यांचा विचार आहे. शिवकालीन प्रसंगावरल्या उत्कृष्ट गीतांचा संग्रह झाल्यास, तोही असाच स्फूर्तिदायक व शिक्षकांना उपयुक्त होईल. कारण आज जरी आम्ही पारतंत्र्याच्या गर्तेत पडलो असलो व इंग्लडच्या वैभवाने दिपून जात असलो, तरी मनोहराप्रमाणे हृदय प्रत्येक क्षणाला असेच म्हणत असते, की 'धनपती वनिता दोन स्त्रीचा घे जरि कडेला। परतायातें उत्सुक परि तो लक्ष्मी मातृमुखाला।। जरिच्या शालुहुनी, वस्त्र जुने प्रिय तन्नयनी।।'

('मातृगीतांजली; किं. ४, मिळण्याचा पत्ता – ना. ग. लिमये, चिखलवाडी, मुंबई नं. ७')

७ डिसेंबर, १९२६

पुष्प १८

तुतारीचे पडसाद

केशवसुतांच्या हयातीत त्यांच्या कवितेला 'खडकाळ' ही उपहासात्मक पदवी अनेक पुराणवाद्यांनी बहाल केली होती; पण याच खडकाळ कवितेतून विद्यमान सुंदर काव्यप्रवाहांचा उगम झाला आहे व या खडकात असलेल्या सुंदर मूर्तीचे वेड लागल्यामुळेच टीकाकार आपल्या लेखणीची हातोडी त्यांच्यावर चालवीत आहेत. 'तुतारीचे पडसाद' हे दुसऱ्या प्रकारचे, म्हणजे विवेचनात्मक पुस्तक असून ते श्री. श्री. वि. वर्तक या गृहस्थांनी लिहिले आहे.

'कवी' या पदवीने गौरवल्या जाणाऱ्या लोकांचे दोन भिन्न वर्ग पडतात. पहिला जातिवंत कवींचा व दुसरा पद्यकारांचा. पहिला वर्ग हृदयाने तर दुसरा डोक्याने लिहितो; पहिला हृदयाने पाहतो तर दुसरा नुसत्या चर्मचक्षूंनी जग बघत असतो. पहिला हृदय हलते म्हणून गुणगुणतो; दुसरा इतरांची हृदये हलविण्याचा चंग बांधूनच काव्याच्या आखाड्यात उतरतो. धुळीत मळलेले शेतकऱ्याचे गोजिरवाणे बालक व एखादी सुंदर जपानी बाहुली यात जेवढे व जशा प्रकारचे अंतर असते, तेवढेच स्फूर्ती-कवी व कीर्ती-कवी यांच्यात अंतर असते. पहिल्याची मोहिनी अंतरंगात तर दुसऱ्याची बहिरंगात असते. केशवसुत हे स्फूर्तिकवी-सरस्वती हृदयाच्या तारा छेडीत असल्यामुळे गाणारे कवी– होते.

पण या कवीतही अनेक पोटभेद असतातच. एखादा सृष्टिसुंदरीशी हितगुज करण्यात दंग होतो तर दुसरा तत्त्वज्ञानरूपी आजोबांच्या गोष्टीत भान विसरून जातो. एखाद्याचे आतडे देशाचा दुबळेपणा पाहून तुटते तर दुसऱ्याचे गरिबीची गांजणूक

पाहून तुटते. प्रेमाप्रमाणेच काव्यही आंधळे व वेडे असते. ते कोणत्या विषयावर बसेल हे सांगता येणार नाही व ते का बसेल, हे कधीही कळणार नाही.

अर्वाचीन कवितेत 'अनामिका सार्थती बभूव' अशा प्रकारचा मान केशवसुतांना मिळण्याचे कारण काव्यप्रदेशातील सर्व गुहा त्यांच्या स्फूर्तीने 'तिळा उघड' म्हणताच उघडतात हे होय. त्यांनी उत्कृष्ट राष्ट्रीय कविता लिहिली आहे, तशीच सुंदर आत्मसंदेशात्मक (lyrical) कविताही लिहिली आहे. ते एकीकडे 'प्रीतीचे' गीत गुणगुणतात तर दुसरीकडे 'तुतारी' फुंकतात. 'भृंगा'प्रमाणे घुबडही त्यांच्या काव्याला रंग आणते. 'नैर्ऋत्येकडल्या वाऱ्या'प्रमाणे 'वातचक्रा'शीही त्यांचे हृदय समरस होते, १३-१४ वर्षांच्या कुमारिकेप्रमाणे म्हातारीही त्यांन काव्यविषय देते, गोफण घेऊन हाणाहाण करणारा त्यांचा हात फुलापाखरे व फुले यांनाही कुरवाळू शकतो. केशवसुतांच्या इतकी कोमल व कठोर, सौंदर्याप्रमाणे तत्त्वज्ञानाशी लीलेने खेळणारी, व्यक्तीच्या अंत:करणाबरोबर राष्ट्राच्या अंत:करणाशीही समरस होणारी, स्वतंत्र बाण्याची व उदात्त ध्येयाची कविता फार विरळ असते. 'वज्रादपि कठोराणि मृदुनि कुसुमादपि। लोकोत्तराणां चेतांसि को हि विज्ञातुमर्हति' हे भवभूतीचे वचन त्यांच्या कवितेला सार्थपणे लागू पडते.

श्री. वर्तक यांनी सहा प्रकरणांत केशवसुतांचे हृद्गत वाचकांच्या हृदयाला नेऊन भिडविण्याचा प्रयत्न केला आहे. श्री. वर्तक कवींचे 'तत्त्वज्ञानी' व 'कलावंत' असे दोन वर्ग करून केशवसुतांना प्रामुख्याने पहिल्या वर्गात घालतात. कवीच्या बाबतीत तरी तत्त्वज्ञानाचा उदय कलेतूनच होत असतो. कलावंत कवी मुग्ध कलिकेप्रमाणे असतो. तत्त्वज्ञान हे त्या कलिकेच्या रसाचेच अत्तरात झालेले रूपांतर असते; कवी तत्त्वज्ञानी नसला तरी चालेल; पण कलावंत असल्यावाचून तो कवीच होणार नाही. पुस्तकाच्या नावापासून श्री. वर्तक यांचा केशवसुतांच्या संदेशाकडे व तत्त्वज्ञानाकडे ओढा असलेला दिसून येतो, व त्यामुळे केशवसुतांच्या सौंदर्यसृष्टीचे जरी त्यांनी थोडेफार विवेचन केले आहे, तरी ते सांगोपांग झालेले नाही. इतकेच नव्हे तर कित्येक स्थळी सौंदर्यात्मक कविताबाला तत्त्वज्ञानाच्या पुरुषी पोशाखात नटवून; दाखविण्याचा अट्टाहासही त्यांनी केला आहे.

'कामी स्वतां पश्यति' हे दुष्यंताचे वचन टीकाकारालाही थोडेफार लागू पडते. श्री. वर्तक हे इब्सेन, शॉ इत्यादी अर्वाचीन क्रांतिकारक युरोपियन लेखकांचे व्यासंगी भक्त असल्यामुळे केशवसुतांची 'जुने जाऊ द्या मरणालागुनी' ही तुतारीच त्यांच्या कानात घुमत आहे. उपोद्घात व समान चर्चा ही पहिली दोन प्रकरणे प्रास्ताविक असून, पुढील तीन काव्योद्गम परिपोष व परिणती ही विवेचात्मक आहेत. सिंहावलोकन हे शेवटचे प्रकरण उपसंहारात्मक आहे. या सर्व प्रकरणांतून केशवसुतांच्या उद्बोधक व क्रांतिकारक कवितांचा श्री. वर्तक यांनी ऊहापोह केलेला आहे. कावीळ

झालेल्याला सर्वच पिवळे दिसते, तशी त्यांची काही ठिकाणी स्थिती झाली आहे. 'सिंहावलोकन' कवितेत 'स्वकीयांविरुद्ध प्रतिपक्षी' या नात्याने कडक टीका करण्याच्या प्रसंगामुळे होणारी मनाची अवस्था वर्णन केली आहे. (पृ.८) असे लेखक म्हणतात. पण सहा श्लोकांपैकी मधीलच दोन घेऊन त्यांनी हा ओढून अर्थ काढला आहे. अनुकूल तेवढ्या गोष्टी घेऊन एखाद्या विषयाचे समर्थन करणे वकिलाप्रमाणे टीकाकाराला शोभत नाही. आमच्या मते, या कवितेत भूतकाळाबद्दल मनुष्याच्या मनला वाटणारे अमर्याद प्रेम व हातून झालेल्या चुकांबद्दल त्याला वाटणारा पश्चात्ताप हे व्यक्त झाले आहेत. त्यात सामाजिक सुधारणेच्या समरांगणातील अर्जुनाचे वर्णन नसून दुबळ्या परंतु प्रेमळ मनुष्यस्वभावाचे चित्र आहे. लहानपणी वडील आजारी असताना त्यांच्या शुश्रूषेपेक्षा खेळाकडे धाव घेणारा मुलगा प्रौढ झाल्यानंतर 'किती मी अभागी! बाबांची सेवा माझ्या हातून झाली नाही' म्हणून डोळ्यांतून टिपे गाळत नाही काय? 'असते' या एका संकेतदर्शक अक्षरात कितीतरी करुणरस साठलेला आहे; रागीट आई, तापट शिक्षक, विकारप्रधान माणसे ही पदोपदी मन:संयमन करण्याचा प्रयत्न करतात व त्यांना त्यात प्रत्येक वेळी अपयश येते. अशा माणसाची मन:स्थिती 'सिंहावलेकनात'त केशवसुतांनी रेखाटली आहे. श्री. वर्तक यांनी श्लोक २/३ व ६ यांचा संदर्भ अजिबात सोडून दिल्यामुळेच संकुचित व रसापकर्षक अर्थ लावण्याचा मोह झाला असावा.

'हरपले श्रेय' उदात्त तात्त्विक कवितेलाही त्यांनी सुधारणेच्याच गोटात ढकलली आहे. 'ही कविता वाचताना एकच गोष्ट लक्षात ठेविली पाहिजे. ती ही, की केशवसुतांच्या डोळ्यांसमोर एक असमाधानी, स्वातंत्र्येच्छू, निरपराधी अशा उच्च दर्जाच्या हिंदू स्त्रीचे करुणरसपूर्ण असे चित्र आहे.' (पृ. १०३) श्री. वर्तक यांची स्थिती 'मनी वसे ते काव्यी दिसे' अशी झाली आहे, हे या कवितेवर त्यांनी केलेल्या दहा पृष्ठांच्या मल्लिनाथीवरून सहज लक्षात येईल. उत्कृष्ट नाटकाप्रमाणे उत्कृष्ट काव्यातही विश्वात्मकता (Universality) असावी लागते. 'हरपले श्रेय' हे अशा प्रकारचे काव्य असून, त्यात आत्म्याला लागलेला अज्ञेयाचा ओढा कवीने वर्णन केला आहे. श्री. वर्तक यांनी खोट्या खटाटोपाने बसविलेला अर्थ काही काही ठिकाणी रसविघातक आहे. देवाला प्रसाद लावून आपल्याच मनातील भाव पाहणाऱ्या भाविकाप्रमाणे श्री. वर्तकांचे विवरण वाचकांना वाटल्यावाचून राहणार नाही.

पुस्तकातील विवेचनाकडे पाहण्याची आणखीही एक दृष्टी आहे. सौंदर्याप्रमाणे काव्याचेही वर्णन विशिष्ट मर्यादितच सरस वाटते. लांबलचक वर्णनाने काव्यपंक्तींच्या अर्थावर प्रकाश पडेल; पण त्याची रसहानी होण्याचा फार संभव असतो. काव्य नववधूप्रमाणे नेहमी सलज्ज असते. श्री. वर्तक यांनी कित्येक स्थळी त्याचा लज्जेचा बुरखा दूर भिरकावून दिला आहे व त्यामुळे विद्यार्थ्यांच्या नसले, तरी रसिकांच्या

दृष्टीने विवेचनाला वैगुण्य आले आहे. झपूर्झाच्या कडव्यावर 'मखमलीच्या वस्त्रातून आच्छादिलेल्या रौप्य करंडकांतून दिलेले मानपत्र किंवा शालजोडीतून मारलेले जोडे या दोघांची त्यांना सारखीच किंमत वाटत होती.' असे श्री वर्तकांचे भाष्य आहे. करंज्यातले पुरण बाहेर काढून कसेही खाल्ले तरी गोड लागतेच; पण करंजीचा खुसखुशीपणा त्याच्यात येणार नाही, हे अशा बाबतीत लक्षात ठेवले पाहिजे.

श्री. वर्तक यांनी विवेचनाकरता घेतलेल्या केशवसुतांच्या प्रमुख प्रातिनिधिक २५ कविता 'वेचे' म्हणून शेवटी दिल्या आहेत.

हे वेचे काढण्यात त्यांची मार्मिकता व त्यांचे विवेचन करण्यात रसिकता दिसून येते. सामाजिक अन्यायांची लेखकांच्या अंतःकरणात पडलेला पीळ पुस्तकाच्या कोणत्याही पानावर वाचकांना दिसून येईल. ठरावीक कवितांचे विवेचन त्यांनी केले असल्यामुळे लेखनाच्या ओघात खंड पुनरुक्ती आढळतात. तथापि, त्यांच्या भाषेत एक प्रकारचा आवेश असून, त्यांनी प्रयत्न केल्यास आगरकरांच्या पद्धतीचे सामाजिक निबंध त्यांना साधण्याचा संभव आहे. त्यांच्या या पडसादांनी केशवसुतविषयक वाङ्मयात चांगलीच भर घातली असून, केशवसुतांच्या ओजाचे व तेजाचे भव्य स्वरूप महाराष्ट्राला दाखविले आहे. पुस्तकाच्या आरंभी घातलेल्या 'केशवसुतांच्या कवितेचे स्वरूप या सुंदर चित्राने संग्राह्यता वाढविली आहे.'

(किं. १॥ रु. पत्ता - २१-४ हनुमान बिल्डिंग लॅमिंग्टन रोड, मुंबई. नं. ७)

११ जानेवारी, १९२७

पुष्प २०

श्रीपाद कृष्ण कोल्हटकर

गेल्या साहित्य संमेलनाचे अध्यक्ष श्रीपाद कृष्ण कोल्हटकर यांचे साहित्यसेवक या दृष्टीने लिहिलेले हे छोटे चरित्र पुण्याच्या विश्वनाथ गणेश आणि मंडळींनी प्रकाशित केले आहे. श्री. गं. दे. खानोलकरांना या ४६ पृष्ठांच्या निबंधात श्रीपाद कृष्णांच्या वाङ्मयसमुद्राचे मंथन करून त्यातील रत्ने काढणे शक्य नव्हते. तथापि, बीजेच्या चंद्राला अपर्ण करण्यात येणाऱ्या सुताच्या दशेप्रमाणे हे चिमुकले पुस्तकही भक्तिभावदर्शक आहे. पुस्तकाची पहिली २५ पृष्ठे चरित्राला व बाकीची २२ पृष्ठे वाङ्मयपरिचयाला देण्यात आलेली आहेत. वऱ्हाड शाळापत्रकाच्या खास अंकातील चरित्रलेख वगळल्यास श्रीपाद कृष्णांविषयी सविस्तर असा लेख अद्यापपर्यंत प्रसिद्ध झालेला नाही. मराठी वाचकवर्गाच्या या अतृप्त जिज्ञासेला रा. खानोलकरांनी पंचपक्वान्नांचे नसले तरी साधे; पण खुसखुशीत खाद्य पुरविले आहे. पृ. ३४ ते ४२ मध्ये श्रीपाद कृष्णांच्या राजकीय व सामाजिक मतांवर प्रकाश पाडणारे उतारे देऊन वाङ्मयपरिचयात केलेल्या चर्चेची सत्यता पारखण्याची संधी त्यांनी वाचकांना दिली आहे. निबंधाची भाषा साधी असल्यामुळे व चरित्राचा भाग निरनिराळ्या गोष्टींनी नटलेला असल्यामुळे पुस्तक हां हां म्हणता वाचून होते व ते फार लवकर संपल्याबद्दलच मनाला चुटपुट लागते. 'सौंदर्याकुलकता' (पृ. २१), 'परिकर' (पृ ३१) इत्यादी शब्द असावे तितके अर्थबोधक व रसानुकूल नाहीत. परंतु, पांढरेशुभ्र चांदणे पडले असताना मधूनच येणाऱ्या विरल अभ्रखंडाप्रमाणे असे शब्द वाटत असल्यामुळे त्याच्याकडे कृष्णमेघांच्या दृष्टीने कोणीच पाहणार नाही.

सदरहू निबंधाला प्रो. ल. ग. लेले यांची ६ पृष्ठांची प्रस्तावना आहे. मिय्या मूठभर व दाढी हातभर अशी जरी ही प्रस्तावना नसली, तरी एक अंकभर चालणाऱ्या सूत्रधाराच्या मंगलचरणांप्रमाणे ती कशीशीच वाटते. प्रस्तावना व पुस्तक वाचून पुस्तकाचे सार म्हणजे प्रस्तावना अशी शास्त्रीबुवांची समजूत झाल्याचे दृष्टोत्पत्तीला येते. एखाद्याच्या घरातील वस्तू घेऊन ती पुनः त्याच्याच पदरात टाकण्याने जर दानाचे पुण्य मिळत असेल, तरच असल्या प्रस्तावनांनी ग्रंथपरिचय करून दिल्याचे श्रेय मिळेल. नुसते चर्वितचर्वण करूनच शास्त्रीबुवा प्रस्तावनेत थांबले नाहीत; त्यांनी श्रीपाद कृष्णांचा नाटकी ढंग व रंग रंगभूमीवर अभिव्यक्त झाला, केसरीचे भावी संपादक मदनिकेच्या वेषात फार गोड दिसले, इत्यादी वर्णनेही मिटक्या मारीत केली आहेत. रंगढंगाच्या भाषेखेरीज शास्त्रीबुवांपाशी दुसरे काहीच भांडवल नसावे असे दिसते. 'सामाजिक सुधारणेचे धैर्य कसोटीस लागण्याचा प्रसंगच श्रीपाद कृष्णांवर आला नाही' असेही उद्गार शास्त्रीबोवांनी काढले आहेत. सामाजिक सुधारणेच्या कोणत्या बाबतीत श्रीपाद कृष्णांनी माघार घेतली आहे, हे शास्त्रीबोवा दाखवू शकतील काय? पुनर्विवाहाचा प्रसंग आल्याखेरीज मनुष्याचे धैर्य कसोटीला लागत नाही, असे एखादे शास्त्र असल्यास ते आम्हाला माहीत नाही. रा. खानोलकरांप्रमाणेच शास्त्रीबुवांनीही कोल्हटकरांच्या पदावर क्लिष्टतेचा शिक्का मारला आहे. देवलांची शारदेतील पदे सुबोध आहेत हे खरे; पण तितकीच ती काव्यहीन आहेत हेही विसरता कामा नये. देवलांची उत्तम पदे 'शापसंभ्रमां'तच आढळतील. ती पदे त्यांच्या इतर पदांपेक्षा अधिक संस्कृतप्रचुर असलेली दिसून येतील. खुद्द 'सौभद्रा'तील काव्यमय पदेही इतर पदांइतकी साधी नाहीत; पण याचा विचार करतो कोण? पद्यांची बंधने सांभाळून काव्यमय संगीत साध्या मराठीत लिहावयाचे ही गोष्ट पाण्यात न बुडता पाणबुड्याने मोत्ये काढण्याइतकीच शक्य आहे. 'उत्तान शृंगाराकडे केव्हा केव्हा कवीची अनावर प्रवृत्ती होते' अशीही शास्त्रीबुवांनी मल्लिनाथी केली आहे. कोल्हटकरांचा मुग्धशृंगारात हातखंडा असताना शास्त्रीबुवांनी उदाहरण न देताच त्यांच्या पदरात उत्तान शृंगाराचा दोष बांधला आहे. भिन्नरुचिहि लोकः!

ललित वाङ्मयाचा आत्मा सौंदर्य हा असतो. या सौंदर्याच्या अंतर्यामी सत्य असते; पण ते पूर्णपणे सौंदर्यमय झालेले असते. चांदण्याची शीतलता, पुष्पांची कोमलता, निर्झराची मंजुलता व विहंगाची चंचलता ही सर्व एकरूप होऊन ललित वाङ्मयाचा अवतार घेत असतात. ज्या वाङ्मयात हे सौंदर्य अधिक असते, ते निःसंशय श्रेष्ठ होय. आजच्या राजकारणाच्या आखाड्याचा भास उत्पन्न केल्यामुळे रंगणारे नाटक कालाच्या प्रवाहात फिक्के पडल्यावाचून राहत नाही. सौंदर्यसंपन्नतेचीही कसोटी लावली, तर अर्वाचीन मराठी वाङ्मयात श्रीपाद कृष्णांचेच नाव सर्वांच्या

अग्रभागी विराजेल. त्यांची रम्यसृष्टी व त्यांची भाषा ह्या दोन्हींत अधिक सुंदर कोणते हे सांगणे कठीण आहे. त्यांच्यापेक्षा आवेशपूर्ण, प्रसादसंपन्न, नादमधुर, अगर भव्य भाषा लिहिणारे लेखक महाराष्ट्रात मुळीच झाले नाहीत असे नाही. समाजाच्या अगदी खालच्या स्तराला आपला संदेश पोचविणारे कुशल लेखकही महाराष्ट्राने निर्माण केले आहेत. पण निशिगंधाची सर जशी गुलाबाच्या पुष्पांना येऊ शकत नाही, त्याप्रमाणे कोल्हटकरांच्या रम्य सौंदर्यसृष्टीसारखी सृष्टी दुसऱ्या कुणीच निर्माण केली नाही. आजच्या वाङ्मयावर उद्याचा समाज उत्कर्षाचे मंदिर बांधत असतो. महाराष्ट्राचे विचार, त्याच्या कल्पना, त्याच्या भावना, त्याची भाषा, यात श्रीपाद कृष्णांनी एवढी मोठी व इतकी मौल्यवान भर घातली आहे की, क्षणोक्षणी खंडोगणती निर्माल्य फेकून देणारा काळदेखील त्यांच्या ह्या कळ्यांच्या वासाने मुग्ध होऊन जाईल. वाङ्मयाच्या वाढीच्या दृष्टीने अशा प्रतिभासंपन्न ग्रंथकाराविषयी चर्चा होणे अत्यंत आवश्यक असते. रा. खानोलकरांनी निबंध लिहून सुरू केलेला हा उपक्रम यापुढे वृद्धिंगत होत जाईल, अशी आम्हाला आशा आहे.

(किं. आठ आणे, विश्वनाथ गणेश आणि मंडळी; पुणे.)

२१ जून, १९२७

पुष्प २१

झेंडूची फुले

(पूर्वार्ध)

सध्याचा काळ समान हक्कांचा आहे हे उघड आहे. अक्षतीप्रमाणे परीक्षांतही स्त्रिया पुढाकार घेऊ लगल्या आहेत. अठरापगड जाती तर लांबच राहिल्या; पण भेदभाव दर्शविणारे चार वर्ण– फार काय काळा व गोरा हे दोन वर्णदेखील नकोत, अशी विसावे शतक गर्जना करीत आहे. समान हक्काची ही गर्जना राजकीय अगर सामाजिक क्षेत्राच्या गर्द अरण्यातच ऐकू येत नसून काव्याच्या उद्यानातही तिने प्रवेश केला आहे. काव्यक्षेत्रात स्वच्छंद विहार करण्याचा मक्ता प्राचीन कवींनी कमळाला देऊन टाकला होता; आधुनिक मराठी कवींनी गुलाब, मोगरा वगैरे काही फुलांना उदारपणाने हा हक्क देण्याचा पायंडा अलीकडेच घातला. पण गुलाब व मोगरा यांना काव्यक्षेत्रात संचार करायला मिळाला म्हणून 'झेंडू'चे समाधान कसे होणार? महायुद्धात फ्रान्सबरोबर इंग्लंडाचाही काही फायदा झाला असला म्हणून हिंदुस्थान काही आनंदाने नाचत नाही. त्याच्यापेक्षा जवळचे उदाहरण घ्यावयाचे म्हणजे, आपल्या मित्राची कविता मासिकात छापून आलेली पाहून तेवढ्यावर कोणता कविवीर आपल्या डोळ्यांचे पारणे फेडून घेईल? तथापि, अस्पृश्यांना जसे महात्मा गांधींसारखे कैवारी भेटले, त्याप्रमाणे 'झेंडूच्या फुलांना' ही पुरस्कर्ते लाभले. त्यांच्या चळवळीचे फळ म्हणजे, 'झेंडूची फुले' हा 'झेंडू पुस्तक फार्मसी'मार्फत निघालेला विडंबनकाव्याचा संग्रह होय.

हा संग्रह म्हणजे, एक प्रकारचा काव्यकलारुक्कुठारच आहे. ३४ पृष्ठांचा या छोट्या पुस्तकात नऊ कविता आहेत; पण त्या सौंदर्यवादी नसून विनोदी आहेत. त्यात पिकलेल्या आंब्याचा गोड रस नसून हिरव्या चिंचेचा मधुर आंबटपणा आहे.

आपल्या लाडक्या अपत्याला मांडीवर घेऊन अंगाईगीत गाणाऱ्या आईची ही फुले वाचताना आठवत होत नाही; उलट आपल्या लहानग्या भावाला गुदगुल्या करणाऱ्या व चिमटे काढणाऱ्या खोडकर वडीलभावाची मूर्ती डोळ्यांपुढे उभी राहते.

'झेंडूची फुले' हा काव्यप्रकार मराठीत जवळजवळ नवीन आहे. मराठीत विनोदी काव्याचा उपक्रम सुरू करून, त्यात चांगल्या प्रकारची भर घालणारे जुन्या पिढीतील कवी मोगरे, श्री. कृ. कोल्हटकर, दत्त वगैरे होते. मोगऱ्यांची विनोदी काव्ये उपहासपर Satirical आहेत. त्या काव्यांचा रोख विशिष्ट व्यक्तीवर नसून वर्गांवर आहे. विशुद्ध विनोद काय अगर उपहास काय, व्यक्तींपेक्षा (Personality) जातीवरच (Type) अवलंबून असतो. पदवीरूपी वधूसाठी हपापलेले भोळे भुजंगनाथ व त्याची मध्यस्थी करणारे भदेश्वर दीक्षित इत्यादिकांचे हास्यास्पद चित्र 'पदवीचा पाडवा' या काव्यात मोगऱ्यांनी रेखाटले आहे. 'मेथाजींची मजलस' या काव्यात सुरतेच्या काँग्रेसच्या वेळच्या जहाल पक्षाचे त्यांनी आपल्या दृष्टीने वर्णन केले आहे. अभिनवधर्मसंस्थापनेत दुसऱ्या बाजारावाची कारकीर्द पुन्हा सुरू व्हावी म्हणून देव पाण्यात घालून बसणाऱ्या धर्ममार्तंडांचा अवतार त्यांनी दाखविला आहे. पहिले वाक्य वाचून अमुक एक रावबहादूर आपल्या पगडीसह 'युअर ऑनर' या मंत्राचा जप करीत डोळ्यांपुढे उभे राहतात, असे म्हणता येणार नाही. 'मेथाजींच्या मजलशी'त एखाद्या विशिष्ट जहाल पुढाऱ्याची थट्टा मुळीच केलेली नाही. अभिनवधर्मसंस्थापनेतही एखाद्या चालत्याबोलत्या धर्ममार्तंडाची आठवण होईल असे काहीच नाही. विशिष्ट वर्ग, पक्ष, प्रकृती, ठसा अगर जाती (Type) यांच्यावर त्यांचा उपहास हल्ला चढवितो. कोल्हटकरांच्या कवितातील विनोद यांहून सर्वस्वी निराळा आहे. तो कल्पक असल्यामुळे श्लेष, कोटी अगर कल्पना यांच्यावाचून सहसा पाऊल टाकत नाही. 'तुळशीचे लग्न' ही कविता उपरोधपूर्ण असली, तरी काव्यानुकूल कल्पनेच्या फुलाकडे दृष्टी जाऊन त्यांच्यामागे असलेले उपरोधांचे काटे वाचकांच्या नजरेत फारसे भरत नाहीत. दत्तांच्या काव्यात बालविनोद असून तो वात्सल्यपूर्ण असल्यामुळे त्याची बुद्धिप्रधान विनोदापेक्षा भावनाप्रधान विनोदातच गणना करावी लागेल. न. चिं. केळकर, गोंविदाग्रज इत्यादिकांनीही विनोदी कविता लिहिल्या आहेत. पण अतिशयोक्ती व असंबद्धता यांच्या साहाय्याने त्या रंगल्या असल्यामुळे त्यांचे निराळे सदर करण्याचे कारण नाही. विनोद अगर विनोदाच्या छटा ज्यांच्या काव्यात आढळतात. असे सध्या काव्यरचना करीत असलेले कवी ना. ग. लिमये, साधुदास, ह. स. गोखले, अज्ञातवासी वगैरे होत. 'झेंडूची फुले' हा काव्यसंग्रह मोगऱ्यांच्या पद्धतीचा म्हणजे उपहासपर आहे. उपहासाची (Satire) विडंबन (Parody) ही एक शाखा आहे. व 'झेंडूच्या फुलां'त सामान्य उपहास नसून, विशिष्ट विडंबनावरच सर्व जोर आहे. विडंबनात्मक कविता झेंडूच्या फुलांपूर्वी मराठी वाङ्मयात मुळीच नव्हती

म्हटले, तरी चालेल. गोविंदाग्रजांची 'रांगोळी घातलेली पाहून' ही कविता मात्र या विधानाला अपवाद आहे. ही कविता विडंबनात्मक असून ती 'बाळकराम' या नावाखाली प्रसिद्ध करण्याची गोविंदाग्रजांची इच्छा होती. 'शलाकें'त प्रसिद्ध झालेले 'गिरीशां'चे 'संशय रत्नमाला' हे काव्यही विडंबनात्मक आहे.

विनोदी लेखक हा एक प्रकारचा टीकाकारच असतो. त्याला काहीतरी दोष दाखवायचे असतात, विसंगती अगर असंबद्धता उघडकीला आणावयाची असते. फरक इतकाच की इतर टीकाकार गंभीरपणाने जे दोषाविष्करण करतात, ते दोषास्पद वर्गाला अगर समाजाला अनेक वेळा शिरच्छेद करणाऱ्यासारखे क्रूरपणाचे वाटते; उलट विनोदी लेखकाने केलेले दोषाविष्कारण हसवीत व बहुश: हसत हसतही केलेले असल्यामुळे क्लोरोफार्म देऊन शस्त्रक्रिया करणाऱ्या शल्यवैद्याप्रमाणे कौशल्यपूर्ण व दयाप्रेरित असे भासते. दोषाविष्कारण हाच विनोदाचा आत्मा असल्यामुळे तो उपहासात व विडंबनातही असतोच.

उपहास व विडंबन यांत अंतर एवढेच पडते की उपहासाला मनुष्यजातीचे सर्व क्षेत्र मोकळे असते व विडंबन म्हणजे 'दोषाविष्कारणाशी केलेली लिखाणाची नक्कल' असल्यामुळे त्याचे क्षेत्र स्वाभाविक संकुचित होते. अशा रीतीने पहिले, तर उपहास मनुष्यजातीवर टीका करतो, तर विडंबनाकडे वाङ्मयाच्या टीकाकारांचे पद येते. पण हा टीकाकार वाङ्मयातही 'गद्य व पद्य' असे भेद करून पद्यावरच नेहमी हत्यार उचलतो, याचे कारण पद्याच्या वडीलकीचा मान, अगर पद्यरचना करणारे कवी वेडे असतात ही समजूत हे नसून, गद्यापेक्षा पद्याची विनोदी नक्कल करणे सोपे असते, हेच होय.

विडंबनात्मक काव्याचा हेतू ज्या काव्याची त्यात हास्यास्पद नक्कल केली असेल, त्यातील दोष दाखविणे हाच असतो. काव्याची रचना नेहमीच शब्दाची काटकसर करून करावी लागत असल्यामुळे त्यातील एखादा शब्द बदलून अगर फिरवूनही सहज गमतीचा निराळा अर्थ उत्पन्न करता येतो. असे अहेतुक विडंबन चार मित्रांच्या मजलशीत अगर संभाषणात नेहमी आढळते. कोल्हटकरांच्या 'वीरतनय' नाटकात नायिका शालिनी नायक शूरसेन याला 'वसुनि कोणती पुरी अलंकृता करीतसां'. असे विचारते याच थट्टेने सहज नक्कल झाली ती अशी– 'वसुनि कोणती पुरी गिळंकृता करीतसा'. 'विनोद' नाटकात खाडिलकरांच्या अनेक पद्यांचे असेच विडबंन आढळते. अशा प्रकारचे विडंबन असंस्कृत व बहुतेक अहेतुक असल्यामुळे घटकाभर गंमत यापेक्षा त्याची अधिक किंमत नाही. पण विडंबनात्मक काव्य सहेतुक असून त्यात दोष निष्कारणाचा खोलपणा, मार्मिकपणा व कल्पकताही अवश्य असली पाहिजेत. मासिक पुस्तकातून करमणुकीकरिता येणारे चुटके व विनोदी लेख यात जे व जशा प्रकारचे अंतर असते ते व तशाच प्रकारचे अंतर

संभाषणातील विडंबन व लेखनातील विडंबना यात असते.

विडंबनात्मक काव्याला आधार म्हणून मूळ काव्य असले पाहिजे, हे यावरून उघड आहे. या मूळ काव्याचे शब्द अगर कल्पना बदलून विडंबन कवी 'गणपतीचा मारुती' असे जाणूनबुजून रूपांतर करीत असतो. नक्कल करण्यासाठी जे काव्य त्यांनी घेतले असेल त्याची थट्टा करण्याचाच त्यांचा हेतू असतो, असे म्हणता येणार नाही. गोविंदाग्रजांनी 'रांगोळी घातलेली पाहून' ही कविता लिहिली, ती 'साध्याही विषयात आशय कधी मोठा किती आढळे' या केशवसुतांच्या काव्यमय तत्त्वाची रेवडी उडविण्याकरिता नव्हे; त्यांचा रोख जिथे रांगोळी तिथे लाभाची गोळी, अशी खूणगाठ बांधून आगंतुकपणाने हळदी-कुंकवाला जाणाऱ्या तेलंगी बायकांवर आहे. या विषयावर त्यांनी स्वतंत्र कविता लिहिली असती तर फार झाले तर ती विनोदी ठरली असती; पण विडंबनात्मक काव्याचे तिला मुळीच स्वरूप आले नसते. गिरीशांची 'संशयरत्नमाला' ही अशीच आहे. त्यांचा उद्देश मोरोपंतांच्या काव्यातील दोषविदर्शन हा नसून दीर्घसूत्री संपादकांशी संबंध आलेल्या उतावळ्या लेखकांची हास्यास्पद स्थिती वर्णन करणे हा आहे. अशा रीतीने विडंबनात्मक काव्याचे दोन स्पष्ट भेद पडतात – एक मूळ काव्याचे दोषदिग्दर्शन विनोदाच्या साहाय्याने करणारी नक्कल; दुसरा मूळ काव्याच्या साहाय्याने अन्य विषयाचा उपहास करणारी नक्कल. झेंडूच्या फुलात विडंबनात्मक काव्याचे हे दोन्ही प्रकार आढळतात.

१. आम्ही कोण २. मोहोरममधील मर्दुमकी ३. सखे, बोल-बोल ४. रस्त्यावर पडलेले विडीचे थोटूक ५. कषायपेयपात्रपतित मक्षिकेप्रत ६. प्रेमाचे पिठले ७. श्यामले ८. पाय घसरला ९. नवरसमंजरी अशा नऊ विडंबनात्मक कविता झेंडूच्या फुलांत असून, त्यातील नववीच्या पोटनावाप्रमाणे नऊ पोटकविता आहेत. त्यातील 'आम्ही कोण' व 'नवरसमंजरी' या दुसऱ्या प्रकारच्या विडंबनात्मक कविता आहे. त्या त्या मथळ्याच्या प्रसिद्ध कवितांच्या रचनेचा विकृत उपयोग करून उथळमनाच्या, लब्धप्रतिष्ठित व बेजबाबदार कविब्रूयांचा उपहास केला आहे.

'आम्ही कोण'मधील 'ते आम्ही परवाङ्‌मयातील करू चोरी, भाषांतरे' 'ते आम्ही न कुणास देऊ अगदी यांना सुगावा परी' हा टोला मार्मिक आहे.

'काव्याची भरगच्च घेऊनि सदा कोखोटीला पोतडी
दावू गाउनि आमुच्याच कविता आम्ही रस्त्यामध्ये'

या ओळी म्हणजे, गडकऱ्यांच्या कवीच्या कारखान्यातील एका मालाचा नमुना आहे. या कवितेत शेवटचा चरण– 'आम्हाला वगळून उडून सगळे जातील ना कावळे' हास्यास्पद असला, तरी उपहासाला लागणारा मार्मिकपणा व तिखटपणा यात फारसा नाही. तो वाचून हसू आले, तरी तो पोरकट वाटतो.

८ मे, १९२८

पुष्प २२

झेंडूची फुले

(उत्तरार्ध)

'नवरसमंजिरी' हे नाव व नवरसात्मक नऊ कविता यांपेक्षा झेंडूच्या फुलांतील विडंबनात्मक काव्याचा मूळ काव्याशी संबंध नाही. नवरसमंजिरीत कविब्रुवांच्या हास्यास्पद लीला वर्णिलेल्या आहेत. यातील 'हास्य', 'वत्सल', 'रौद्र' इत्यादी रसांची वर्णने उठावदार झाली आहेत. वत्सल रसात फार दिवसांनी भेटलेले कवी 'हसुनि पुसती इतकेच कुशल प्रश्ना। काव्य प्रसुती जाहली काय कोणा?॥' असा प्रश्न करून रंगात येतात व चापटपोळ्या, धमकलाडू इत्यादिकांच्या द्वारे साहित्यसेवा करतात. हास्यरसात वादाचा डोंगर पोखरून 'सुनीत'शब्दरूपी उंदीर काढण्याचा प्रसंग रेखाटला आहे. रौद्रात फोटो काढून घेण्याचे तत्त्व मान्य असलेले कविशार्दूल कोणी कोठे बसावे या तपशिलावर मतभेद होऊन एकमेकांवर कसे गुरगुरू लागतात, याचे वर्णन केले आहे. 'झाले कत्तल गद्य। येति मग ते वाग्वीर मुद्द्यावर' हे या कविवीरांचे पुढील वर्णन बहारदार आहे.

परंतु, या उपहासाचा रोख तत्त्वावर नसून व्यक्तीवर आहे, असा भास होण्यासारखी स्थळे नवरसमंजिरीत आहेत. 'झेंडू पुस्तक फार्मसी', भगवंत, भांबुर्डे, फुलिश इत्यादी सभासदांची नावे, करुणरसाचे वर्णन, 'काव्याचीही खलास होईल यदा पैदास साप्ताहिकी' वगैरे चरण वाचून प्रचलित काव्यवाङ्मयाची तोंडओळख असलेल्या मनुष्यालादेखील या हल्ल्याचे विषय कोणते आहेत हे चट्कन ताडता येईल. या कवीविषयी आम्हालाच काय; पण 'झेंडूच्या फुलां'चा मोठ्या रसिकतेने संग्रह करणाऱ्या रा. दि. गं. केळकरांनाही आदर आहे हे त्यांनी संपादिलेल्या 'महाराष्ट्र शारदा' या संग्रहावरून दिसून येईल. तथापि, चांगल्या कवीत दोष असत नाहीत

अगर ते विडंबनात्मक पद्धतीने दाखवू नयेत, असे कोणीही म्हणत नाही. एकदा चिकित्सक दृष्टी स्वीकारली, म्हणजे खुद्द ईश्वरालाही जशी तिच्यापुढे मान वाकवावी लागते, त्याप्रमाणे विडंबनात्मक काव्यांना वाङ्मयमंदिरात जागा दिल्यानंतर त्यांच्या यज्ञात चांगल्या कवींनाही आपल्या काव्यांच्या आहुती द्याव्या लागतात. विडंबनाला थट्टा करण्यासारखा काहीतरी विषय पाहिजे. काव्यातले दोष, म्हणजे विडंबनात्मक कवितेचे जीवनच होय. मोरोपंतांचा यमकांचा हव्यास, गडकऱ्यांची उत्प्रेक्षकांची फैर, आणि एखाद्या विद्यमान कवीचा अतिरेकामुळे दोषरूप झालेला एखादा काव्यगुण हे तिन्ही विडंबनात्मक कवितेला योग्य विषय आहेत. किंबहुना सज्जन परगुणपरमाणूचा जसा पर्वत करतात, तसा विनोद परदोषपरमाणूचा पर्वत करीत असल्यामुळे एखाद्या चांगल्या काव्यातील लहानशा दोषावरही विडंबनात्मक कवितेची उभारणी होऊ शकेल. नवरसमंजिरीत चांगल्या कवीच्या कवितांचे विडंबन केले आहे, म्हणून आम्ही कवीला दोषी ठरवीत नाही; काव्याबरोबर कवीचेही विडंबन– त्याच्या खासगी चरित्राचे विडंबन– करणे हे सुक्याबरोबर ओले जाळण्याइतकेच आंधळेपणाचे अगर 'इंद्रायस्वाहा तक्षकायस्वाहा' अशा प्रकारच्या सुडाच्या बुद्धीचे द्योतक आहे. नवरसमंजिरीतील 'करुण रस' व 'श्यामले' या कवितांत व्यक्तिविषयक विडंबनाचा अक्षम्य अपराध कवीच्या हातून झाला आहे, असे आम्हाला वाटते.

फोटो काढण्याच्या कलेपेक्षा चित्रकलेला अधिक सुसंस्कृत वृत्ती व अधिक कलाज्ञान लागते. वाङ्मयातही तसेच आहे. वाङ्मय हे संसाराचे चित्र असले, तरी ते चित्रकाराने काढलेले चित्र आहे, फोटोग्राफरने काढलेले चित्र नव्हे, हे लेखकांनी कधीही विसरता कामा नये. सामान्य माणसे चर्मचक्षूंनी पाहतात; पण लेखक कल्पनाचक्षूंनी पाहतात. वस्तुस्थितीदर्शनाचा (Realism) टेंभा मिरविणाऱ्या लेखकांची दृष्टीही कल्पनेवाचून उत्पन्नच होत नाही; या तत्त्वानुसार सौंदर्यवादी कवी काय अगर विसंवादवादी विनोदी लेखक काय, दोघांनीही विशिष्टाला सामान्याचे स्वरूप देण्याचा प्रयत्न करणे अत्यंत इष्ट असते. आपल्या व्यक्तिविषयक अनुभवाला प्रत्येकाला पटेल इतके व्यापक स्वरूप देणे लेखनकलेचे एक आवश्यक अंग आहे. आत्म्याप्रमाणे खरे वाङ्मयही नामरूपावर फारसे अवलंबून नसते. त्यातून विशिष्टावर सामान्यत्वाचा मुलामा चढवायला कवी एक वेळ चुकला, तर ते क्षम्य असते. त्याने एखाद्या लावण्यलतिकेचे वर्णन करून 'हे तुझ्यावरूनच मला सुचले' म्हणून एखाद्या सामान्य स्त्रीला सांगितले, तर तिला राग न येता ती गर्वाने फुगूनच जाईल. पण एखाद्या कुब्जेचे चित्र रेखाटून विनोदी लेखक 'हे तुझ्यावरूनच मला सुचले' म्हणून तिला सांगू लागला, तर त्या लेखकाला अष्टावक्र करून चित्रातील कुब्जेला अनुरूप वर दिल्यावाचून ती राहणार नाही. खरे पाहिले, तर कवीची रंभा व विनोदी लेखकाची कुब्जा या दोहोंचाही उगम त्या सामान्य स्त्रीपासूनच झालेला असतो. पण

अवास्तव स्तुती मनुष्याला आवडत असली म्हणून अवास्तव निंदा कोण ऐकणार? सर्वकालीन वाङ्मयाच्या दृष्टीने असले लेखन व्यक्तिविषयक उल्लेखांमुळे हिणकस ठरल्यावाचून राहत नाही. आजचे लोभक्षोभ उद्याच्या पिढीला कळणे शक्य नसल्यामुळे व्यक्तिविषयक उल्लेख लेखनाला दुर्बोधपणा आणतात. हा विचार कलेच्या दृष्टीने झाला. पण ज्यांच्याविषयी व्यक्तिविषयक उल्लेख होतो त्यांना होणारा अन्याय तर अत्यंत अक्षम्य होय. वैयक्तिक उल्लेख ऐकीव माहिती अगर लोकप्रवाद यांच्या आधारानेच होत असतात. रजकाच्या निंद्रेमुळे सीतेला टाकणाऱ्या रामाप्रमाणेच जनसमाज असतो. प्रवादांवरच विसंबून लिहू लागले, तर साधूला मारेकरी व सीतेला वेश्या म्हणावे लागेल. जर दुतोंडी असल्यामुळे लेखकाने त्याच्या एका तोंडालाच लेखात तोंड घालू देणे केव्हाही प्रशस्त नाही. 'जे जे चकाकते ते ते सर्वच सोने नसते' या तत्त्वाप्रमाणे 'जे जे चकाकत नाही तो तो दगड असतो असे नाही' हाही नियम खरा आहे. वाङ्मयाशी चित्रगुप्ताच्या जमाखर्चाचा काडीमात्रही संबंध नसतो. अर्थात, लेखकाने त्यासंबंधी पांढऱ्यावर काळे करून कुणाच्याही तोंडाला काळे फासणे म्हणजे, वस्त्र शिवण्यासाठी दिलेल्या सुईने दुसऱ्याच्या अंगाला भोके पाडले होय.

कवी व काव्य यांच्याशी काडीमात्रही संबंध नसलेले असे व्यक्तिविषयक उल्लेख झेंडूच्या फुलांत फारच थोडे आहेत. पण रंगेलपणाचे उच्छृंखलपणात रूपांतर होण्याची जशी भीती असते, त्याप्रमाणे काव्याचे विडंबन करता करता कवीचे विडंबन हातून घडण्याचा संभव असतो. विडंबनात्मक काव्ये रचणाऱ्यांना ही धोक्याची जागा असल्यामुळेच या मुद्द्याचा किंचित विस्तार करावा लागतो.

हा दोष सोडून दिला, तर झेंडूच्या फुलांचे कौतुक केल्यावाचून राहवत नाही. कल्पकता, विसंगतपणाची सूक्ष्म जाणीव व पद्यरचनेवर प्रभुत्व हे गुण या फुलांत चांगलेच दृग्गोचर होतात. 'रस्त्यावर पडलेले विडीचे थोटूक' या कवितेत एकाच विषयावर दोन सुनीते रचणाऱ्या कवीची थट्टा केली आहे. एकाच मुलीला उद्देशून तीन कवींनी केलेली कविता सदरहू थोटूक-सुनीतकारांनी पाहिली असती, तर त्यांच्या स्फूर्तीने वाचकांस काही निराळीच मेजवानी दिली असती. एकाच कवितेत तीन कवींची हिस्सेदारी कशी पडते, काळ-काम-वेगातील आवश्यकतेप्रमाणे ते काम करतात की नाटकातील झगड्याप्रमाणे कविता रचतात याचे कोडे त्या कवित्रिकुटाखेरीज कोणाला उलगडणार? 'प्रेमाचे पिठले' बरेच अळणी व पांचट आहे. त्याला कल्पनेची फोडणीही नाही अगर उपहासाचा खमंगपणाही नाही. हे 'पिठले' व 'पाय घसरला तर' या दोन्ही कविता वाजवीपेक्षा जास्त लांब झाल्यामुळेच नीरस वाटतात. विडंबनात्मक कवितेतील विनोद उपहासपर अर्थात बुद्धिप्रधान असल्यामुळे त्यांचे कोटीशी निकटचे नाते असते. प्रसन्न व सहानुभूतीपर विनोद

विस्ताराने खुलतो; उपहासपर विनोदाच्या कोटी अगर कल्पना यांच्यावाचून विस्तार केला, तर तो पांचट होतो.

उपहास, कल्पकता व विनोद या दृष्टी 'श्यामले', 'सखे बोल बोल', 'कषाय पेय पात्रपतितमक्षिकेप्रत' या कविता चांगल्या साधल्या आहेत. त्यांचे स्वारस्य त्या समग्र वाचल्यावाचून कळणे शक्य नाही. मक्षिकेप्रतमधील –

'कौन्सिलात सभासद आणी।
मारतील करुणा तुजवाचुनी।।
राजकारण रोज नवे नवे।
राष्ट्रभक्त करण्यास तयार हे।।
शिकुनी अहह, देईल यापुढे।
त्या इशारत कोण तरी गडे।।'

हे चटकदार चरण वाचून कवीच्या कल्पनेचे कौतुक कोण करणार नाही? नरांगज मल-स्वेदजलोक-शरीर-स्वास्थ्य-रक्षिके, इत्यादी क्लिष्ट मालगाडीवजा संस्कृत समासप्रचुर रचनेला काढलेले चिमटे प्रत्येकाला योग्यच वाटतील.

'सखे बोल बोल' मधील विरोधामुळे उत्पन्न होणारा विनोद फार बहारीचा आहे.

'भाडे थके म्हणूनी मालक देह काय।
गे आज 'नोटिस'। परी न तया उपाय।
घेऊन काय बसलास भिकार खोली,
बांधीन सात मजली तुजला हवेली!'
'तू दोन इन्च जरी दुरी। फर्लांग भाससि गे परी।'
'माजूम मी, तू यत्कुंती। मी हिंग काबुलि तू मिरी'
'मी तो पिठ्यातील बेवडा। व्हिस्कीतली तू माधुरी'

इत्यादी 'श्यामले'तील स्थळे वाचणाऱ्याची मुरकुंडी वळविल्यावाचून राहणार नाहीत.

अशा रीतीने उपहास व विडंबन यांचे सुंदर मिश्रण 'झेंडूच्या फुलांत' असल्यामुळे ती अत्यंत चटकदार झाली आहेत. मराठीत रूढ नसलेला हा काव्यप्रकार सुरू केल्याबद्दल कवीचं अवश्य अभिनंदन केले पाहिजे. प्रकाश आहे, तिथे छाया असायचीच या न्यायाने, प्रचलित मराठी कवितेत गुणांबरोबर दोषही आहेतच. या दोषात विडंबनात्मक काव्यांचे बीज असते. विशिष्ट कवींपेक्षा सर्वसामान्य कवितेकडे या दृष्टीने पाहून प्रस्तुत कवी झेंडूच्या फुलांची दुसरी माळ तयार करतील, अशी आम्हाला आशा आहे. व्यंगचित्राप्रमाणे विडंबनात्मक काव्यातही व्यक्तीपेक्षा कल्पकतेलाच जास्ती महत्त्व देणे इष्ट असते, हे तत्त्व जर ते अमलात आणतील, तर मराठीत एक नवा व सुंदर काव्यप्रकार रूढ केल्याच्या श्रेयाबरोबर त्या प्रकारच्या चांगल्या

काव्यांची भर घातल्याचेही श्रेय त्यांना मिळेल.

उण्या-अधिकाबद्दल क्षमा मागितली की लेखाचे काम संपले. सदरहू लेखात तर ती विनयपूर्वक मागितली पाहिजे; नाही तर विडंबनात्मक काव्याप्रमाणे विडंबनात्मक गद्य लिहिण्याची कवींना स्फूर्ती होऊन, त्यातला पहिला मान प्रस्तुत लेखकालाच मिळावयाचा. (झेंडूची फुले. संग्राहक श्री. दि. ग. केळकर पुणे. किं. ४ आणे)

टीप : 'झेंडूची फुले' हे पुस्तक व त्याचे हे परीक्षण ही दोन्ही जुनीच आहेत. पण गेल्या दोन वर्षांत या नवीन मार्गाचा कोणीच अवलंब केला नाही, असे दिसून आल्यामुळे या विषयाला चालना देण्याकरता हे अप्रकाशित परीक्षण आज छापले आहे.

– संपादक

पुष्प २५

पालखीचा गोंडा

मागील पिढीतील एक नामांकित लेखिका श्रीमती काशीबाई कानिटकर यांनी लिहिलेली ही कादंबरी सुप्रसिद्ध गणेश महादेव आणि कंपनीने प्रकाशित केली आहे. महाराष्ट्रात अनेक ग्रंथप्रकाशक-माला आहेत; पण त्या मालांत बहुधा कादंबरीपुष्पेच गोविली जातात व अनेकदा ती सुगंधहीन असलेली आढळून येतात. गणेश महादेव आणि कंपनीने फार थोड्या वर्षांत सुमारे ४५ पुस्तके प्रकाशित केली असून, त्यांत सरदेसायांच्या रियासती, स्वामी रामतीर्थांचे खंड, नाथमाधवांच्या कादंबऱ्या, वाग्भट देशपांडे व प्र. श्री. कोल्हटकर यांचे कथासंग्रह, माधवानुज, बॅ. सावरकर यांची काव्ये इत्यादी उपयुक्त व उच्च दर्जाची पुस्तके आहेत. फुलवेलींबरोबरच फलभारांनी लवलेले उद्यान निव्वळ फुलांच्या बागेपेक्षा रसिकांना जसे अधिक आकर्षक वाटते, तसेच गणेश महादेव आणि कंपनीचे प्रकाशनही मनोरंजनाबरोबरच ज्ञानसंवर्धनाचेही काम करीत असल्यामुळे वाङ्मयभक्तांना विशेष आदरणीय वाटेल, यात शंका नाही.

'लेखिका' या नात्याने श्रीमत काशीबाई कानिटकर यांचा महाराष्ट्रवाचक वर्गाला परिचय करून देणे, हे एखाद्या विद्वान ज्योतिर्विदाला एखाद्या प्रमुख ग्रहाविषयी माहिती सांगत बसण्यासारखे हास्यास्पद आहे. हरिभाऊ आपट्यांच्या बंधुप्रेमाचा त्यांना जसा लाभ झाला आहे, त्याप्रमाणे त्यांच्याबरोबरीने लिहिण्याचा मानही त्यांना मिळाला आहे. 'पण लक्षात कोण घेतो?' हा हरिभाऊंचा हृदयभेदक प्रश्न तरुण महाराष्ट्रीयांच्या अंत:करणात शिरून 'आम्ही घेऊ; आम्ही घेतो' असे उत्तर मागीत

असताना काशीबाईंच्या लेखनगंगेचा उगम झाला व राजापूरच्या गंगेप्रमाणे ती मध्यंतरी गुप्त झाल्यासारखी भासली, तरी शिळोप्याच्या गोष्टींच्या मुखांनी ती चालू काळालाही येऊन मिळालेली दिसत आहे.

'पालखीचा गोंडा' या कादंबरीचे कथानक तसे पाहिले, तर फार लहान आहे. मुलगी पालखीपदस्थाच्या घरी द्यायची या आईच्या स्त्रीसहज इच्छेमुळे रिउताई नावाच्या मुलीचे लग्न एका संस्थानिकाच्या मुलाशी ठरते. हा मुलगा वेडा असताना दुसऱ्या चांगला मुलाचा फोटो दाखविला गेल्यामुळे मुलीचे वडील व मामा फसतात व ऐन लग्नाच्या वेळी हे कृष्णकारस्थान त्यांच्या लक्षात येते; पण ते चव्हाट्यावर आणले तर आपल्या तोंडाला काळे फासले जाणार, या कल्पनेने मुलीचे आईबाप मूग गिळून गप्प बसतात. मुलीला एका वेड्या मुलाच्या पदरात बांधून आपण तिच्या जन्माचे मातेरे केले म्हणून ताईच्या वडिलांचे मन त्यांचे त्यांनाच खाऊ लागते व शेवटी, या मानसिक रोगाने ताईच्या आईबापांचा अंत होतो.

'पदरी पडले न् पवित्र झाले' या न्यायाने गळ्यात पडला न् ताईत झाला या भावनेनेच ताई नवऱ्याकडे पाहते. तिचा सुशिक्षित वडीलभाऊ नाना व धाकटी बहीण मनूताई ही दोघेही आपल्या बहिणीच्या संसाराचा उडालेला बोजवारा पाहून अविवाहित राहण्याचा निश्चय करतात. नवरा वेडा असल्यामुळे ताईचा जन्म फुकट गेला असे सर्वांना वाटत होते. पण आपण शिक्षण घेऊन आपल्या संस्थानची सुधारणा केल्यास वाइटातूनही चांगले निघेल, असे तिला व तिच्या भावंडांना वाटते. तिच्या सासूलाही ही गोष्ट पटून शेवटी संस्थानच्या गादीवर ती सुशिक्षित ताईला बसविते. ताई नाना व मनू यांच्या साहाय्याने पंचवीस वर्षे राज्याचा गाडा हाकते. या पंचवीस वर्षांत स्त्रियांवर होत असलेले अन्याय दूर करण्याचा ती पराकाष्ठेचा प्रयत्न करते. नवरा वारल्यानंतर मुलगा नसल्यास स्त्री ही अन्नवस्त्रापुरतीच हक्कदार मानली जाते. अशा रीतीने आयत्या बिळात नागोबा होऊन बसणाऱ्या दिरांची अगर आप्तांची पूजा करून दीन विधवेला एखाद्या भिकारणीप्रमाणे राहण्याची पाळी येते. ताईने पुरुष व बायका यांचे हक्क सारखे करून हे वैषम्य दूर केले. संस्थानातल्या राजकीय, न्यायविषयक व औद्योगिक सुधारणांबरोबरच एक 'शिक्षिका विद्यालय' काढले. 'कोणाचे नवरे पळून जातात, कोणी नवऱ्याचा, सासूसासऱ्यांचा जाच असह्य होऊन आलेल्या असतात; अशांचे पालनपोषण करून त्यांना कोणत्यातरी उद्योगधंद्याचे ज्ञान देऊन, त्यांना स्वतःचा चरितार्थ चालवण्यास समर्थ करावयाच्या हा या विद्यालयाचा हेतू आहे.'

एका दृष्टीने पाहिले, तर या कादंबरीचे 'पण लक्षात कोण घेतो' या कादंबरीशी अतिशय साम्य आहे. 'आमच्या नव्या बाहुल्या' हे या कादंबरीचे पहिले प्रकरण वाचताना तर 'पण लक्षात कोण घेतो' ही आदर्शवत कादंबरी समोर ठेवूनच ही

कादंबरी लिहिली गेली की काय, असे वाटत असते. हरिभाऊंच्या कादंबरीत जशी दुर्दैवी यमू आहे, तशी या कादंबरीत अभागी ताई आहे. पहिलीप्रथम सासुरवाडीच्या नंतर दुर्दैवाच्या व शेवटी समाजाच्या जुलमाला बळी पडते. यमूचे दुर्दैव पतिनिधनानंतरच तिच्यापुढे उभे राहिले; पण ताईचे दुर्दैव पतीच्या रूपानेच तिच्यापुढे बोहल्यावर उभे राहिले. बालविधवेच्या डोक्यावर आकाशातली कुऱ्हाड पडली असताना, तिच्या जोडीला न्हाव्याच्या वस्तरा ठेवणाऱ्या उलट्या काळजाच्या अधम पुरुषांविषयी तिरस्कार उत्पन्न होऊन हरिभाऊंनी यमूचे चरित्र रंगविले आहे. काशीबाईंनी ताई व तिच्या लग्न झालेल्या मैत्रिणी यांच्या संसाराची वेडा नवरा, खाष्ट सासू, व्यसनी पतिराज, इत्यादिकांमुळे कशी वाताहत होते, हे दाखवून अशा स्त्रियांना स्वावलंबी शिक्षण देण्याची ताईच्या राज्यात व्यवस्था केली आहे. तसेच पाहिले तर 'पण लक्षात कोण घेतो' मधील प्रश्नापेक्षाही पालखीच्या गोंड्यातील प्रश्न अधिक व्यापक आहे.

पण वर्ण्यविषयाची व्यापकता सोडून दिली व 'कला' या दृष्टीने पाहिले, तर 'हे पुस्तक मला कसे मिळाले' हा प्रास्ताविक भाग आत्मवृत्तात सांगण्याच्या पद्धतीचा केलेला अंगीकार वगैरे गोष्टींत लेखिकेने हरिभाऊंच्या कादंबरीचे अनुकरण केले आहे. कथानक गुंफण्यात लेखिकेने फारसे चार्तुय मुळीच दाखविले नाही. प्रसंगांच्या विविधपणाचा अभाव अनेक वेळा जाणवतो. वस्त्र रेशमी असो वा सुती असो, दोन्हींतही कोष्ट्याला आपले कौशल्य दाखविता येते; त्याचप्रमाणे कथानक राजाराणीविषयी अद्‌भुतरम्य गोष्टींनी रचलेले असो अगर दादाताईंच्या साध्या गोष्टींवर रचलेले असो त्यात रचनाकौशल्याला अवसर असतोच असतो. दादा, ताई, शंकरमामंजी किती म्हणून हरिभाऊंनी रंगविलेले स्वभावाचे नमुने वर्णन करावे! या सर्व पात्रांचा उपयोग त्यांनी कथानक चित्ताकर्षक करण्याकडे व यमूचे जीवितचित्र अगदी बारीकसारीक रंगांनी भरून उठावदार करण्याकडे करून घेतला आहे. पालखीच्या गोंड्यात हा कलाविलास फारसा आढळत नाही. पुढे काय होईल ही उत्कंठा वाचकाला सारखी पुढे ओढीत नेत नाही. कादंबरी वाचताना हर प्रकरणात वाङ्‌निश्चय झाला असून वधूवरांची जशी मन:स्थिती असते, तशी वाचकांची झाली पाहिजे. काशीबाईंनी पहिली शंभर पृष्ठे ताईच्या लग्नाला खर्च केली आहेत. या भागात लहान मुलींचे बाहुल्यांचे व त्यांना बाहुल्या मानून आईबापांनी त्यांचे लग्न ठरविण्याचे खेळ चांगले रंगविलेले आहेत. ग्रंथविस्ताराच्या मानाने कथासूत्र फार तोटके पडते. जमीनअस्मानाचे अंतर असलेले वधूवर एकमेकांच्या गळ्यात बांधण्याची आपली हौस विधिघटनेने पुरवून घेतली की, कादंबरीचे रसात्मक वळण सुटून ती विचारप्रधान होऊ लागते. ध्येयदर्शन या दृष्टीने हे इष्ट आहे खरे; पण रसाच्या प्रवाहात वाहत वाहत ध्येयाच्या बंदराला पोचणे निराळे व विचारांचे रुक्ष वाळवंट

तुडवीत तुडवीत इष्ट स्थळी जाणे निराळे. कथानकाची गुंतागुंत अगर स्वभावचित्राचे वैचित्र्य या दोन्हींच्या अभावामुळे ही स्थिती उद्‌भवली आहे.

(अपूर्ण)

२ ऑक्टोबर १९२८

पुष्प २५

पालखीचा गोंडा

(मागील अंकावरून समाप्त.)

रसापकर्ष करणारी ही रचना सोडून दिली तर कादंबरीत अनेक गुण आहेत असे आढळून येईल. पहिल्याच प्रकरणात देवळाच्या दारात एक श्रीमंत मुलगा येतो व ताईच्या हातातील बाहुली हिसकावून घेऊन ती फोडून टाकतो, असा प्रकार सहज वर्णिला आहे; पण तो पूर्वसूचना देणारा व कथाबीज कुशलतेने पेरणारा असा झाला आहे. शेवटी, हाच बाहुली हातात घेणारा वेडा श्रीमंत मुलगा ताईचे पाणिग्रहण करतो. या हिंदू सजीव बाहुलीच्या मनातले मनोरे त्याचा हात लागताच ढासळून पडतात. 'आमचा प्रवास' हे पाचवे प्रकरण काव्यमय असून, त्यात लेखिकेची काव्यकला चांगलीच व्यक्त झाली आहे. उदाहरणार्थ, आकाशातल्या चांदण्या पाहून मनुताईसारख्या बालिकेच्या मनात उद्‌भवलेली ही सुंदर कल्पना पाहावी. ''एकदा वाटे की, ती सगळी रत्ने गोळा करून एक ढीग करावा. ती रत्ने खूप उंच उंच फेकून सागरगोट्यांसारखी झेलावी. त्यांचे सागरगोटे करून या आकाशातच बसून एकमेकींवर आटक्या लागाव्या.'' आठव्या प्रकरणात ताईला पाहण्याचे नारोपंतांनी जे नाटक केले आहे, तेच दहाव्या प्रकरणातील 'वन्सं परसात जा नि एक सुकवत घेऊन येस हो' ही लक्ष्मीकाकूंची संस्कृताप्रमाणे आईला कळावयाला कठीण अशी भाषा व त्या भाषेहूनही विचित्र अशी खोडी हा सर्व भाग मोठा मौजेचा वठला आहे. १९व्या प्रकरणातील ठकूच्या सासूच्या नाजूक सोवळ्याचे वर्णनही फार बहारीचे आहे. पृ. १४० वर सूर्योदय, सूर्यास्त व चंद्रोदय यांच्यावर आशा, निराशा

व निराशेतूनही दिसणारा सुटकेचा मार्ग यांचे बसविलेले रूपक चांगले साधले आहे. पृ. २०४ वर ताईने दरबारात जे भाषण केले आहे, त्यातील खालील भाग तर प्रत्येक जबाबदार अधिकाऱ्याने आपल्या हृत्पटलावर कोरून ठेवावा अशा योग्यतेचा आहे. ''सत्ताधीश जरी असला तरी त्याचे दोन हात, दोन पाय, एकच डोके असते. त्याच्या एकट्याच्याने जास्त कामे होत नसतात. त्याला अनेक हात काम करावयास पाहिजे असतात; अनंत डोळे न्यायान्यायाचे निरीक्षण करावयास लागतात आणि ते डोळे चांगले खरी वस्तुस्थिती पाहणारे पाहिजेत, विकारयुक्त असता कामा नये.''

श्रीमती काशीबाईंचा ओढा तत्त्वज्ञानाकडे बराच आहे. कादंबरीत अनेक ठिकाणी तत्त्वजिज्ञासू मनाची तळमळ दिसून येते. खुद्द नायिका ताई हीदेखील आलेल्या भोगाला सादर होऊन विषाचे औषध कसे करावे, याचा विचार करू लागते. हे या तत्त्वज्ञानप्रवण वृत्तीचेच लक्षण आहे. दुसरी निव्वळ हळवी मुलगी असती तर लक्ष्मीच्या पायी आपला बळी दिला गेला असे मानून आडविहीर जवळ करायला चुकती ना, तत्त्वजिज्ञासू मनामध्ये जो झगडा सुरू असतो, त्याचे उत्कृष्ट उदाहरण पृ. १५६ वर आईबापांना गुण पडावा म्हणून देवाला नवस करावा की करू नये याविषयी मनुताईच्या द्विधा झालेल्या मनाचे रेखाटलेले मार्मिक चित्र हे आहे. कादंबरीत भाषेचा ओघ बरा आहे. मात्र 'सहायता' सारखे बोजड शब्द एका स्त्रीच्या आत्मवृत्तांत कर्णकटू वाटतात. शिवाय, ही कादंबरी एका स्त्रीने लिहिलेली असून काही विशिष्ट शब्द व वाक्प्रचार सोडल्यास त्यात भाषेचे घरगुती वैशिष्ट्य प्रचीत होत नाही. प्रथम प्रथम मनुताईचे वय लहान असतानाही तिच्या बाळपणाच्या वर्णनात तत्त्वशोधनाची छाया क्वचित पडली आहे. या सर्वांचे कारण लेखिकेची तत्त्वज्ञानप्रिय प्रवृत्तीच असली पाहिजे, असे वाटते. पुस्तकाची छपाई चांगली असली तरी मुद्रणदोषांमुळे तिला गालबोट लागले आहे.

या कादंबरीच्या द्वारे श्रीमती काशीबाईंनी हिंदू समाजातील एका नाजूक प्रश्नाला तोंड फोडले आहे. त्यांच्या कादंबरीतील ताई समंजस, तिला वेडा नवरा मिळाला असला तरी राजा होता, तिच्या भावाबहिणींची संसारसुखाचा लोभ न धरता तिला साहाय्य केले, म्हणूनच चांगला राज्यकारभार चालवून तिला आपल्या आयुष्याचे सार्थक करता आले. पतिदृष्ट्या दुर्दैवी असलेल्या प्रत्येक मुलीच्या वाट्याला विलक्षण मनोनिग्रह, मोठे राज्य व आपल्याकरता संसारसुखावर पाणी सोडणारे बहीणभाऊ कुठून मिळणार? वेडी काय; पण शहाणी बायको टाकणाऱ्या मनुष्याला समाज जाब विचारत नाही; उलट मातीच्या हातांप्रमाणे चतुर्भुज होताना मिळविलेले हे हात त्याने टाकून दिले तर आपल्या मुलीचे, पुतणीचे, भाचीचे रक्तामांसाचे हात– प्रेमाची अपेक्षा करणारे हात, तहानलेल्या हृदयायाच्या रुधिराभिसरणाने हालचाल करणारे हात– त्याला चिकटविण्याकरता कितीतरी लोक एका पायावर तयार होतात.

बायकोला मूल होत नाही– एवढ्या कारणासाठी तिला टाकणाऱ्याला पुन्हा मुलगी मिळू शकते; पण नवरा आपल्या अन्नवस्त्राची काळजी करीत नाही म्हणून जर एखादी बायको त्याला सोडून गेली, तर तिला समाजाकडून शुष्क सहानुभूतीदेखील मिळण्याची मारामार! नवरा देव– मग तो वेडा, व्यसनी, व्यभिचारी, निरुद्योगी, निर्दय असाही असो– हा या बाबतीत समाजाचा मुख्य मंत्र आहे. पतीशिवाय सतीला सत ना गत हे हिंदू स्त्रीच्या जीविताच्या गाण्याचे– रडण्याचेच म्हटले तर अधिक शोभेल– ध्रुपद आहे! राजाने छळले तर परदेशात जाऊन पोट भरता येते, पावसाने झोडले, तर एखाद्या झाडाचा आश्रय करून आपला थोडा तरी बचाव करून घेता येतो; पण वाईट नवरा हा जुलमी सम्राटापेक्षाही सत्ताधीश असतो. समाजबंधनामुळे बायका अशा नवऱ्यांच्या लाथा खात असल्या, तरी असल्या संसारातून कुणालाही काडीमात्र सुख प्राप्त होणे शक्य नाही. मनुष्य मरताना ज्या वेदना होतात त्या पाहण्यातच मौज वाटत असल्यामुळे एक रोमन राजा नेहमी आपल्या प्रजाजनांची अमानुष कत्तल करवीत असे असे म्हणतात. आमचा समाजही या रोमन राजाइतकाच स्त्रियांच्या बाबतीत निर्दय आहे.

कित्येकांना ही अतिशयोक्ती वाटेल; पण दररोज ताप येऊ लागला तरी ती क्षयाची प्रथमावस्था आहे ही मनाची पूर्वसूचना न मानता, त्या तापाला साधी कसर मानण्याकडेच जसा मनुष्याचा कल होतो, त्याप्रमाणे गावोगाव आणि घरोघर दगडांच्या खाली सापडलेली फुले, पतीच्या नालायकपणामुळे आतल्या आत पिचणाऱ्या बायका दिसत असतानाही ही गोष्ट स्वाभाविकच आहे, असे डोळ्यांवर कातडे घेऊन आम्ही मानीत असतो. पण मांजर डोळे मिटून दूध पिऊ लागले म्हणून ते पाहणाराला कोपऱ्यातला बडगा दिसत नाही असे थोडेच आहे! विषम विवाह, नादान नवऱ्यांना मिळालेले अधिकार, बायकांच्या पायात नवरा डोक्याने दगड असो, हृदयाने दगड असो वा आपल्या डोक्यात दगड घालो ते निमूटपणे सोसलेच पाहिजे अशी रूढीने घातलेली बेडी यामुळे हिंदू समाजाच्या संसारसुखाची राखरांगोळी झाली आहे. रांधणे, जेवणे व संतती होणे एवढ्यालाच जर संसार म्हणावयाचे असेल, तर तो मात्र आम्ही करीत आहो. पण त्यात मानसिक आनंद नाही, जीविताचे सौंदर्य नाही, आत्म्याची उन्नती नाही!

बायकांना पायीची वहाण मानून वागविले, तर त्यांच्या पोटी जन्माला येणाऱ्या पुत्रांची लायकीदेखील पादत्राणाइतकीच ठरणार हे स्वार्थी पुरुषवर्गाने केव्हाही विसरू नये. बायकांचे राज्य चुलीपुरतेच मानले, तर पुरुषांनाही स्वयंपाकी आणि पाणकेच बनावे लागेल. अर्धांग नरकात व अर्धांग स्वर्गात अशी वाटणी जगात केव्हाच होणे शक्य नाही. म्हणून पुरुषांना जर स्वर्गसुख मिळावे असे वाटत असेल तर त्यांनी बायकांना अज्ञान, जाच, जुलूम, गांजणूक यांच्या नरकात ढकलण्याचे पाप करता

कामा नये. पुरुषांच्या जोडीने संसाराचे अर्धे हक्क त्यांनाही दिले पाहिजेत. श्री. काशीबाईंच्या पुस्तकात हीच शिकवण उद्‌बोधक व मनोरंजक रीतीने मांडली असल्यामुळे सर्वांनी ते एकवार अवश्य वाचावे.

(कि. १॥ रु. पत्ता ६०८, सदाशिव पेठ, पुणे.)

९ ऑक्टोबर, १९२८

पुष्प २६

आंबराई

आंबराई हे सुमारे ३५०० ओळींचे कथात्मक काव्य सुप्रसिद्ध कवी गिरीश यांनी लिहिले असून, रविकिरणमंडळाचे १२ वे पुस्तक म्हणून प्रसिद्ध झाले आहे. मलबार हिल अगर बंडगार्डन हीच काय ती काव्याला पोषक अशी स्थळे अशी समजूत थोड्याफार प्रमाणात अद्यापिही अस्तित्वात आहे. काव्य परमेश्वराप्रमाणे विश्व व्यापून दशांगुले उरते, ही व्यापक कल्पना कवींच्याही अंगवळणी पडावी तशी पडलेली नाही; मग त्यांच्या काव्यरसावर जगणाऱ्या रसिकांची गोष्ट तर दूरच राहिली. काव्याचा उगम बाह्यसौंदर्यात नसून हृदयाच्या सौंदर्यात आहे हे लक्षात घेतले, म्हणजे ताजमहालाप्रमाणे खेड्यातील खोपटही स्फूर्ती देऊ लागते, प्रख्यात गायिकेच्या सुरांप्रमाणे शेतातले तण काढणाऱ्या व ते काढीत असता गाणे गुणगुणणाऱ्या शेतकरणीचे सूरही मोहक भासू लागतात, आणि राजवाड्यातील राजाराणीच्या प्रणयप्रसंगांची उत्कटता हुरडा खात बसणाऱ्या खेडवळांच्या जोडप्यातही दिसून येते.

गिरीशांच्या 'आंबराई' काव्याचा हाच विशेष आहे की, त्यांचा नायक हातात पिनलकोड धरणारा वकील नसून बैलाचा कासरा धरणारा शेतकरी आहे; काव्यातली नायिका एखाद्या मंडळाची अध्यक्ष नसून नवऱ्याकरता शेतावर न्याहारी घेऊन जाणारी साधीभोळी शेतकरीण आहे. आमचे नाटककार काय, कथालेखक काय किंवा कवी काय, अद्यापि शहरांच्या व पांढरपेशा वर्गांच्या तटांतून बाहेर पडलेले दिसत नाहीत. पूर्वकाळी विद्या जशी ब्राह्मणवर्गच शिके, त्याप्रमाणे चालू काळी वाङ्मयही पांढरपेशा वर्गाचेच वर्णन करते. वाङ्मयातील अभिजातपणाचा हा

अतिरेक जिवंतपणाला बहुधा मारक होतो. तीच तीच स्वभावचित्रे, तीच तीच वर्णने, रेखाटायची म्हटले, तर कवीच्या स्वच्छंदी गरुडभरारीची किंमत काय उरली? ठरावीक चाकोरीतून घाण्याचा बैलदेखील जाऊ शकतो; त्याला गरुडाची काय जरूर आहे?

नायक-नायिका कृषिवल वर्गातील असल्यामुळे व नायिकेला तिच्या पित्याने 'चोळीबांगडी' म्हणून दिलेली देणगी आंबराईच असल्यामुळे या काव्यात शेतीच्या प्रश्नाला स्वाभाविकच महत्त्व प्राप्त झाले आहे. गिरण्यांचा धूर डोळ्यांवर असल्यामुळे पूर्वजांची व वंशजांची मूर्तिमंत अन्नपूर्णा अशी भूमी शेतकऱ्यांना दिसेनाशी झाली आहे, शेतकऱ्यांच्या घरांप्रमाणे खेडेगावे ओस पडत आहेत व कुळांना पिळून पैसा काढणाऱ्या सावकाराच्या घराप्रमाणे मुंबईसारखी शहरे भरून जात आहेत. ही शेतीची अधोगती आहे खरी; पण तिचे कारण मात्र आंबराईचा नायक मुरारी याच्या ग्रामत्यागापेक्षा अगदी निराळे आहे. मुरारी मुळचाच सुखवस्तू. त्यात चार चैनी चांडाळांच्या संगतीची भर! फुंकरीने ठिणगीचा वणवा होण्याला काय उशीर? पैसे एकदम कमविण्याच्या हव्यासाला बळी पडून, तो घोडेशर्यती खेळण्याइतका गाढव बनतो. घोड्यांच्या शर्यतीत मनुष्याने भाग घेणे म्हणजे घरादारांवरून गाढवाचे नांगर फिरविले जाण्याची व्यवस्था करणे होय. शर्यतीने कफल्लक होऊन मुरारीला मुंबई गाठावी लागते, तिथल्या नरकात पिचून शेवटी तो मरणोन्मुख होतो, त्याची साध्वी स्त्री सगुणा तेथे जाऊन त्याची शुश्रूषा करते व शेवटी मुरारी परत गावी येताच त्याच्या सासऱ्याचा परममित्र शिलोजी याच्या औदार्यामुळे त्याची आंबराई त्याला परत मिळते.

मुंबईला मजूर होऊन जाणाऱ्या शेतकऱ्यांपैकी कितीकांच्या कपाळी ब्रह्मदेवाने असले 'गोड' कथानक लिहिले असेल? पावसाळ्याच्या आरंभी मेघराजाने डोळे वटारले की ज्याच्या तोंडचे पाणी पळून जाते व सुदैवाने चार आठ आणे पीक हातात आले, तरी मालक दारात 'दत्त' म्हणून उभा राहिला म्हणजे ज्याच्या तोंडचे अन्न पळून जाते, त्याने पोटाच्या आगीला गिरणीच्या धुराची जोड देऊ नये तर काय करावे? मुंबईला 'राजा परदान्या' नाहीत, तिथे मुकादमाच्या शिव्याच ऐकल्या पाहिजेत. मुंबईला 'गंगामाई' नाही, तिथे कावळ्याप्रमाणे दोन तांब्यातच अंघोळ केली पाहिजे. मुंबईला कितीही नव्यानव्या गोष्टी असल्या, तरी शेतातल्या 'नव्या'चा आनंद नाही हे काय शेतकऱ्यांना कळत नाही? पण नुसते कळून काय उपयोग? जगाचा गाडा कळण्याला दाद देत नाही; तो वळण्यापुढेच मान वाकवितो. शेतकऱ्यांपैकी कित्येक व्यसनापाशी काखा वर झाल्यामुळे मुंबईच्या मखमलीच्या सदऱ्याला भाळून तिकडे धाव घेत असतील; पण बहुतेकांना पोटच तिकडे ओढून नेते, यात संशय नाही. शेतीच्या उत्पन्नात भर घालणारे धंदे नाहीत, घरी चार कच्चीबच्ची भाकरीच्या तुकड्यासाठी आसावून बसलेली आहेत, अशा स्थितीत महिन्याच्या महिन्याला पैसे मोजणाऱ्या शेतकऱ्याला मुंबईचा मोह कसा दूर करता येईल? थोडक्यात सांगावयाचे

तर, पांढरपेशा वर्ग ज्यामुळे नोकरीच्या चक्रव्यूहात अडकून पडला आहे त्याच कारणामुळे शेतकरी वर्ग गिरणीच्या चक्रात अडकत चालला आहे. त्यातून त्याची मुक्तता करावयाची असेल तर जमीनदार टॉलस्टायचे शिष्य झाले पाहिजेत, सावकारांच्या अंगात गांधींचे वारे संचारले पाहिजे, सध्याचे सरकार मनाने हिंदी बनले पाहिजे– आणखी पुष्कळ 'पाहिजे'लागतीलच. शेतीच्या अधोगतीचे खापर शेतकऱ्यांच्या मूर्खपणापेक्षा अगर व्यसनप्रवणतेपेक्षा देशाच्या पारतंत्र्यावर, संपत्तीच्या विषम वाटणीवर व समतेच्या कल्पनांच्या अभावावर फोडले पाहिजे. या रोगाला बाहेरील मलमे फारशी उपयोगी पडायची नाहीत; त्याला शस्त्रक्रियेचीच जरूर आहे.

एक 'कलाकृती' या दृष्टीने या काव्याकडे वळले तर त्याचे कथानक साधे; पण गोड आहे हे मध्यंतरी उल्लेखिलेल्या रूपरेषेवरून दिसून येईल. कथानक आहे त्यापेक्षा अधिक गुंतागुंतीचे असते अगर चमत्कृतिपूर्ण असते, तर बरे झाले असते. कथात्मक काव्याचे कथानकच रसोत्कट व चित्तवेधक असले म्हणजे बाह्य अलंकारांवाचूनही ते रसिकाला गुंगवू शकते. या काव्यात 'मुरारी'बद्दल 'सुधाकर' व 'सगुणे'बद्दल 'सिंधू' घातली की, 'एकच प्याला'चे कथानक (आंबराईचा गोड शेवट सोडून) डोळ्यांपुढे उभे राहते. हे साम्य केवळ ढोबळ आहे असे नाही तर 'प्रीतीसाठी' या भागात दारिद्र्यामुळे थाळी गहाण ठेवण्याची पाळी आलेली सगुणा व संपन्न स्थितीतील दोस्त विपत्तीत दुश्मन होतात हा कडू अनुभव घेणारा मुरारी यांची जी चित्रे रेखाटली आहेत, ती सिंधू-सुधाकराचीच आठवण करून देतात. या साध्या कथानकातही गावी डोळ्यांत प्राण आणून मुरारीची वाट पाहत असणाऱ्या सगुणेला केवळ हृदयाच्या सहानुभूतीमुळे मुंबईचे दृश्य दिसते. हा प्रसंग (पृ.८१), अपत्यनिधनाची जबर जखम जिव्हारी असली असतानाही त्या जखमेतून वाहणारे रक्त पतीच्या नजरेला पडू नये व त्याचा आजार वाढू नये म्हणून आतल्या आत दाबून धरणारी साध्वी सगुणा (पृ. ९३) इत्यादी स्थळी कवींनी चांगलेच कौशल्य प्रगट केले आहे. शिलोजीच्या औदार्याने शेवटी जो आनंदीआनंद झाला आहे, त्यात वस्तुस्थिती-निदर्शनापेक्षा कल्पनारम्यत्वाचाच जास्ती भास होतो. कथानक थोडेसे संमिश्र केले असते, तर वर्ण्य विषय जो शेती त्याची आणखी एखादी बाजूही वाचकांपुढे मांडता आली असती.

कथानकाच्या अनुरोधाने साकीवृत्तांत लिहिलेल्या या काव्यात सहा भावगीते घातली आहेत. नदीच्या प्रवाहात मधूनच दृग्गोचर होणाऱ्या हिरव्यागार बेटांप्रमाणे त्यांची योजना समुचित व सरस वाटते. या गीतांपैकी यशवंतांचे 'न्याहारीचे गाणे' भावपूर्ण व सुंदर असून खुद्द कवींची 'पैसा' व 'नीतीचे गाणे' हीही सरस उतरली आहेत. आंबराईत वाणीचा ओघ चांगला असून पद्यरचना प्रासादपूर्ण आहे. 'मुरास आता आली होती फिरावयाची शक्ती' असल्या गद्य ओळी काव्यविस्ताराच्या मानाने फारच कमी असल्यामुळे काव्याच्या प्रवाहात मध्येच खडक लागल्याचा भास क्वचितच होतो.

पिवळ्या किरणांमध्ये किंवा विणुनी हिरवा पोत।
प्रियेस शालू गर्भरेशमी आणी धरणीकांत।। (पृ.४)

हे आंबराईतल्या सूर्योदयाचे वर्णन,

'वाट घेऊनि विळा, कसूनी सुंदर साधी साडी।
पिकात राहुनि उभी कुमारी कोणी कणसे मोडी।।
पुन्हा वाटले रूपसुंदरा मराठमोळी बाला।
गोफण घेऊन राखित होती आज पित्याचा माळा।। (पृ. ७)'

हे प्रेममुग्ध मुरारीच्या मनाचे चित्र, वगैरे स्थळे पुनःपुन्हा वाचवीशी वाटतील अशीच आहेत.

'पैक्यावाचून कुनी न देतो कुना
फुकाचे तीर्त (पृ. ४६)'
'राबायला अपुल्या रानी कमीपना
ह्यो न्हाई!' (पृ.९५)

इत्यादी साध्या; पण सत्यपूर्ण ओळीही आंबराईत सापडतात. 'डोंगर-ओढा' 'घोडेशर्यत' 'रानरहाणी' वगैरे नवे सामासिक शब्द, शेतकऱ्यांच्या जीवनातील वैशिष्ट्यदर्शक शब्द, कुणबाऊ बोलीतील संभाषणे वगैरे गोष्टींनी काव्याला नवा साज चढविण्यात कवींनी चांगलेच चातुर्य दाखविले आहे. खेड्यातील निसर्गाच्या पायापाशी बसून त्याची त्यांनी भक्तिपूर्वक उपासना केली आहे. हे जसे वेळू अम्भेरीच्या शिवेवरील ओढा, आंबराईतील सूर्योदय वगैरे वर्णनावरून दिसते, त्याप्रमाणे खेड्यातील मानवी विचार व आचारही मार्मिकपणे त्यांनी निरीक्षले आहेत हे दाखविणारी स्थळेही या काव्यात बरीच आहेत. नमुन्यादाखल ओढ्यावर पाणी आणण्याकरिता गेलेल्या तगुणेचे

'पान लावूनी घडा निते त्याखाली होता धरिला। (पृ.८)
वाकुन आंतिल कुडच्याने ती फाजिल पाणी काढी' (पृ.११)

हे वर्णन पाहावे.

आता टीकाकारांच्या जन्मसिद्ध हक्काकडे म्हणजे दोषदिग्दर्शनाकडे थोडेसे वळले पाहिजे. विषय व कथानक यांच्यासंबंधीचे विचार वर आलेच आहेत. काव्य या दृष्टीने पाहता, सुंदर कल्पनांचा अभाव आंबराईत पदोपदी जाणवतो. विजेच्या चकमकीप्रमाणे भावगीतांची उत्कटता असल्यामुळे प्रसंगी ते कल्पनाशून्य असूनही परिणामकारक असू शकते; पण कथाकाव्य हे चांदण्यासारखे असल्यामुळे त्याच्याभोवती कल्पनातारका चमकत असणेच इष्ट आहे. 'पाठमोरी' 'गुण वगैरे लष्करी कायद्याच्या कचाट्यात सापडलेल्या माणसांप्रमाणे दिसणारी रूपे सत्कवींच्या काव्यात इष्ट नाहीत.' 'आणिक', 'आणि' या उभयान्वयी भद्रेश्वरांनीतर या काव्यात सावळा गोंधळ माजविला आहे. 'पै' अगर 'चवैतुहि' याचा 'आणि' हा दूरचादेखील नातलग

नसताना मारून-मुटकून त्याला त्याचा भाऊबंद करण्यात हंशील नाही. नुसत्या पत्रिका पाहून लग्न जमविणे जितके वाईट, त्याप्रमाणे नुसत्या यमकांच्या साम्याच्या आधारावर कल्पनामंदिर उभारणेही रसहानिकारक होते. उदाहरणार्थ,

'श्रीमंतीवर त्याच्या भुलुनी मित्र घोळती गोंडा।
दुर्दैवाने जलवेगाने वाहत गेला ओंडा॥' (पृ.३८)

यात मुरारीची ओंड्याशी केलेली तुलना सौंदर्यहीन व अनुचित आहे. मुरारी हा टोणगा आणि त्याच्या भोवतालची चांडाळचौकडी म्हणजे जल! वरच्या ओळीने गोंडा घोळल्यामुळे कवींना हा 'ओंडा' कवितेच्या माथी मारण्याची बुद्धी झाली असावी! मग बिचाऱ्या धोंड्यानेच असे काय पाप केले होते की त्यांच्या गुणावगुणांचा विचार न होता ओंड्यालाच ती जागा मिळावी?

'स्वार्थी कोणी टपले होते उडवायला लाही' (पृ. ३९) या ओळीत 'लाही' हा भलत्याची अर्थी प्रयोगित झाला आहे. फार झाले तर लाही उडविणे याचा भयंकर राग आणणे इतका अर्थ होईल; पण लाह्या जशा भराभर फुटतात त्याप्रमाणे संपत्तीचा व्यय होणे, इतका अर्थ त्यातून निघेल असे वाटत नाही. असो! रसिक वाचक हा कविवृत्तीचा नियोजित पती असतो असे मानले तर टीकाकाराची जागा तिच्या सासूचीच ठरायची. सुनेच्या दोषासंबंधी बोलू लागल्यावर सासवेच्या जिभेला हाड राहत नाही हा सनातन अनुभव असल्यामुळे इथेच थांबलेले बरे.

'आंबराई' वाचताना पदोपदी दोन चित्रे डोळ्यांपुढे उभी असतात. एक खेडेगावातले साधेभोळे सृष्टीसतीशी हसत-खेळत असणारे जीवन व दुसरे यंत्राच्या घरघरीत संमिश्र समाजाच्या तिरमिरीत कंठावे लागणारे शहराले जीवित!

इकडे डोंगरकड्यावरून उड्या टाकीत येणारी चिमुकली निर्झरिणी आहे तर तिकडे कृत्रिमपणाच्या तटात कोंडलेला सागर आहे. उंच नारळाची झाडे की, सातमजली हवेल्या? हिरव्या परड्यातले खोपटे की एखाद्या मेन्शनमधील चवथ्या मजल्यावरील सत्तावीस नंबराची कोंदट खोली? खेडेगावात दगडाला हृदय उत्पन्न होते तर शहरात हृदयाचा दगड करून काम करावे लागते. खेडेगावात एकाच्या दुःखाने दुसरा हालून जाण्याला वेळ लागत नाही; पण शहरातल्या शेजाऱ्यांनादेखील एकमेकांविषयी मुद्रित केलेल्या मुद्रांपेक्षा अधिक सहानुभूती दाखविता येत नाही! राजकीय व आर्थिक पारतंत्र्याच्या वरवंट्याखाली राष्ट्राचे आकांक्षाचे पीठ होत असताना खेडेगावाचा पुनरुद्धार होणे कठीण वाटते खरे; पण काही असले तरी गिरीशाच्या मुरारीला कटू अनुभवानंतर पडलेला सिद्धान्त तरी आपण कधीही विसरता कामा नये. तो सिद्धान्त म्हणतो –

'राबायला अपुल्या रानी कमीपणा ह्या न्हाई' हाच होय.

११ डिसेंबर, १९२८

पुष्प २७

विष्णू गोविंद विजापूरकर

खाणे, पिणे आणि मजा करणे हेच आयुष्याचे ध्येय मानणारी माणसे जगात पदोपदी आढळतात. या बाबतीत प्राणिमात्राची नैसर्गिक प्रवृत्तीच आहे; पण अशा खाऊनपिऊन सुखी असणाऱ्या लोकांकडून जगाच्या सुखात मात्र काडीचीही भर पडत नाही. आंब्याचे झाड आपली सुधातुल्य फळे आपणच खाऊ लागले, तर त्याचे कौतुक कोणाला वाटेल? सागराने आपला अफाट जलसंचय पोटात पेटलेला वडवानल विझविण्याकडे खर्च केला, तर त्याला वंदन करण्याची बुद्धी कुणाला होईल? पोट प्रत्येकाच्या पाठीमागे लागलेले असल्यामुळे उदरभरणाच्या व्यवसायात प्रत्येकाला निमग्न व्हावे लागते ही गोष्ट खरी; पण पाठीमागे लागलेल्या पोटापेक्षा पुढे येऊन बसलेल्या हृदयाचे संदेशच ज्यांना अधिक महत्त्वाचे वाटतात, तेच लोक आपल्या जीविताचे सार्थक करितात.

महाराष्ट्राच्या मागील पिढीत असे जे प्रात:स्मरणीय पुरुष होऊन गेले, त्यांत विष्णू गोविंद विजापूरकर यांची गणना अवश्य केली पाहिजे. कर्वे म्हणजे स्त्रीशिक्षण, टिळक म्हणजे होमरूल अगर गांधी म्हणजे असहकारिता, त्याप्रमाणे विजापूरकर म्हणजे राष्ट्रीय शिक्षण असे समीकरणच त्यांनी आपल्या चरित्राने घालून दिले आहे. मोठ्या नदीशी संगम पावणारी नदी स्वत:च्या नावावरदेखील जशी जलांजली देते, त्याप्रमाणेच कार्यनिष्ठ माणसे आपल्या कार्याशी इतकी तन्मय होतात, की त्याच्यापलीकडे त्यांचे निराळे अस्तित्वच उरत नाही. या कार्यनिष्ठेला कोणी आंधळे म्हणो अगर कोणी वेड म्हणो, तीच मनुष्याच्या आयुष्याला दिव्यत्व व उज्ज्वलत्व देत असते.

संसारसागरातील दीपस्तंभ होण्याचे भाग्य अशा कार्यनिष्ठ विभूतींनाच लाभत असते. विजापूरकरांना आपल्या कार्यात व्यावहारिक यश कितपत मिळाले याबद्दल मतभेद होऊ शकेल, पण त्यांच्या तात्त्विक यशाबद्दल कोणालाही शंका येणे शक्य नाही.

ज्या राष्ट्रीय शिक्षणकरता त्यांनी जिवाचे रान केले, राष्ट्राच्या भावी आधारस्तंभांना मिळणारे शिक्षण पिठात घातलेल्या पाण्यासारखे असू नये, निर्भेळ दुधासारखे असावे म्हणून त्यांनी ज्या कार्याला आपले तनमनधन वाहिले, ते कार्य त्यांच्याच शब्दांत सांगणे अधिक इष्ट होईल. 'जनमनोजागृती करावी, जनांचा संसारही सुखाने थाटवावा आणि त्यांना आपण उगीच बद्ध आहो असे वाटते त्या स्थितीतून सुटण्यासाठी पुऱ्या जाणिवेचे व रोकड्या प्रबोधशक्तीचे तरुण तयार करावे, नैष्ठिक ब्रह्मचारी यासाठी राहतील तितके इष्ट वाटून झटावे, असे शिक्षण देशासाठी व दुय्यम विद्यार्थ्यांस पोटासाठी हुन्नर शिकवून देशाभिमानी, विषयासक्त न होता संसारसुख घेणारे बनवावे हे सरकारच्या स्वप्नी तरी आहे काय?'

प्रचलित शिक्षणाची सद्य:स्थिती पाहूनही विजापूरकरांचे हे उद्‌गार अक्षरश: सत्यच वाटतात. सरकारी शिक्षणाचा उद्देश शास्त्रज्ञ निर्माण करण्याचा नसून कारकून निर्माण करण्याचा आहे, ही गोष्ट सूर्यप्रकाशाइतकी स्पष्ट आहे. विष्णुशास्त्री चिपळूणकरांनी इंग्रजी शिक्षणाला वाघिणीचे दूध अशी भरदार पदवी दिली खरी; पण आज व्यवहारात वाघिणीचे दूध शेळीच्या दुधाहूनही निकस असल्याचा अनुभव येत आहे. 'आमच्या शाळेत तयार झालेले विद्यार्थी कोणत्याही आणीबाणीच्या प्रसंगी न डगमगणारे, जोमाने व स्वतंत्र बाण्याचे निपजतील अशी आम्हास आशा आहे. ते केवळ नोकर किंवा विद्येत गढून गेलेले व पुस्तकातून जगासंबंधी ज्ञान मिळविणारे व म्हणून जगातील व्यवहारात कुचकामाचे असे न होता व्यवहारनिपुण व जोमाचे निघतील अशा तऱ्हेचे शिक्षण त्यास द्यावे, यासाठी आमची ही खटपट आहे. सामाजिक प्रगतीला ज्या तऱ्हेची माणसे अत्यंत जरूर असतात अशा तऱ्हेची माणसे आमच्या शाळेत तयार व्हावीत यासाठीच आमचे प्रयत्न आहेत.'

वरील अवतरणात दिग्दर्शित झालेली विजापूरकरांची कळकळ खासगी शाळांत देखील दिसत नाही; मग सरकारी शिक्षणसंस्थांची गोष्ट तर दूरच राहिली. दुसरीकडे कुठे नोकरी मिळत नाही म्हणून शिक्षकाचा धंदा करणाऱ्या लोकांच्या मनात वरील विचार घोळणे एरंडाच्या झाडात उसाचा रस असण्याइतकेच अशक्य आहे. मास्तरांचा मार व पालकांच्या शिव्या खात संपादन केलेली पोपटपंची तशाच रीतीने पुढील पिढीच्या हवाली करणे हीच अनेक शिक्षकांना आपल्या आयुष्याची इतिकर्तव्यता वाटते, तिथे विद्यार्थी हीच राष्ट्राची अमोल संपत्ती आहे, हे तत्त्व पोटभरू माणसांच्या गळी उतरावे कसे?

श्री. गं. दे. खानोलकर यांनी विजापूरकरांचे स्फूर्तिदायक व कर्तृत्वोत्तेजक चरित्र १८६ पृष्ठांत वर्णन केले आहे. चरित्राचे एकंदर चार खंड केले असून, त्यांतील पहिल्यात विजापूरकरांच्या आयुष्याचा पूर्वभाग व त्यांच्या कर्तृत्वाचे सारसर्वस्व जे समर्थ विद्यालय त्याची हकिगत आली आहे. दुसऱ्या खंडात समर्थ विद्यालयाच्या पुनर्जन्मासाठी त्यांनी जी तपश्चर्या केली, तिचे वर्णन आले असून देशाच्या व्यापक सुधारणेविषयी त्यांचे हृदय कसे तळमळत असे याचे चित्र आहे. तिसऱ्या खंडात नवीन समर्थ विद्यालयाचा इतिहास असून चवथ्यात लेखकांनी विजापूरकर यांच्या मतांची मांडणी व चिकित्सा केली आहे. विद्यमान पिढीला विजापूरकरांच्या स्वार्थत्यागपूर्ण पूर्वचरित्राची फारशी कल्पना असणे शक्य नाही. त्यामुळे रा. खानोलकरांच्या पहिल्या खंडातील माहिती अनेक लोकांना नवीन वाटेल. द्वितीय खंड मात्र तादृश महत्त्वाचा वाटत नाही. त्यात व तृतीय खंडात छापलेल्या पत्रांपैकी अनेक इतकी सामान्य आहेत की, त्यांना वाङ्मयप्रधान पुस्तकात स्थान देणे म्हणजे, हवापाण्याच्या प्रश्नोत्तरांची सुभाषितपर संभाषणात गणना करण्यासारखे आहे.

श्री. खानोलकर यांनी विजापूरकरांकडे कोणत्याही राजकीय रंगाच्या चष्म्यातून पाहिले नाही, ही आनंदाची गोष्ट आहे. चरित्रनायकाचा साधेपणा, स्वार्थत्याग, कार्यनिष्ठा वगैरे बहुमोल गुणांचा त्यांनी आपल्या सुबोध भाषेने चांगलाच परामर्श घेतला आहे. 'अजित नाम घडो भलत्या मिषे। सकल पातक भस्म करीतसे।।' हा न्याय थोर पुरुषांच्या चरित्रांनाही लागू पडतो. रा. खानोलकरांनी कर्तृत्ववान विजापूरकरांची शब्दसाहाय्याने घडविलेली ही मूर्ती महाराष्ट्राचे पाप नाहीसे करण्याच्या कामी साहाय्यभूत होवो, अशी आमची इच्छा आहे.

(पत्ता - गं. दे. खानोलकर, ३, कुडाळदेशकर ब्राह्मणनिवास, गिरगाव, मुंबई नं. ४. किं. कागदी प्रत रु. १.)

१९ फेब्रुवारी, १९२९

पुष्प २८

यशोधन

गोविंदाग्रज-बालकवींच्या अस्तानंतर महाराष्ट्रात उदयाला आलेल्या प्रतिभासंपन्न कवींत श्री. यशवंत दिनकर पेंढरकर ऊर्फ कवी यशवंत यांची प्रामुख्याने गणना केली पाहिजे. दहा वर्षांपूर्वी यशवंतांच्या कविता प्रथम प्रसिद्ध होऊ लागल्या, तेव्हा त्यांत आढळून येणारे काव्याचे बीज एका सुंदर तपात शब्दलालित्याच्या हिरव्यागार पर्णांनी सुंदर दिसणाऱ्या, मधुर भावनेच्या मनोहर फुलांनी विलसणाऱ्या व उदात्त तत्त्वाच्या फलभाराने लवणाऱ्या विशाल वृक्षाचे स्वरूप धारण करील, अशी कल्पना फारच थोड्या लोकांना आली असेल. परंतु, दिशा उजळण्याच्या वेळच्या पूर्वेच्या सामान्य तेजाचे हा हा म्हणता जसे उज्ज्वल उषेत रूपांतर होते, त्याप्रमाणे यशवंतांच्या काव्यशक्तीचा विकास झाला आहे. कवितेची एकनिष्ठ उपासना करून मिळविलेल्या काव्यधनापैकी निवडक भाग 'यशोधना'च्या रूपाने त्यांनी नुकताच रसिकांना सादर केला आहे.

यशोधनात लहानमोठ्या शंभराहून अधिक कविता आहेत. त्याचे कौटुंबिक, राष्ट्रीय, प्रेमविषयक व विविध असे चार स्थूल भाग पाडण्यास हरकत नाही. कौटुंबिक कवितांपैकी 'इंदुकला' हे त्यांचे काव्य जितके प्रेमळ, तितकेच प्रसादपूर्ण आहे.

'आईच्या अंकी निरंतर लोळण लाभावे।
वत्सल नजरेची पांघरुन झूल झोपी जावे॥
नको अन्नपाणी, भुकेला मुकेही पुरतात।

लालन-पालन हे मिळाल्या स्वर्गावर लाथ।।'

हे त्यातले वर्णन साधे असूनही किती चटकदार आहे! या कौटुंबिक कवितांत वत्सल व करुण या दोन रसांचा परिपोष करण्याचे यशवंतांचे कौशल्य अनेक ठिकाणी प्रगट झाले आहे. आई या कवितेत दगडाला पाझर फोडणारा करुणरस नसला, तरी मातृहीन जिवाचा आतल्या आत होणारा कोंडमारा फार चांगल्या रीतीने चित्रित झाला आहे.

'स्वामी तिन्ही जगाचा आईविना भिकारी।
काढून ठेविलेला घालील घांस ओठी।
उष्ट्या अशा मुखाच्या धावेल चुंबना ती।
रुसणारा मी न आता जरी बोलशील रागे।
ये रागवावयाही परि येइ येइ वेगे।।'

हे या करुणकवितेतील चरण कुणाच्याही हृदयात कालवाकालव केल्यावाचून राहणार नाही.

राष्ट्रीय भावनांचा परिपोष करणाऱ्या कवितांपैकी 'देहाचा पूल' या ऐतिहासिक कवितेत शिवकालीन चार मावळ्यांचा दिव्य व स्फूर्तिदायक आत्मयज्ञ वर्णन करण्यात आलेला आहे. समर्थांचा वैराग्यकाळ, छत्रपतींचा शौर्याचा काळ व आजचा गुलामगिरीचा काळ यातील विलक्षण विरोध कविहृदयात शल्याप्रमाणे रुतत आहे हे दाखविणाऱ्या अनेक कविता 'यशोधना'त पाहून लाजिरवाण्या पारतंत्र्याविषयीचे विचार जसे विनायकांना सुचले, त्याप्रमाणे बंदिवान गरुडाला पाहून 'जिणे मरणसे होई तुजला' असे उद्‌गार यशवंतही काढतात. पोटासाठी दुसऱ्याच्या लाथा खात, चाबकाच्या फटक्यांना पुष्पमाला मानीत, रक्ताच्या पाण्यात कोरडी भाकरी भिजवून ओली करीत जीवित कंठणाऱ्या परतंत्र जिवांच्या हृदयाचे बोल 'गुलामाचे गाऱ्हाणे' या कवितेत आढळतात –

'त्या बक्षिसाच्या पोतड्या
हासून पोतद्वार घे.
माझ्या तनूच्या चिंधड्या
कोणही पाहेना परि।।'

प्रेमविषयक कवितांत मिलनापेक्षा वियोगाच्याच कविता नेहमी जास्ती आढळतात. मग त्याचे कारण करुणरस स्वभावत:च परिणामकारक असतो हे असो अगर प्रीतिदेवतेला कविहृदयांशी नेहमी लपंडाव खेळणे आवडणे हे असो. प्रेमभंगावरील यशवंतांची सुनीते व इतर गीते सरस उतरली आहेत. प्रेमविषयक सदरातच त्यांची 'न्याहरीचे गाणे', 'प्रतीक्षा' वगैरे व जानपदशृंगाराची गीते घालणे उचित होईल. दुष्यंताच्या चिंतनात मग्न झालेल्या शकुंतलेला दारात आलेल्या दुर्वासांची जशी

शुद्धबुद्ध उरली नाही, त्याप्रमाणे पतीच्या वाटेकडे डोळे लावून बसलेल्या साध्याभोळ्या प्रेमळ गृहिणीची नित्याच्या हरएक कामात स्थिती होऊ लागते. या स्थितीचे घरगुती कल्पनांच्या द्वारे यशवंतांनी इतके सुंदर वर्णन केले आहे की, काव्य चंद्रकमळांच्या परिवारात नसून हृदयाच्या भावनेवर अवलंबून असते, हे तत्काळ मनाला पटते.

भाकरी करी चढत ना बरी।
करपुनि जाय दुजी ती चुलीवरी॥
सहज होय ते रुचिर रायते
उरविते न सेवितांहि विटुनि जाय ते॥

विविध कवितांत 'जलक्रीडा', 'नौकाविहार' वगैरे कवने कल्पनामय आहेत. भावनेची उत्कटता अगर कल्पनेचे विलक्षण नावीन्य नसले, तरी परिचित कल्पनेचा सौंदर्यविषयक विस्तार करण्यात यशवंत कुशल आहेत. उदाहरणार्थ, 'रत्नाकर' हे सुनीत पाहावे. 'आई'सारख्या कित्येक कवितांत टिळकांच्या तोडीचा प्रसाद अवतीर्ण झाला असला, तरी सामान्यत: कल्पनांची दिशा व भाषेचे वळण या बाबतीत यशवंतावर संस्कृत पद्धतीचा बराच पगडा आहे. काव्यसंग्रहात पाऊल टाकताना 'साधुदासां'ना गुरू केल्याचाही हा कदाचित परिणाम असेल. यामुळेच 'मन:सांत्वना'सारख्या आत्मभावनाप्रधान सुनीतात 'हुत्कार्यास राशि', 'मच्छोणित प्राशनी' वगैरे मंडळी वाचकांचे स्वागत करायला तयार झालेली आढळेल.

तेजस्वी राष्ट्रीय विचाराप्रमाणे, समतोल सामाजिक विचारही यशवंतांच्या कवितेत आढळतात. 'कलंकिता' ही कविता या विधानाचे उदाहरण म्हणून देता येईल. भावप्रधान कवितेइतकी विचारप्रधान कविता यशवंतांनी लिहिली नसली, तरी अनेक कवितातून त्यांच्या उदार विचारसरणीचे प्रतिबिंब वाचकांना आढळल्यावाचून राहत नाही.

केशवसुतांची विविधता, टिळकांची प्रेमळता, बालकवींची सृष्टिसौंदर्यलोलुपता व गोविंदाग्रजांची प्रेमपूर्ण रसिकता यशवंतांत उत्कटत्वाने आढळत नसली, तरी नादमाधुर्य, शब्दलालित्य, जुन्या कल्पनांचा संस्कार देऊन नवीन कल्पनेचे रूप देण्याचे चातुर्य, सौंदर्याचा परिपोष करणारे वातावरण निर्माण करण्याचे सहजकौशल्य, रसानुकुल वृत्तयोजना इत्यादी अनेक गुण यशवंतांच्या कवितेत विपुल प्रमाणात आढळतात. गेल्या दहा वर्षांत त्यांच्या कल्पनांत इतकी प्रगतिपर स्थित्यंतरे झाली आहेत, की यापुढील त्यांच्या कविता मराठी वाङ्मयाला 'भूषणभूत' अशाच उतरतील अशी साधार आशा वाटू लागते. गेल्या दहा वर्षांत निर्माण झालेल्या मराठी कवितेपैकी निवडक भाग या दृष्टीने 'यशोधन'घरोघर वाचला जाईल, अशी आमची खात्री आहे.

(किं. १॥ रु. पत्ता - ४६१ शनिवार, पुणे २.)

१९ मार्च, १९२९

पुष्प २९

कथाकुंज

प्रख्यात लेखक श्री. श्री. कृ. कोल्हटकर यांच्या वाचनात १९१२ साली 'बेगम दिल आरा' ही गोष्ट आली व ती त्यांना आवडली. ही गोष्ट १९ वर्षांच्या एका मुलीने लिहिली असून, तिचे पुस्तकी ज्ञान इतके अल्प होते की, चराचर सृष्टीत भेदभाव न ठेवणाऱ्या साधूप्रमाणे ती आपल्या लेखात परिच्छेद (पॅरिग्राफ) पाडून भेद करण्याचा कधीही प्रयत्न करीत नसे. अशा परिच्छेदांची आवश्यकता असते, असे कळल्याबरोबर तिने प्रत्येक वाक्याचा परिच्छेद पाडला. अनेक स्वतंत्र संस्थाने मिळून होणाऱ्या राज्याप्रमाणे, अनेक स्वतंत्र परिच्छेदांचा लेख करण्याचा लेखनशास्त्राचा कायदा जर योग्य, तर या कायद्यापेक्षाही एक पाऊल पुढे जाऊन प्रत्येक वाक्याला निर्भेळ स्वातंत्र्य देणेही अयोग्य होणार नाही, असा तिने तर्क केला असावा. या गोष्टीवरून एवढेच सिद्ध होते की, कल्पनाशक्ती पुस्तकी पांडित्यावर मुळीच अवलंबून नसते व आपला वरदहस्त ठेवताना ती प्रतिभा, वय, विद्वत्ता अगर अन्य व्यावहारिक उपाधी यांचा मुळीच विचार करीत नाही.

'कथाकुंज' या कथासंग्रहात 'बेगम दिल आरा'च्या लेखिका सौ. आनंदीबाई शिर्के यांच्या चौदा गोष्टी व एक उपदेशपर पत्र असा पंधरा लेखांचा संग्रह आहे. या चवदा गोष्टींपैकी चार आधारचित्त असून दहा स्वतंत्र आहेत. 'शारदाबाईंचे संसारचित्र' (यात स्त्री निव्वळ सरस्वती अर्थात सुशिक्षित झाली तरी उत्तम गृहलक्ष्मी होऊ शकत नाही हे दाखविले आहे.) 'दिवाळीची देणगी' (या गोष्टीत बायकांची दागदागिन्यांची व सणवार ऋण काढून साजरे करण्याची आंधळी हौस पुरुषांना कर्जाच्या खड्ड्यात

कशी नेऊन घालते याचे वर्णन आहे.) इत्यादी गोष्टी बोधप्रधान आहेत. याच्या उलट 'बेगम दिल आरा', 'विमलेची दिवाळी', वगैरे गोष्टींत उपदेशापेक्षा मनोरंजकतेवर अधिक भर आहे. बोध व मनोरंजन ही दोन्ही एकदम साधणारी गोष्ट काजूच्या फळासारखी असते. बोंडूप्रमाणे तिच्या मनोरंजकपणाचा वाचकांना आस्वाद घेता येतो पुढील काजूच्या बीप्रमाणे तिच्यातील उपदेश नंतर उपयोगी पडतो. सौ. आनंदीबाईंची प्रवृत्ती सामाजिक प्रश्न कथारूपाने मांडण्याकडे नाही, असे या कथासंग्रहावरून दिसते.

कथाकुंजांतील स्वतंत्र गोष्टीकडे पाहिले, तर त्यांच्या कथानकाची उभारणी बहुधा रहस्यांवरच केलेली आढळून येईल. कथानकाच्या या विशिष्ट रचनेमुळे अनेक गोष्टीत भावना, स्वभाव अगर मानवी मनातील द्वंद्व या कुशलतेने रेखाटावयाच्या गोष्टींना फारसा अवसरच मिळाला नाही. रहस्यप्रधान गोष्टींची उत्तम उदाहरणे म्हणजे गुप्त पोलिसांच्या चातुर्याच्या गोष्टी. अशा गोष्टी चमत्कृतिजनक असल्या, तरी भावनांचे उद्दीपन अगर विचारांचे प्रवर्तन करू शकत नाहीत. कथाप्रधान गोष्ट (Story of plot) व स्वभावप्रधान गोष्ट (Story of character) यातील दुसरा प्रकारच अधिक रसिकसंमत आहे. 'विमलेची दिवाळी' ही सौ. आनंदीबाईंची गोष्ट घेतली, तर वरील तत्त्व वाचकांना सहज पटेल. गोष्टीच्या आरंभी मरणाच्या दारी पडलेल्या आपल्या आईला हवापाटल करण्याकरता मुंबईला येता येत नाही म्हणून विमल दु:ख करीत आहे असे दाखविले आहे. इतक्यात प्रदर्शनात १२५ रु. चे बक्षीस मिळाल्याचे तिला कळते. या आनंदाच्या तारेवर ती चढते न चढते, तोच जिला बक्षीस मिळाले ती फ्रेम आपली नसून आपल्या शिक्षकीण माणकबाई यांची आहे, असे तिला कळून येते. माणकबाईही आजारी असून पैशाच्या अडचणीत असतात. या ठिकाणी विमलच्या मनात द्वंद्व उत्पन्न होणे अत्यंत स्वाभाविक होतो. मानवी मनाच्या रंगाचा सूक्ष्म पालट रंगविणाऱ्या कुशल लेखकाने विमलच्या मन:स्थितीचे हुबेहूब वर्णन करून वाचकांना गुंग केले असते; पण सौ. आनंदीबाईंनी तिला क्षणात प्रामाणिकपणाची पुतळी करून गोष्टीचा शेवट तिच्या बापाला व माणकबाईंच्या बापाला आकस्मिक रीतीने परत आणून आनंदपर्यवसायी केला आहे. 'हे स्वप्न तर नव्हे ना?' वगैरे रहस्यप्रधान गोष्टीतही हेच न्यून आढळून येईल.

'बेगम दिल आरा' या गोष्टीचे वातावरण अद्‌भुतरम्य असल्यामुळे तिच्या कथानकात असलेली अल्प असंभाव्यता क्षम्य वाटते. रहस्याच्या द्वारे वाचकांशी लपंडाव खेळण्याची कला लेखिकेस चांगलीच अवगत असल्याचे प्रत्यंतर या गोष्टीत येते. दिलआराला भेटणारी भिकारीण नबाब आहे. ह्याविषयी 'मध्यंतरी नबाब फार आजार झाल्यामुळे हा विवाह लांबणीवर पडला होता' (पृष्ठ १०) व 'भिकारणीचा फिक्कट चेहराही क्षणभर आनंदाने प्रफुल्ल झाला,' अशी सूचक वाक्ये योजिली

असूनही कुणालाही शंका येत नाही. 'वधूपरीक्षा' नाटकापूर्वी ही गोष्ट लिहिली असून हिच्यातील नायक वधूपरीक्षेसाठीच वेषांतर करून राहतो, हा योगायोग मोठा गमतीचा आहे.

सौ. आनंदीबाईंची भाषा सुबोध, सरस, शुद्ध व डौलदार (मुलेरूपी आरशात असले अपवादात्मक प्रयोग वगळून) आहे. कथाकुंजातील १३ गोष्टी त्यांनी वयाच्या १९ ते २४ या वर्षांच्या दरम्यान लिहिल्या आहेत, हे लक्षात घेतले म्हणजे त्यांच्या लेखनशक्तीविषयी आदर उत्पन्न होतो. 'प्रेमवैभव', 'बेगम दिल आरा' वगैरे यांच्या गोष्टी केव्हाही वाचनीयच अशाच वठल्या आहेत. हेमाचा स्वभाव बदललेला पाहून दहाव्या गोष्टीत श्यामराव म्हणतात, 'माझ्या हेमाचाही पुनर्जन्म झाला आहे काय? जित्याची खोड मेल्याशिवाय जात नाही म्हणतात. ही म्हण जर खरी असेल तर तिचा पुनर्जन्म झाला असेच तिच्या हल्लीच्या वर्तनावरून म्हणावे लागेल.' या वाक्यावरून साध्या लेखनाप्रमाणे कोटीक्रमही लेखिकेला साधतो असे दिसते. सारांश, 'कथाकुंज'च्या वाचनाने लेखिकेचा 'कथाविहार' लवकर वाचावयास मिळावा अशी इच्छा उत्पन्न करण्याइतका चटकदारपणा कथाकुंजात खास आहे.

(किं. १ रु. पत्ता - शि. स. शिर्के, बी. ए. ॲडमिनिस्ट्रेटिव्ह ऑफिसर, पूर्व खानदेश.)

१६ एप्रिल, १९२९

✧

पुष्प ३०

उदात्तवाणी

'उदात्तवाणी' हे पुस्तक भावंडांच्या दृष्टीने भाग्यवान दिसते. ते प्रकाशित करण्याचे कारण 'अपत्ये जास्त असली म्हणजे त्यांना सांभाळणे जनकाला जरा जड जाते' असे तिचे जनक उत्साहतीर्थ यांनी दिले आहे. अपत्ये जास्त होऊ लागली म्हणजे त्यांपैकी एकाचेही शिक्षण-पोषण धड होत नाही, ही गोष्ट त्यांना 'जगाच्या बाजारात' (हे काव्यमय शब्द अपत्यप्रेमाने प्रेरित झालेल्या पित्याचेच आहेत, हे वाचकांनी विसरू नये) पाठविण्याच्या आधी कोणत्याही बापाने लक्षात घेणे जरूर आहे. केवळ पुष्कळ मुले असल्यानेच पित्याची अगर मातेची कीर्ती वाढते असे नाही. कुंतीला सख्खे व सावत्र मिळून पाचच मुलगे होते; पण गांधारीच्या शंभर पुत्रांना या पाचांपुढे टिकाव काढता आला नाही, ही गोष्ट प्रत्येकाला ठाऊक आहे. समुद्रातून एक मोती काढायला जेवढा वेळ लागतो, तेवढ्याच साबणाचे कोट्यवधी बुडबुडे निघत असले तरी बुडबुड्याला सराफकट्ट्यात किंमत येत नाही.

'कवितांचे पुस्तक प्रसिद्ध करावयाचे म्हणजे मोठे जोखमीचे (कवी हा शब्दसृष्टीचा ईश्वर आहे व ईश्वराचे सामर्थ्य कर्तुमकर्तुमन्यथा कर्तुम् अशा प्रकारचे असते; हा नियम सिद्ध करून दाखविण्याकरता की काय कवींनी जोखम शब्दाचे लिंग बदलून टाकले आहे.)' काम आहे असे कवी म्हणतात. प्रश्न एवढाच की, जोखीम कोणाला? वाचकाला की कवीला? शेकडा पन्नास आधुनिक कविता वाचताना हसून पोट फुटण्याची अगर डोके फिरून वेड लागण्याची भीती असते. आपल्या वाचकवर्गात आपण उडविलेल्या हाहाकाराची व काव्यगिरणीत गुंग झालेल्या कवीला दादही नसते. तो नवा नवा माल तयार करून वाचकांवर त्याचा वर्षाव करीत असतोच.

एखाद्या आत्महत्येचे कारण न सापडल्यास आत्मघात करण्यापूर्वी एखादा मासलेवाईक आधुनिक मराठी कविता वाचली असावी असे पंचांनी अनुमान बांधले, तर त्यात फारशी चूक होण्याचा संभव नाही.

कवितेची पुस्तके न खपण्याचे कारण 'नाटककादंबरीपेक्षा कविता वाचनास मनाची एकाग्रता अधिक पाहिजे असते' असे उदात्तवाणीकारांचे मत आहे. उत्साहतीर्थ कवी आहेत हाच या मताचा पुरावा असेल, तर आमचे काहीच म्हणणे नाही. 'बेडूक टरटुर टरांव करितात लठ्ठ.' (उदात्तवणी पृ. ६९) अशा घाटाची कविता वाचण्याकरिता गडकऱ्यांची नाटके अगर वामनराव जोशींची रागिणी वाचण्यापेक्षा मनाची एकाग्रता अधिक लागत असेल हे कवितेतील लठ्ठ बेडकांनादेखील खरे वाटणार नाही. कवितेविषयी व्हावी तितकी आवड, महाराष्ट्रात उत्पन्न झाली नसली, तरी गोंविदाग्रज, बालकवी, तांबे, यशवंत गिरीश इत्यादी कवींच्या कवितेचा सत्कार करण्यात महाराष्ट्र रसिक मागे पडलेले नाहीत. मात्र पद्याच्या शेवग्यात लाकडाचे पीठ घालून जे पक्वान्न तयार होते, त्याला शेवया म्हणण्याइतके अगर ते मिटक्या मारीत खाण्याइतके ते मूर्खही नाहीत, ही गोष्ट खरी आहे.

'कालोह्मयं निरवधि र्विपुला च पृथ्वी।' ही भवभूतीची ढाल पुढे करून कवींनी वाचकांची रजा घेतली आहे. भवभूतीने उत्तररामचरित्र लिहून जगाला जेवढा आनंद दिला, त्यापेक्षा अधिक दुःख त्याच्या 'कालोह्मयं' या एका चरणापासून जगाला होत आहे. काल अनंत व पृथ्वी अफाट आहे; यावरून आपल्यापेक्षा सरस कवी पुढे होतील अगर अन्य देशात असतील, हा बांध घेण्याचे सोडून पृथा अहंकाराची जोड मात्र प्रत्येक सामान्य लेखक करून घेत असतो. उदात्तवाणीकारांनी भवभूतीचे वचन टीकाकारांना निवडण्याकरिता पुढे केले असले, तरी काळाला अमर्याद प्रवास करावयाचा असल्यामुळे तो फक्त रत्नेच बरोबर घेतो, काचेचे तुकडे पाहण्याकरिता तो वाकतदेखील नाही, हा अनुभवसिद्ध नियम आम्ही त्यांना सादर करितो. त्याचप्रमाणे पृथ्वी कितीही विपुल असली तरी

इंग्रज सरकारे लवणावर।
लादुनी दिधला मोठाला कर।
सागरजल का फुकटच जाई,

असल्या कवितांचे भाषांतर करण्याइतके दारिद्र्य जगातल्या कुठल्याही भाषेला आले नसते.

परीक्षणाचा हा प्रास्ताविक भाग वाचून साप म्हणून आम्ही भुई तर धोपटीत नाही ना अशी वाचकांना शंका येईल. तिचे निरसन व्हावे म्हणून कवींच्या बंधूंनी प्रस्तावनेत जिला सजीव, सरस वगैरे (पृ.७) सकार बहाल केले आहेत, ती 'प्रिय हिंदभूमी माझी' ही कविता विवेचनाकरता घेतो. 'हा हिंद देश माझा' याची ही नक्कल असावी असे केवळ कवितेच्या मथळ्यावरूनही वाटते व हे वाटणे खरे

ठरते. खुद्द टेकड्यांची मूळ कथेत वाङ्मयदृष्ट्या हिणकस आहे; पण उत्साहतीर्थांनी उत्साहाच्या भरात तिचे अनुकरण करून आपली काव्यशक्ती प्रकट केली आहे. 'विख्यात-कीर्ति गाझी' या पहिल्या ओळीत संस्कृतसमासाच्या पंक्तीला 'गाझीखान' आणून बसविले आहेत. राष्ट्रगीताबरोबर हिंदू-मुसलमानांची एकीही वाचकांच्या पदरात टाकण्याचा कवीचा विचार दिसतो. पहिल्या कडव्यात 'ही पुण्य मातृदेवी, धारूनि धन्य उर्वी' अशी कवी सलामी देतात. धारूनि म्हणजे धारण करून! दादोबांचीही पाचावर धारण बसवील असला शब्दप्रयोग आहे हा! दुसरे कडवे खाली दिल्याप्रमाणे आहे.

जगि अद्वितीय ऐशी।
सौंदर्य-शौर्य-राशि।
हिरवी अरण्य-राजी।
प्रिय हिंद भूमी माझी।।२।।

यात तिसऱ्या ओळीत हिरवी अरण्ये का शिरली आहेत, हे त्या प्रिय हिंदभूमीलाच माहीत! इतर देशांतील अरण्ये काळी अगर जांभळी असतात की काय, म्हणून आपल्या देशातील अरण्ये हिरवी असल्याची ग्वाही कवीला द्यावी लागत आहे! तिसऱ्या कडव्यात 'जुन्या मनोऱ्यांना' 'गत वैभवेच ताजी' म्हणून कवी बेधडक समजतो! हा कदाचित 'कालोह्ययं निरवधि:' या तत्त्वाचा परिणाम असू शकेल. पाचव्या कडव्यात 'शिकवी कलाकुसाऱ्या' अशी मल्लिनाथी केली आहे. कलाकुसर याचे अनेकवचन कलाकुसाऱ्या! या उत्साहतीर्थी व्याकरणाप्रमाणे सुसरचे अनेक वचन सुसाऱ्या होणार! बरे मातृभाषेचे असे खून करून मातृभूमीचे वर्णन केले आहे ते तरी कसे! अगदी कायम ठशांचे, कल्पनेचे नावीन्य नाही, भाषेचे प्रभुत्व नाही, नादमाधुर्याचा गंध नाही, शाळांतील हस्तलिखित मासिकात यापेक्षा उच्च दर्जाच्या कविता येतात अशी आमची खात्री आहे.

प्रस्तावनाकारांनी कल्पनाचमत्कृतिकरिता वाखाणलेली 'लावण्यावर कर' ही कविता पाहा. मिठावर कर बसविणाऱ्या इंग्रज सरकारवरील या पद्याची प्रस्तावनाकारांनी राष्ट्रीय काव्य म्हणून स्तुती केली नाही हेच आमचे भाग्य! मीठ खाऊन मनुष्य सुंदर होतो; अर्थात, मिठावर कर बसविणे म्हणजे लोकांच्या सौंदर्यावर कर बसविण्यासारखे आहे; ही या कवितेतील कल्पना स्वामी लावणानंदाची रिकामी गादी मिळविण्याला कवी सर्वस्वी पात्र आहेत हे कुणालाही पटवून देईल. 'प्रवास' 'विपर्यास' वगैरे मथळ्याच्या कवींनी दोन दोन कविता लिहिल्या आहेत. त्याप्रमाणे लावण्यावर कर, या धर्तीची 'कार्डावर कर' ही कविता त्यांनी कशी लिहिली नाही याचे आश्चर्य वाटते.

'कार्डखुशाली कळवि घराला।
दुप्पट देणे आता मोला।

कर खुशालीवरी नच हा का?'

अशा ओळी खरडून जर कल्पनाचमत्कृती उत्पन्न होत असती, तर कालिदासाचे नाव लोक कधीच विसरून गेले असते.

फुटकळ कल्पनांचे दारिद्र्यही याच मासल्याचे आहे. अरुणोदय म्हणजे काय तर पूर्वदिशेच्या गालावरील लाली! आजपर्यंत शृंगारिक कवी या लालीचे कारण सूर्याने घेतलेले चुंबन हे देत असत. पण आमच्या 'सरस व सजीव' कविता लिहिणाऱ्या उत्साहतीर्थांना हे मिळमिळीत कारण कसे आवडावे? त्यांना वाटते, 'अंधार पूर्वेच्या थोबाडात देऊन गेल्यामुळे तिचा गाल लाल झाला आहे!' (अपूर्ण)

२ जुलै, १९२९

✧

पुष्प ३१

उदात्तवाणी

(मागील अंकावरून समाप्त)

चांगल्या कवितेचे सरस भावना, सुंदर कल्पना, मधुर शब्द व रसानुकूल वृत्त हे चतुरंग बळ होय. पण या चार अंगांपैकी एकाचाही उत्कर्ष उदात्तवाणीत आढळत नाही. उचित, शुद्ध व मधुर शब्दयोजना हे अभ्यासाने साध्य होणारे साधेच काव्यांग घेतले, तरी उदात्तवाणीच्या बाबतीत ते फाटक तुटकेच दिसते. उदाहरणार्थ, तुटलेल्या ताऱ्यावरील एक उत्प्रेक्षा पहा –

उन्हाळ्यामुळे देव देवता जलक्रीडेसाठी।
सुरसरितेच्या प्रवाहामध्ये करिती का दाटी।।
बहुत त्यामुळे जड झालेला सुरगंगास्रोत।
शंकरास अति दुर्धर ऐसे जाणुनि चित्तात।।
दुसरा कोणी लठ्ठ असा गंगाधर शोधून।
पहावयास्तव इकडे वळला का स्वर्गातून।।

'जलक्रीडा', 'दीपज्योती' हे शब्द उच्चारावयाचे कसे हा प्रश्न दत्त म्हणून वाचकांपुढे उभा राहतो. 'संयोग ऱ्हस्वास गुरुत्व देतो' हा साधा नियम उदात्तवाणी वदणारांच्या गावीही नाही! या उच्चारांच्या चक्रव्यूहातून बाहेर पडल्यानंतर वाचक उत्कंठेने पाहतो, तो 'लठ्ठ गंगाधर' त्याच्या गळ्यात पडतो. उन्हाळ्यामुळे सर्व देव देवता भागीरथीत स्नानाला उतरली; (नंदनवनातील पुष्करिण्या उन्हाळ्यामुळे आटून तिथे मिरजेप्रमाणे पाण्याबद्दल हाकाटी झाली होती असे मानू या.) तेतीस कोटी

देवांनी भरून गेल्यामुळे गंगेचा प्रवाह जड झाला. (इतक्या भरताडीनंतर तो वाहत होता कसा, याचेच आश्चर्य वाटते.) हा जड झालेला प्रवाह शंकराच्या डोक्यावर पडणार हे उघडच आहे. (प्रवाहातून देव वाहत येत होते की काय? तसे असल्यास शंकराच्या डोक्यात देव घालण्याची ही कवीची कल्पना अत्यंत अभिनव आहे, यात शंका नाही. मात्र या प्रयोगानंतर धन्वंतरीच्या दवाखान्यात डोक्याला बँडेजास गुंडाळलेले पुष्कळ देव दिसणे अपरिहार्य आहे. बरे देव वाहत येत नव्हते तर गंगेचा प्रवाह जड कशाने झाला? देव इतके घाणेरडे असतात की ते पाण्यात उतरल्याबरोबर त्यांच्या घामाने पाणी जड व्हावे?) आता नेहमीच्या शंकराला हा जड प्रवाह डोक्यावर धारण करणे शक्य नाही. बिचारा स्मशानात राहणारा! पोटभर कधी जेवायलादेखील मिळत नसेल! त्याच्या डोक्यावर जड गंगा टाकली तर फट् म्हणता ब्रह्महत्या व्हायची! तेव्हा कवींनीच पोक्त विचार करून लठ्ठ गंगाधर शोधून काढण्याची कल्पना काढली. संहारकर्ता म्हणून मिरविणाऱ्या सध्याच्या हडकुळ्या शंकरा, कविराज उत्साहतीर्थ गंगाधराच्या कामावरून तुला डिसमिस करीत आहेत. तुझ्या त्रिशुळाचा इथे काही उपयोग नाही, डिसमिस झाल्यावर विष खाऊन प्राण देऊ म्हणशील तर हलाहल पचविणारा तू! विष खाऊनदेखील तुझा प्राण जायचा नाही! तर बाबा रोडक्या रुद्रा, बडतर्फीच्या हुकमावरून उत्साहतीर्थांची सही झाली नाही तोच बालामृत, हिमोग्लोबिन, केपर्ल्स माल्ट, सेनॅटोजेन मिळेल ते औषध घे आणि लठ्ठ होऊन ये. कारण गंगाधराच्या जड कामावर 'लठ्ठ गंगाधर' नेमण्याचा हुकूम उत्साहतीर्थांनी सोडला आहे!

असल्या मासलेवाईक कवितासंबंधाने एका वर्तमानपत्राने 'यात प्रसाद, स्फूर्ती, कल्पनेचे विलास व हृदयाची तळमळ हा ठळकपणा दिसून येतात' असे लिहिले आहे. या वृत्तपत्राला असलेली दिव्य दृष्टी नसेल म्हणून असो अगर या अभिप्रायातील मूळच्या नकारार्थक वाक्याचे विध्यर्थ वाक्य करण्याची कंपोझिटरला लहर आलेली असो, वरील काव्यगुणांचा उदात्तवाणीशी फारसा संबंध नाही असेच आम्हाला वाटते व पुढील काव्य वाचून वाचकांनाही तसेच वाटेल.

'मनुज उत्तम हा बुरुजापरी।
मनुज वाईट हा खळग्यापरी।
बुरुज जन्मति चांगुलेस्तव।
उपजती खळगे पुरुं मानवा।'

चांगुलता हे भाववाचक नाम! उद्या उत्साहतीर्थ 'वाईटला' या शब्दाचा प्रयोग करायलाही चुकणार नाहीत. 'पुरुं' म्हणे 'पुरण्यासाठी'! हा श्लोक वाचकांनी मोठ्यांनी म्हणून पाहावा म्हणजे वानर हाकण्यासाठी पोरे राफेल तेलाचे रिकामे डबे वाजवून उगीच दमतात, तसे त्यांना आढळून येईल. असल्या श्लोकाच्या माळेतील

कविता मोठ्याने म्हणण्याचा प्रघात ठेवला, तर शेतामध्ये शेतकऱ्याला बागुलबोवा उभा करण्याचा त्रास मुळीच पडणार नाही. क्रौंचमिथुनातील नर व्याधाच्या बाणाने मेलेला पाहून वाल्मीकीला श्लोक सुचला; पण असले श्लोक ऐकून पाखरे तत्काळ उडून जातील यात संशय नाही. या कवितेतील कल्पना एका संस्कृत सुभाषितासारखीच आहे; पण तिचे उत्साहतीर्थांनी इतके चर्वितचर्वण केले आहे, की रसाकरिता पिळलेल्या खोबऱ्याप्रमाणे ती नि:सत्त्व वाटू लागते.

आणखी एक उदाहरण पहा –

'दैव आमुचे अमुच्या हाती।
भरून पुरुषार्थाची पोती।।
जगतामध्ये ठेवू किती ती!'

यातील 'पुरुषार्थाची पोती' ही सुंदर कल्पना काय आहे हे काव्याचा व्यापार करणाऱ्यांनाच कळण्याचा संभव आहे. असले काव्य वाचताना कवी मात्र आपल्याला पोत्यात घालून आपल्या काव्यसागरात बुडवीत आहे, असे वाचकाला वाटल्यावाचून राहत नाही. 'ताजे तवान' हे रूपांतर! भुतांची पावले उलटी असतात असे म्हणतात; तेव्हा काव्यसृष्टीत या 'तवान ताजे'ला वेताळाची गादी मिळण्याचा संभव आहे. प्रात:काळच्या आनंददायक काळावर कविता लिहिताना कवी म्हणतात –

'वर वर आला उज्ज्वल झाला
प्रकाशला सविता।
प्रभात गेला लाली मेली आटपली कविता।।'

या ओळीत कवितेचा कारभार आटपल्यासारखा दिसतो खराच! 'प्रथम वृष्टी' या कवितेत तर कवींनी आपल्या कर्तबगारीची कमाल केली आहे. 'हंबरडा करणे', 'परसात गाणारे पक्षी', 'घर्घर असा समुद्राचा आवाज', 'वाजे घुडुम् घड घुडुम् घन धडधडट' हा चरण, इत्यादी गोष्टींच्या जोडीला 'बेडूक टरटुरू डरांव करिताति लठ्ठ। मातेस धावुनि मुले धरतान घट्ट।।' ह्या ओळी ठेवल्या की वाचकांना या कवितेतील सौंदर्याची यथार्थ कल्पना येईल.

उत्कृष्ट काव्य सत्य व सौंदर्य यांची उत्कृष्ट जाणीव व त्या जाणिवेला ललितशब्दस्वरूप देण्याचे सहजसामर्थ्य यांच्या पोटी जन्माला येते. घे विषय की कर कविता अशा थाटाचे वृत्तबद्ध गद्य निर्माण होईल; पण हृदयाला हलविण्याचे अगर मनाला सौंदर्यपूर्ण सृष्टीत नेऊन सोडण्याचे काम असल्या पद्यांकडून होणे शक्य नाही. तसे होऊ लागले तर दशावतारी नाटकातील शंखासुरही बालगंधर्वांइतका कलाविलासाचा आनंद देतो, असे म्हणावे लागेल. उत्साहतीर्थांची कविता नाजूक व विविध भावनांना पारखी आहे. सौंदर्यपूर्ण सृष्टीशीही तिचा काही संबंध दिसत नाही. नादमधुर रचनेवर तर तिने बहिष्कारच घातलेला दिसतो. या कवींना काव्ये

लिहिण्याची हौस दिसते; पण हौस व शक्ती यांच्यामध्ये आकाशपाताळाइतके अंतर असल्यावर ती हौस वंध्यापुत्राच्या लग्नसमारंभाइतकीच सत्यसृष्टीत उतरणार. अनुकरणात्मक, उपदेशपर, प्रासंगिक अगर फार तर सुभाषितवजा चुटके लिहिण्यात या कवींना यश येण्याचा संभव आहे. मात्र भाषा, व्याकरण, वृत्ते वगैरेंचे बिनदिक्कत खून करण्याचा चालू हक्क त्यांनी सोडला पाहिजे. अप्रिय परंतु पथ्य गोष्टी सांगणारा वक्ता दुर्लभ असतो खरा; पण अशा गोष्टी ऐकणारा श्रोता तर त्याच्यापेक्षाही शतपटीने दुर्लभ असतो. वचने किं दरिद्रता या न्यायाने दिलेल्या अभिप्रायाच्या इंद्रजालात सापडलेल्या उत्साहतीर्थांना आम्ही वर्णन केलेली वस्तुस्थिती विपर्यासात्मक वाटेल; पण 'माधुर्य, ओज आणि प्रसाद हे भाषेचे गुण तुम्हाला या कवितेत आढळतील.' अशी जाहिरात देण्याइतकी त्यांची चिकित्सादृष्टी अंध झाल्यामुळेच टीकेच्या रूपाने तिच्यात अंजन घालणे आम्हाला अवश्य वाटले. ज्ञानेश्वर, तुकारामांसारखे त्रिकालाबाधित कवी सोडून दिले, तरी चालू शतकाचे, चालू पिढीचे व चालू वर्षाचे असे कवीचे तीन वर्ग उरतात. पहिल्या वर्गात केशवसुतांसारख्या नवमार्गदर्शक प्रतिभावंतांचा समावेश होतो. दुसऱ्या आपल्या हयातीत लोकप्रियतेच्या उत्तुंग शिखरावर आरूढ होणाऱ्या; पण सत्य अगर सौंदर्य या एकाच काव्यांगांत पूर्ण असणाऱ्या कवींचा समावेश होतो. तिसरा वर्ग पुस्तकरूपाने छापण्याइतकी जिची योग्यता नाही; पण मासिकातून आल्यास एक वेळ वाचनीय वाटणारी कविता लिहिणारांचा. उत्साहतीर्थ या तिसऱ्या वर्गात प्रवेश मिळवून आपल्या पराक्रमाने वरील वर्गात येतील, तरच त्यांचे काव्य रसिकांच्या कसोटीला उतरले, असे म्हणता येईल. नुसता 'कालोह्ययं निरवधिः' हा गुरुमंत्र जपून कुणीही उच्च दर्जाचा कवी ठरू शकत नाही.

९ जुलै, १९२९

पुष्प ३२

दौलत

कांचनभट - (येत येत) बाळे, काय करते आहेस?

शारदा - प्रेम अधिक, की पैसा अधिक, याचा विचार करते आहे.

शारदा नाटकाच्या चवथ्या अंकात पितापुत्रीचा एक सुंदर संवाद आहे. या संवादाच्या आरंभीच, शारदा 'प्रेम अधिक की पैसा अधिक' याचा विचार करीत असल्याचे सांगते. ज्याच्या अर्ध्या गोवऱ्या स्मशानात गेल्या आहेत त्याच्याबरोबर आपल्याला बोहल्यावर उभे करण्याचा प्रयत्न का करावा, ज्याच्या गळ्यात यमपाश पडला आहे, त्याच्या गळ्यात लग्नाची माळ घालणे आपल्याला भाग का पडत आहे, ज्याचे शरीर, वय, मन आपल्याशी सर्वस्वी विसंगत आहेत, त्याची अर्धांगी करण्याचा अट्टहास आपल्या पित्याने का करावा याचा विचार करू लागताच, या अवघ्या चौदा वर्षांच्या पोरीलाही या अनर्थाच्या मुळाशी कोणता कलीपुरुष आहे हे कळते. प्रेताच्या गळ्यात पोटची पोरगी बांधायला पित्याला प्रवृत्त करणारा हा राक्षस दुसरातिसरा कोणी नसून पैसाच असतो.

पैशाशिवाय पान हलत नाही हे खरे आहे. पोटातल्या आगीपासून व बाहेरच्या थंडीपासून जिवाचे रक्षण करण्याकरता जे अन्न वस्त्र लागते ते पैसाच देतो. बलहीनाला आत्मलाभ होत नाही असे सांगतात; आत्मलाभाला आवश्यक असलेले शरीरबळ व शिक्षणबळच धनहीनाला लाभत नाही. 'सर्वे गुणा: कांचनमाश्रयन्ते' हे संस्कृत सुभाषितकाराचे वचन जिथे पदोपदी प्रत्ययाला येत नाही, असा पृथ्वीवर एकही देश नाही.

परंतु, काही झाले तरी पैसा हे साधन आहे; साध्य नव्हे. रॉबिन्सन क्रूसोप्रमाणे एखाद्या निर्जन बेटात एखाद्या मनुष्याला नेऊन ठेवले व त्याच्यापुढे हिरेमाणकांच्या राशी ओतल्या तर त्या रत्नराशींकडे ढुंकूनदेखील न पाहता तो मातापित्यांच्या व बंधू-भगिनींच्या मूर्ती मनश्चक्षूंनी पाहण्यातच दंग होऊन जाईल. एखाद्या बालकाच्या अंगावर खूप दागिने घालून त्याला खोलीत कोंडून ठेवले, तर ते त्या दागिन्यांत गुंग होऊन जाण्याऐवजी सोबत्यांच्या सहवासाकरता ते स्फुंदतच राहील. घशाला पडलेली कोरड नाहीशी करणारी उत्तमोत्तम पेये पैसा संपादन करील; पण त्याला हृदयाची तहान कधीही भागविता येणार नाही. पैशाने मिळणाऱ्या पक्वान्नांनी जिभेला पाणी सुटेल; पण हृदय कधीही उचंबळून येणार नाही. शरीर दागिन्यांनी फुलले तरी प्रेमळ बोलांच्या अभावी मन खुलणार नाही. पैसा हे आयुष्यातील मद्य आहे; तर प्रेम हे आयुष्यातलं अमृत आहे.

वर पैशाला दिलेली मद्याची उपमा जगात पैशांच्या पायी होणारे कलह, खून वगैरे अत्याचार पाहिले म्हणजे पूर्णपणे पटते. मद्यांप्रमाणे मनुष्याला पैशाची चटक लागते. शरीराच्या गरजा भागल्या, मन:स्वास्थ्य लाभले, आता पैशाच्या नादी अधिक लागण्यात मतलब नाही असे मानणारा मनुष्य फार विरळा! डोळ्यांवर पैशांचा धूर आला, की त्याला जगात अदृश्य रूपाने वावरणारे प्रेम मुळीच दिसेनासे होते. खणखण आवाजाच्यापुढे स्वत:च्या घरात आक्रंदणाऱ्या हृदयाचे सूर पैसेबाजाला ऐकू येत नाहीत. भरलेल्या तिजोरीपुढे इतरांच्या रिक्त अंत:करणाचा विचारही त्याच्या मनाला शिवत नाही. रुपये मोजण्यात सदैव हात गुंतवून टाकणाऱ्या द्रव्यांधाला आपल्या हस्ताच्या प्रेमळ स्पर्शासाठी आपली माता, पत्नी अगर अपत्ये किती झुरत असतात, याची काडीमात्र कल्पनाही येत नाही.

'प्रेम विरुद्ध पैसा' या सनातन विरोधावरच महाराष्ट्राच्या तरुण पिढीतील नामवंत कादंबरीकार प्रो. फडके यांनी आपल्या 'दौलत' कादंबरीची उभारणी केली आहे. या कादंबरीतील मुख्य कथाप्रवाह निर्मल, भय्यासाहेब, अविनाश व धनंजय यांच्या निर्मला खऱ्या प्रेमाची भुकेली असते; उलट तिचे वडील भय्यासाहेब वकिलीत मिळणाऱ्या विपुल पैशांतच गुंग असतात. निर्मलेसाठी पैसा पाण्यासारखा खर्च करायला भय्यासाहेब एका पायावर तयार असतात; पण तिला पाहिजे असलेला प्रेमाचा शब्द, प्रेमाचा दृष्टिक्षेप त्यांच्याकडून मिळत नाही. ते तरी काय करणार बिचारे? पैशाच्या अफाट वाळवंटाखाली त्यांच्या हृदयातील प्रेमनदी प्रयागातील सरस्वतीप्रमाणे दडपून गेलेली असते. पैसा हेच भय्यासाहेबांना परब्रह्म वाटत असल्यामुळे निर्मलेचे लग्न कुबेराशी केले की तिला सुख झालेच पाहिजे, अशी त्यांची ठाम समजूत असते. आय.सी.एस. होऊन आलेल्या; पण बाह्यरंगात दंग होऊन अंतरंगाला पूर्णपणे विसरून गेलेल्या धनंजयची ते भावी जावई म्हणून निवड

करतात. धनंजयाच्या हृदयहीनत्वाचे मासले निर्मलेने सहजासहजी पाहिलेले असल्यामुळे तिला ही निवड आवडत नाही. पदवी व पैसा या दृष्टीनी धनंजयाच्या पासंगालाही लागणार नाही; पण निर्मल प्रेमाच्या दृष्टीने धनंजयापेक्षा शतपटीने श्रेष्ठ अशा अविनाशलाच ती आपले हृदय देते. दारूचा कैफ उतरल्यावर दारूबाजाला जसा आपल्या बेफामवृत्तीचा पश्चात्ताप होतो, त्याप्रमाणे अर्धांगवायू होऊन अंथरुणावर पडल्यावर व पैशांची नवनवी कमाई करण्याच्या उन्मादक वातावरणातून बाहेर फेकल्यावर भय्यासाहेबांना हृदयाच्या गरजा जाणवू लागतात व प्रेमाची किंमत कळून येते.

या मुख्य कथौघाला दोन उपप्रवाहांची जोड दिली आहे. पहिले कथानक निर्मलेची बाह्यांगाला भुलणारी व पैशांवर प्रेम करणारी मैत्रीण कमळा हिचे आहे. ज्या धनंजयाला दगड म्हणून निर्मळा झिडकारते त्याचाच सोनेरी रंग पाहून कमळा देव म्हणून स्वीकार करते; पण दगड सोन्याचा झाला म्हणून काही त्याला पाझर फुटत नाही, हा कमळेला अनुभव येतो. पैशांपेक्षा प्रेमाला महत्त्व देणारी निर्मळा अनुरूप व अनुगुण पती लाभून सुखी होते; उलट प्रेमाकडे दुर्लक्ष करून पैशाला भाळणारी कमळा आतुर हृदयाने आक्रोश करीत बसते.

दुसरे उपकथानक कांचन व माधुरी यांचे आहे. दौलतीच्या मागे लागून कांचन आपली दयिता माधुरी हिला सोडून जातो. माधुरी घर सोडून यात्रेकरूंच्या मेळ्याबरोबर फिरत तीर्थयात्रा करीत असते. प्रेमाचा ठेवा सोडून द्रव्याचा ठेवा शोधायला गेलेला कांचन हात हालवीत परत येतो व पत्नीचा शोध न लागल्याने दु:खी होतो, असे विषयाच्या दृष्टीने या उपकथानकाचे स्वरूप आहे. बेपत्ता माधुरीचा भाऊ किशोर हा अविनाशचा मित्र असल्यामुळे व तिचा शोध करण्याची त्याने प्रतिज्ञा केली असल्यामुळे मुख्य कथानकाशी याचा सांधा जोडलेला आहे. पण अविनाशचे माधुरीवर प्रेम आहे की काय ही शंका निर्मलेच्या मनात उत्पन्न करण्यापलीकडे मुख्य कथानकावर या उपकथानकाचा अधिक काहीच परिणाम झालेला नाही.

मुख्य कथानकाकडे पाहिले, तर निर्मला व धनंजय ही पात्रे बरी रंगली आहेत. भय्यासाहेबांच्या स्वभावातले परिवर्तन घडवून आणण्यात वाजवीपेक्षा जास्त घाई झाली आहे. एरवी त्यांचे स्वाभावचित्रदेखील चांगले साधले आहे. आयुष्यभर द्रव्यवायूचा उन्माद झाल्यामुळे प्रेमाला पायाखाली तुडविणारे त्यांचे मन अर्धांगवायूच्या झटक्यासरशी शुद्धीवर येते ही गोष्ट फारशी कौशल्यदर्शक नाही. आहेत यापेक्षा अधिक विविध प्रसंग व नाजूक बदलत्या भावना यांच्या साहाय्यानेच हे स्थित्यंतर रेखाटायला पाहिजे होते.

पहिल्या उपकथानकातील कमला हे पात्र निर्मलेची पार्श्वभूमी या दृष्टीने सुंदर उतरले आहे. मात्र जादूगारामध्ये आनंदराव-इंदुमती या जोडप्याला विरोध म्हणून वसंतराव तारिणी हे दांपत्य जसे आले त्याप्रमाणे अविनाश-निर्मला या युगुलाला

विरोधी म्हणून धनंजय-कमला ही जोडी 'दौलत'मध्ये आली आहे असे वाटू लागते. कथानकाची जडणघडण अशी यांत्रिक साच्याची असणे कलेच्या वैचित्र्याला मारक होते.

तिसरे उपकथानक कादंबरीला काहीतरी रहस्य असावे म्हणूनच 'दौलती'त घुसडलेले दिसते. कऱ्हाड्यांतल्या नात्याप्रमाणे या उपकथनकातील पात्रे विषयाशी संबद्ध आहेत असे ओढूनताणून दाखविता येईल. पण सर्व कादंबरीत हा कथाप्रवाह अगदी अलग वाहत राहिला असून, त्याचा शेवटही कृत्रिम रीतीनेच करण्यात आला आहे असे वाटू लागते. 'माधुरी'च्या शोधात लेखकांनी आपल्या नायकाला गुंतविल्यामुळे त्याला इतर महत्त्वाचे असे दुसरे काहीच करता येत नाही.

नजरचुकीने राहून गेलेल्या लहानसहान दोषांचाही येथे उल्लेख केलेला बरा. बोरिबंदर जवळ आल्यावर कमला निर्मलेला तू कुठे उतरणार आहेस असे विचारते. (पृ. ११) कमलेच्या उतावळ्या स्वभावाला हे कितपतसे धरून आहे? 'अंत:करणाची उंची' (पृ. ५१), 'अमंगळ निर्दयपणा' (पृ. ५७) वगैरे शब्दप्रयोगही फारसे चांगले नाहीत. 'विशाल शरीराच्या माणसांची अंत:करणेही विशाल, प्रेमळ व उदार असतात' असा सामान्य सिद्धान्त पृष्ठ १०६ वर कादंबरीकारांनी मांडला आहे. प्रस्तुत लेखक प्रो. फडके यांच्याप्रमाणे मानसशास्त्रज्ञ नसल्यामुळे या सिद्धान्ताविषयी त्याला काहीच म्हणता येणार नाही; पण स्वत: कृश शरीराच्या माणसांचे अनुभव कानीकपाळी ओरडत असल्यामुळे असो; त्याला हा सिद्धान्त मुळीच पटला नाही. आज्ञाधारक अविनाश माधुरीचे रहस्य आपल्या आईबापांना का सांगत नाही हे पाहून वाचकांना आश्चर्य वाटते; पण किशोरापाशी अकल्पिता जेवायला बसलेली पाहून मनोरमाबाई 'आपल्या भावी वहिनीच्या भावाशी आतापासूनच सलगी केलेली बरी असे ठरवलेलं दिसतं आहे अक्कासाहेबांनी' असे म्हणतात व किशोर मात्र वेड्यासारखा गप्प बसतो, तेव्हा तर वाचक विस्मयचकितच होऊन जातात. संभाषणाच्या वेळी पात्रांची स्वाभाविक हालचाल वर्णन करण्याची प्रो. फडक्यांना फार हौस आहे. या वर्णनात अनेक वेळा त्यांची सूक्ष्म निरीक्षणशक्ती दिसून येते; पण प्रत्येक लहानसहान वाक्याची प्रस्तावना 'मान वळवीत', 'अंबाड्यावर फणीचे हात फिरवीत' इत्यादी वर्तमानकालवाचक धातुसाधितांनी होऊ लागली, म्हणजे वाचकांना गोड वर्णनाचा कंटाळा येऊ लागतो. साखर बेताने खाल्ली तरच तिची गोडी!

अशा प्रकारचे काही दोष असले, तरी प्रो. फडके यांच्या लेखनशक्तीचा गुणसंभार फार मोठा आहे. कथानकापेक्षाही ते वर्णनात अधिक वैचित्र्य उत्पन्न करू शकतात. खड्या सुरांतील गायनापेक्षा गुणगुणणे जसे अधिक मोहक असते, त्याप्रमाणे कादंबरीतील महत्त्वाच्या प्रसंगापेक्षाही विषय व स्वभाव यांना परिपोषक असे उपप्रसंग निर्माण करण्यात व रंगविण्यात त्यांचे कौशल्य अधिक स्पष्टपणे प्रचीत होते. आत्मस्वरूप रेखाटण्याचा प्रयत्न करणाऱ्या बंगाली चित्रकाराप्रमाणे

त्यांची लेखनकला नाही. ती उत्कृष्ट छायाचित्रकाराप्रमाणे आहे. त्यांच्याइतकी मधुर व ललित भाषा मराठीत क्वचितच आढळेल. या नाजूक भाषेला कल्पकतेची जोड असल्यामुळे तर ती अधिकच खुलून दिसते. 'कोणतीही गोष्ट नव्याने शिकायाची म्हटली, की मनाची बसलेली घडी बदलणं भाग असते, अन् बसलेली घडी पालटताना निर्जीव कापडसुद्धा तक्रार करतं; मग मनुष्याच्या मनानं ती केली तर त्यात काय आश्चर्य?' हे एकच वाक्य उदाहरणादाखल पुरे आहे. 'दौलत' कादंबरीतील गुणांचे आणखी कितीतरी वर्णन करता येईल; पण तसे करणे म्हणजे भोजनगृह दाखविणाऱ्या वाटाड्याने स्वत:च पानावर जाऊन बसण्यासारखे होईल.

१५ ऑक्टोबर, १९२९

✧

पुष्प ३३

दिवाकरदृष्टी

सुमारे १२० पृष्ठांची ही छोटी कादंबरी श्री. ना. ह. आपटे यांनी लिहिली असून, तिच्यात 'उद्योगधंद्याची क्रांती नव्या दृष्टीच्या सुशिक्षित तरुणांकडूनच होईल' या मताचा त्यांनी पुरस्कार केला आहे. सध्याचे सुशिक्षित सामान्यत: वकील, डॉक्टर शिक्षक, अगर तत्सम अनुत्पादक धंदे करणारे लोक होतात. हे बैठे व बुद्धिप्रधान धंदे उपयुक्त आहेत हे खरे; पण सगळेच डॉक्टर झाले रोगी कुणाला मिळणार व जो तो वकील झाला, तर आपला कज्जा चालविण्याकरिता दुसऱ्याला पैसे द्यायला तयार कोण होणार? लक्ष्मीच्या मंदिराकडे जाण्याचे हजारो मार्ग असताना ठरावीक चारदोन वाटांवरच होतकरू तरुणांची गर्दी होणे केव्हाही इष्ट नाही. सध्या वकील, डॉक्टर, शिक्षक वगैरे धंद्यांची स्थिती कोकणातल्या जमिनीप्रमाणे झाली आहे. क्षेत्र थोडे व भाग फार. जिकडे पाहावे तिकडे मेराच मेरा!

रा. आपट्यांचा दिवाकर ही ठरावीक चाकोरी सोडून उत्तम खाणावळ काढतो व ती यशस्वी करून दाखवितो. जन्म दैवाच्या हातात असला, तरी पराक्रम मनुष्याच्या हातात आहे हे तडफेने अश्वत्थाम्याला बजावणाऱ्या कर्णाप्रमाणे 'कोणताही धंदा हलका नाही. सचोटीने व यशस्वीपणाने केला म्हणजे झाले' हे तत्त्व रूढिग्रस्त समाजाला हिंदी तरुणपिढीने स्वत:च्या वर्तनाने वटविले पाहिजे. जोडे शिवणारा चांभार कपडे शिवणाऱ्या शिंप्याइतकाच समाजाला आवश्यक असत नाही काय? शिष्याच्या मनोभूमीत ज्ञानाची बीजे पेरणाऱ्या शिक्षकाप्रमाणे जमीन नांगरून, तिच्यातून पिके काढणारा शेतकरी हाही समाजाचा उपयुक्त घटक नाही काय?

लब्धप्रतिष्ठितपणाचे फूल डोळ्यांत पडल्यामुळे सुशिक्षितांना समाजोपयोगी व लाभदायक धंदे दिसत नाहीत हे खरे आहे; पण या तत्त्वाच्या आत्म्याला रा. आपट्यांनी कादंबरीचे जे शरीर दिले आहे, ते सौंदर्य व वाङ्मय या दृष्टीने मुळीच आकर्षक नाही. बी.ए. झालेल्या मनुष्याच्या मनात खाणावळ काढण्याचा प्रश्न आला तर त्याची मनोवृत्ती द्विधा झाल्यावाचून राहणार नाही. पण प्रस्तुत कादंबरीतील दिवाकर एखाद्या स्थितप्रज्ञाप्रमाणे या प्रश्नांकडे पाहतो. खुद्द नायकच या गोष्टीला तयार असल्यानंतर त्याच्या आप्तेष्टांच्या दुबळ्या विरोधाचा वाचकांच्या मनावर कितीसा परिणाम होणार?

कादंबरीचे कथानक फार तोटके, प्रसंगहीन व रसपरिपोषकाला प्रतिकूल आहे. व्यावहारिक गोष्टीत भावनांचे खेळ दाखविण्याला फारसा अवसर मुळीच मिळत नाही हे खरे; पण भेंडांच्या लाकडापासून कृत्रिम का होईना; फुले निर्माण करणे यातच खरे कलाकौशल्य आहे. आत्मविश्वासाच्या अभावी दिवाकरची दृष्टी जाणे व आत्मविश्वास व आशामय वातावरण यांच्यामुळे ती परत येणे ही चमत्कृती कथानकात असूनदेखील कथानक चटकदार झालेले नाही.

स्वभावरेखनातही वैशिष्ट्य असे काहीच नाही. प्रत्येक पात्राचा ठरावीक स्वभाव अथपासून इतिपर्यंत कायम ठशाप्रमाणे दिसतो. स्वभावरेखनात नाजूकपणाही म्हणण्यासारखा नाही. बहुतेक मोठे संवाद व्याख्यान अगर निबंध यांच्या स्वरूपाचे झाले आहेत. पृ. १२ वर दिवाकर धंदा यशस्वी व्हावयाला चार गोष्टी पाहिजेत म्हणून सांगतो व त्यांपैकी प्रत्येकाचे विवरण करतो. असली उपदेशाची चाटणे कोटिक्रम, कल्पना, सहजसंभाषण वगैरेंच्या मधात घातली तरच वाचकांच्या गळी उतरण्याचा संभव! पृ. १५ वर मूर्ख मनुष्य स्वतःला शहाणा समजत असतो व शहाणा मनुष्य स्वतःला मूर्ख समजत असतो अशा अर्थाचे आत्मारामपंत विधान करतात व पुढे वामन पंडितांना 'जधी कांही कांही' हा श्लोक म्हणून दाखवितात. मुले निबंध लिहायला बसली म्हणजे पाठ असलेली अवतरणे देण्याचा मोह त्यांना आवरत नाही याचे आता कुणालाच नवल वाटायला नको! चवथ्या प्रकरणात एको, हडकोळे, जगोपंत वगैर मंडळींना आकारण खेचून आणले आहे. धर्मशाळेत वाटेल तो मनुष्य उतरू शकतो, त्यातलाच हा प्रकार! पृ. २४ वर हिंदुस्थानातील शेकडा ७५ जोडपी गुण्यागोविंदाने संसाररथ आक्रमीत आहेत व त्यांच्यात दैविक प्रेमभाव वसत असतो असं लेखक म्हणतात! प्रत्येक वाचकाने आपल्या माहितीची शंभर कुटुंबे घेऊन लेखकांनी काढलेले शेकडा प्रमाण बरोबर आहे की नाही, हे ठरवावे.

भाषेच्या दृष्टीनेही या कादंबरीत अनेक दोष आढळतात. 'कुटुंबिक' पृ. २५ (कुटुंबी अगर कुटुंबवत्सल) 'मी आपल्या पतीला सांभाळली आहे' पृ. ११ (एखादी कानडी बाई आपल्या नवऱ्याविषयी हे बोलत आहे असा वाचकांनी आपला गैरसमज

करून घेऊ नये; मी आपली 'पत' आतापर्यंत सांभाळली आहे. या वाक्याचे हे रूपांतर आहे!) 'एकीचा विवाह झाला असून दुसरीचा तांत सध्या त्यांच्या गळ्याला लागला आहे' (पृ.४) (तांत मधील तावर अनुस्वार नसता तर मुलगी गळ्याला लागल्यामुळे बाप गळ्यात पडायला लागला आहे, असा त्या वाक्याचा अर्थ करण्याची कुणालाही इच्छा झाली असती; सध्या स्त्रिया पुरुषांसारख्या वागू लागल्याच्या वार्ता आपण ऐकतो, वाङ्मयातही ही लाट आलेली दिसते; नाहीतर 'दुसरीची तांत' 'दुसरीचा तांत' कशाला झाली असती?)

'विवाह हा खोटा नाही तर संसारपथावरून सुलभतेने प्रवास करण्यास उपयोगी पडणारा जोडा आहे,' पृ. २३ नवराबायकोचा जोडा आतापर्यंत प्रचलित होताच, त्यात या विवाहरूपी जोड्याची भर पडल्यावर मग बघायलाच नको! खोड्यासाठी विवाहाला जोड्याची उपमा देणारे ग्रंथकार कुणी मुलाला 'ब्याद' म्हटले तर 'छे: तो आहे आंबा फर्नाद' असं उत्तर द्यायला खास चुकणार नाहीत! पृ. ५६ वर चाफेकरांबरोबर पेंढारकरांनाही ग्रंथकर्त्यांनी पदवी देऊन टाकली आहे! पदवी हा एखादा सांसर्गिक रोग आहे की काय? 'नागवी उघडी परीक्षा घेऊन दुसऱ्यांचा उत्साहभंग करण्यास टपलेले भोजनभाऊ' पृ. ६८. दररोज नवनव्या परीक्षांची नावे आमच्या वाचकांच्या कानावर पडत असतील; पण वरील अवतरणात आलेली परीक्षा मात्र त्यांनी क्वचितच ऐकली असेल!

गवयाचे पोर रडले तरी सुरावर रडते असे म्हणतात. या कादंबरीतील थोडासा भाग या चिरपरिचित म्हणीची आठवण करून देतो. दहाव्या प्रकरणात नायिका नायकाला सांगत असलेली कपोलकल्पित गोष्ट व अशी सुंदर गोष्ट रचल्याबद्दल तिच्या कपोलाला मिळालेले बक्षीस, पृ. ९४ वरील पतिपत्नींचा विनोदी संवाद, दृष्टी येण्यापूर्वी दिवाकरला पडलेले स्वप्न वगैरे स्थळे चांगली आहेत, यात संशय नाही.

श्री. ना. ह. आपटे यांनी कमीत कमी २०-२५ तरी लहानमोठ्या कादंबऱ्या आतापर्यंत लिहिल्या आहेत. 'पहाटेपूर्वीचा काळोख' या कादंबरीत प्रगट झालेले वाङ्मयगुण प्रस्तुत नवलकथेत थोड्या अंशानेदेखील प्रचीत होत नाहीत. गंगेचे पाणी गढूळ झाले, तरी समुद्राप्रमाणे खारट होत नाही– या न्यायाने आम्ही त्यांच्यापासून नेहमीच वरच्या दर्जाच्या लेखनाची अपेक्षा करीत असल्यामुळे दिवाकरदृष्टीचे दोष इतक्या विस्ताराने दाखवावे लागले. कादंबरीतील चारदोन ध्येयप्रधान वाक्ये घालून देखनेमें ढब्बू केलेल्या अभिप्रायापेक्षा असला परिचय बरा असे आम्हाप्रमाणेच त्यांनाही वाटेल अशी आम्हाला आशा आहे. बहिऱ्याने डोलावलेल्या मानेपेक्षा कान असलेल्या मनुष्याची नाखुशीही गवयाला अधिक आवडते.

२२ ऑक्टोबर, १९२९

✧

पुष्प ३४

गोविंदांची कविता

सर्व जगाला प्रकाश देणाऱ्या सूर्याचा सारथी पांगळा आहे. महाराष्ट्रात स्वातंत्र्यसूर्याचा उदय आपल्या अरुणतुल्य प्रतिभेने सूचित करणारे कवी गोविंदही पंगू होते. नाशकाला गवंड्याचे काम करणाऱ्या त्र्यंबकराव दरेकरांच्या या मुलाने आमरण स्वातंत्र्यमंदिराचे चिंतन केले. वयाच्या अकराव्या वर्षी भयंकर ताप येऊन त्याचे हातपाय लुळे पडले; पण गारगोटीच्या अंतरंगात वास करणाऱ्या अग्नीप्रमाणे, जीर्णपोथीत असलेल्या सुंदर काव्याप्रमाणे, भग्न मंदिरात जागृत दैवताप्रमाणे गोविंदांच्या पराधीन देहात स्वातंत्र्योत्सुक मन नांदत होते. एका जागेहून दुसऱ्या जागी जायला ज्यांना कुणाच्यातरी पाठीचा आश्रय करावा लागे; पण पंगुत्वामुळे एकाच स्थळाला खिळलेल्या या देहातील चैतन्य स्वातंत्र्यसूर्यापर्यंत उड्डाण मारी व स्वराज्याच्या अमृतकलश हस्तगत करी. दगडांच्या भिंती व लोखंडाचे गज स्वतंत्र आत्म्याला बंधनात ठेवू शकत नाहीत. एवढेच नव्हे, तर स्वतःच्या जीर्णविदीर्ण शरीराच्या मोहपाशात देखील तो अडकून पडत नाही.

समुद्राच्या पाण्यात मीठ असते; पण मिठागरात पाणी साठवून त्याला उन्हाची आच लागली म्हणजेच मीठ पडते. कविस्वशक्तीचा गुण असाच आहे. अशिक्षित, सुशिक्षित व सुसंस्कृत अशा प्रकारचे बदल गोविंदांच्या मित्रमंडळांत क्रमाक्रमाने झाले व त्याप्रमाणे त्यांच्या काव्यरचनेचे वळणही बदलले.

“हौशिने करा मसि छंद छंद।
घडवा हो बाजुबंद॥”

अशी लावणी १८ व्या वर्षी ज्या वाणीतून बाहेर पडली, त्याच वाणीतून पुढे 'रणावीण स्वातंत्र्य कोणा मिळाले?' हे ओजस्वी उद्‌गार प्रकट झाले. अप्सरा व अमृत ही एकाच समुद्रातून बाहेर पडली नाहीत काय?

बॅ. सावरकरांच्या सहवासाचा गोविंदांच्या प्रतिभेवर इष्ट असा परिणाम झाला. वातीला जसे तेल, तसा प्रतिभेला व्यासंग. हा व्यासंग घडल्यामुळेच मराठी पहिल्या इयत्तेपलीकडे ज्याचे शाळेतील शिक्षण झाले नव्हते, असा हा कवी लोकमान्य टिळकांची भूपाळी गाताना–

'जनभाग्यातून हिमालयातून गंगौघच हा पुढे।
धावला गंगौघच हा पुढे।।
राष्ट्रीय दुर्गुण धूत चालला मोक्षसागराकडे'

असे सुंदर वर्णन करू शकला.

कृष्णजयंती असो, टिळकांच्या वाढदिवसानिमित्त कवितेची रचना होवो वा त्यांच्या मृत्यूनंतर दहाव्या दिवशी शोकग्रस्त अंत:करणातून तिचा उगम होवो, ज्याची प्रार्थना करावयाची तो देव गणपती असो वा प्रभु रामराय असो, गोविंदांची स्वातंत्र्यलालसा त्यात प्रगट व्हायची, हे ठरलेलेच आहे. इतर लोकांच्या मनी असते, ते स्वप्नी दिसते; पण प्रतिभावंतांच्या मनी असते, ते कवनी प्रगट होते.

प्रभु रामरायांची प्रार्थना करतात ते म्हणतात–

'त्या अमेरिका सुखविली। स्वातंत्र्ये।
भू जपानीचि नटवली। स्वातंत्र्ये।
इटलीहि तशी हंसवीली। स्वातंत्र्ये।
मग आर्यभूव का पारतंत्र्यकर्दमी फसविली राम।।'

याच स्वातंत्र्यपूर्ण दृष्टीने गोविद गतकालीन इतिहासाकडे पाहतात. त्यांचा प्रतापराव गुजर मरणाला प्रार्थना करताना म्हणतो–

'जलात मातें बुडवायची असेल
युष्मन्मनषणा।
तरी बुडवि या, राष्ट्ररिपूंची
रक्त-तरंगिणी तरतांना।।
राष्ट्र रिपूंच्या चैतन्याच्या
चिंतेत माते दे दहना
अग्नीमध्ये जाळावेसे
जरी वाटले भवन्मना।।'

तानाजीने सिंहगड घेऊन आत्मार्पण केले, त्या वेळी चिरनिद्रा घेणाऱ्या त्या नरसिंहाला त्याची पत्नी म्हणते–

विजयलक्ष्मी तुम्हा भुलली, रक्तजले न्हाली।
रिपुप्राणपुष्पी नटली, लक्ष्मिवंत झाली।
विजयारति घेऊन स्वामी पदापुढे ठेली।
मला म्हणे, "उठवा तुमच्या प्रियकरा मनोहरा।।"

टिळकांच्या 'ब्राह्मण अथवा महार मी! गणी न कवणालाच कमी' या कवितेत जे समतेचे तत्त्व प्रगट झाले आहे, तेच निराळे रूप धारण करून गोंविदाग्रज ब्राह्मण या कवितेत स्पष्ट दिसते.

'तो असो उच्च वा नीच। तो असो सधन
वा अधन।।
तो असोच नर वा नार। सूरत सगळा।।
तो मानव ब्राह्मण ठरला'

राष्ट्राशी तद्रूप झालेल्या कवीचे भावगीताकडे दुर्लक्ष होणे स्वाभाविक आहे. पण मृत्यूने आपले पाश गळ्याभोवती टाकले असताना गोविंदांनी जे सुंदर सूर काढले आहेत, त्यातील व्यक्तिविषयक भावनोत्कटता अत्यंत हृदयद्रावक आहे.

'जुनी इंद्रिये, जुना पिसारा, सर्व सर्व।
झडणार।। हो।।
नव्या तनूचे नव्या शक्तीचे,
पंख मला फुटणार ।।हो।।
त्या पंखांनी कर्तृत्वाच्या व्योमी मी
घुसणार ।।हो।।
देशहिताच्या पवनसागरी, पोहाया
सजणार ।।हो।।'

बटण दाबले, की विजेचा प्रवाह सुरू होऊन विजेचे दिवे जसे लागतात, त्याप्रमाणे गोविंदांची राष्ट्रप्रेमाने रसरसलेली कविता वाचताना अंगात चैतन्य उत्पन्न होते. व्याकरण व वृत्त यांचे अनेक दोष कळत-नकळत त्यांचे हातून घडले आहेत. पण धबधब्यात नौकाविहार करता येत नाही म्हणून त्याची किंमत कोणी कमी मानली आहे. कल्पनाविलासाच्या दृष्टीने वैचित्र्याचा अभ्यास व भाषा आणि वृत्त यांचे दोष गोविंदांच्या कवितेत असले तरी ती नि:संशय स्फूर्तिदायक आहे. त्यांची प्रासंगिक रूपे तेल असेपर्यंत टिकणाऱ्या दिव्याप्रमाणे थोडे दिवसांनी लोक विसरून जातील; पण 'सरस्वतीची भूपाळी', 'मुरली', 'सुंदर मी होणार', 'प्रतापराव गुजराची मरणाची प्रार्थना', 'तानाजीच्या स्त्रीचा विलाप', 'टिळकांची भूपाळी' वगैरे कविता मराठी काव्याच्या आकशात तारकांप्रमाणे दीर्घकाळ चमकत राहतील. राष्ट्रभक्ती, कल्पकता व नादमधुर शब्दरचना हे त्यांच्या कवितेचे विशेष आहेत. नादमाधुर्याच्या

आसक्तीमुळेच त्यांची कविता संस्कृत शब्दांनी खचलेली आहे. एखाद्या विषयाची नावीन्यपूर्ण कल्पना, यांच्या काव्यात विशेष आढळत नसली, तरी विषयाचा विस्तार करताना ते परिचित कल्पनाचा इतक्या आल्हादकारक रीतीने मांडतात की, उजाळा दिलेल्या दागिन्याप्रमाणे त्या कल्पना नव्या वाटू लागतात. 'सरस्वतीची भूपाळी', 'शिवकालीन होलिका महोत्सव' इत्यादी कवितांवरून रूपकाचा विस्तार हा एक त्यांचा आवडता अलंकार होता असे दिसते.

कावळी कुत्रीदेखील जगतात. नुसते जगणे हे मनुष्याचे ध्येयच नव्हे. आपल्या राष्ट्रासाठी अथवा समाजासाठी काहीतरी करीत जगणे व ते करीत असताना मृत्यू आला, तरी त्याला आनंदाने कवटाळणे यातच मनुष्याचा मोठेपणा आहे. ही उज्ज्वल शिकवण गोविंदांची कविता देत आहे. सुमारे २०० पृष्ठांच्या या पुस्तकाची किंमत अवघी १ रु. आहे. या पुस्तकाचा फायदा गोविंदांच्या निराधार मातेला मिळणार आहे. जन्मभूमीच्या उन्नतीकरता जन्मभर तळमळणाऱ्या गोविंदांच्या मातेच्या ऋणातून अंशत: तरी मुक्त होण्याकरिता महाराष्ट्र हे पुस्तक आनंदाने विकत घेईल, अशी आम्हाला आशा आहे.

(प्रकाशक – कृ. ब. महाबळ, अस्थिवैद्य हुंडीवाल्याची गल्ली, नाशिक.)

१५ एप्रिल, १९३०

पुष्प ३५

कांचनगंगा

कल्पनेचे कांचन व भावनेची गंगा या दोन्हींचा संगम उत्कृष्ट काव्यातच होत असतो. या संगमाच्या दृष्टीने गिरीशांच्या काव्यसंग्रहाचे 'कांचनगंगा' हे नाव जितके साभिप्राय वाटते, तितकी किंबहुना त्याहूनही अधिक समर्पकता कवीचे व त्यांच्या काव्यसंग्रहाचे नाव त्यांच्या संबंधात आढळते. नवऱ्याचे नाव 'रामचंद्र' असले की, बायकोच्या वाट्याला 'सीता' अगर 'जानकी' हे सूचक नाव असे पूर्वी हटकून येत असे, त्याप्रमाणे काव्याच्या नावाचा संबंध कवीच्या नावाशी सौंदर्य व सूचकत्व या दृष्टीने लावण्याची प्रवृत्ती अद्यापिही वाचकांच्या मनात असते. गिरीश म्हणजे, जर हिमालय तर गिरीशांचा काव्यसंग्रह 'कांचनगंगा' व्हावा हे स्वाभाविकच आहे. तथापि, समर्पकपणाचा अतिरेक करून 'माऊंट एव्हरेस्ट' असे नाव तुम्ही संग्रहाला का दिले नाही, असा विक्षिप्त आक्षेप निघण्याची भीती वाटल्यामुळेच की काय, गिरीशांनी या नावाचे काव्यमय समर्थन खाली दिल्याप्रमाणे केले आहे.

'अवगाहोनिया काव्यगंगेमाजी
अंगली हा अजी घेतलासे।
अश्रूंची कांचनफुले, भावगंध
घालूनी सानंद तयामाजी।
अर्घ्य तुझ्यासाठी भक्तिपोटी केला
येशील हाकेला, आसावलो।।'

गिरीशांच्या काव्यरचनेचा प्रारंभ त्यांच्या वयाच्या पंधराव्या वर्षीच झाला. पण

पावले टाकायला शिकलेल्या मुलाला चांगले चालायला यायला जसे थोडे दिवस लागतात, त्याप्रमाणे प्रसिद्धीयोग्य कविता लिहिण्याइतका सराव होण्यासाठी बालप्रतिभेलाही काही दिवस उमेदवारी करावी लागते. गेल्या १६ वर्षांत त्यांनी लिहिलेल्या कवितांपैकी १०० निवडक कवितांचा या संग्रहात त्यांनी समावेश केला आहे. (अभागी कमला) या खंडकाव्याने त्यांना असामान्य लोकप्रियता मिळवून दिली व आज शारदेच्या उद्यानात अशोकगुच्छाप्रमाणे दिसणाऱ्या कविमंडळांची आणि विषमोगरीप्रमाणे निर्गंध वृत्तीने फुलणाऱ्या कविप्रतिभांची लयलूट झाली असली, तरी प्रफुल्ल गुलाबाप्रमाणे गंधपूर्ण वाटणारे असे जे थोडेसेच कवी आहेत, त्यांत त्यांची प्रामुख्याने गणना होत आहे.

खऱ्या कवीला लागणाऱ्या गुणांपैकी भावनांचे विविधत्व गिरिशांत फार चांगल्या रीतीने दिसून येते. वडील, बहीण, मित्र इत्यादिकांवरील त्यांच्या कविता (भाव तिथे काव्य) ह्या उक्तीची सत्यता पाठविणाऱ्या आहेत. पितृस्मृती या सुनीतात कवी पुण्याहून गावाकडे परत जात आहे; पण आपण पितृहीन गृहाकडे जात आहो ही जाणीव त्याला व्यथित करीत आहे, असे चित्र रेखाटले आहे.

'दारी धावून कोण वत्सलपूर्ण आता
कडी काढील।
कोणाचे झरतील अश्रू। कुठले
कौतुक नेत्रांतील।।'

'ताईच' या सुनीतात

'भक्तीला उपमा अनेकपरीच्या
ती द्यावया योजितो;
जाती विस्मनी क्षणात, सहजी
'ताईच' संबोधिती।'

हरिभाऊ आपटे, देवल अगर नारायण वामन टिळक यांच्या लिहिण्यात आढळणारे प्रसाद, माधुर्य व सहानुभूती हे गुण गिरीशांमध्ये ठळकपणाने उठून दिसतात. त्यांची कल्पना अस्मानात भराऱ्या मारीत नाही; पण जवळच्याच वृक्षावर उठून बसून तेथून जमिनीवर वावरणाऱ्या माणसांच्या सुखदुःखाचे ती इतक्या सूक्ष्मतेने निरीक्षण करते की त्या निरीक्षणातच इतरांना निराळे ब्रह्मांड दिसू लागावे. कालचक्राप्रमाणे त्यांच्या कवितेत नाही; पण समुद्रावरून त्याचा शीतलपणा घेऊन हळूच येणाऱ्या वायुलहरीप्रमाणे त्यांच्या कवितेत मुग्धमधुरता आहे. सतारीच्या ताणलेल्या तारेला टचकन अंगुलीचा स्पर्श झाला की, ती ज्याप्रमाणे मधुर स्वर काढते, त्याप्रमाणे गिरीशांच्या सहानुभूतीपूर्ण व भावनामय हृदयाला लहानसे दृश्य दिसले, तरी ते करुणा व अनुकंप यांच्या लहरींनी उचंबळून येते. कलीच्या

साम्राज्यात सामील झालेला विश्रामबागवाडा व सरस्वतीची सेवा करणारे सेवासदन या दोन इमारतींच्या मधून नित्य हजारो लोक पुण्यात जात येत असतील; पण काचेवर प्रतिबिंब घेण्याचे कौशल्य जसे छायाचित्रकारालाच साधते, त्याप्रमाणे या दोन स्थळी चालणाऱ्या व्यवहारातील दोन ध्रुवांचे अंतर कविहृदयालाच जाणवते.

गिरीश म्हणतात–

'इथे शब्दाला कोण मोल आले
इथे जिवा पारखे जीव झाले
गळा दाबूनि मारितो अनाथाला
बुद्धिसामर्थ्ये सत्य लपविण्याला।।'

पिनल कोडातील कलम हेच जिथे वेदवाक्य त्या या न्यायमंदिरावरून ते दुसरीकडे दृष्टी वळवितात आणि म्हणतात–

'आणि इकडे या बाजूच्या घरात।
स्वार्थ होवुनि कुणी धीर बंधू शांत।
दीन भगिनींना घेऊन सभोंती।
सुधा ज्ञानाची गरीबीत देती।।'

जशी दृष्टी तशी सृष्टी! नाजूक व हळुवार मनामुळे विधवेच्या भयाण स्नेहशून्य व एकलकोंड्या जीविताविषयी त्यांना जी अनुकंपा वाटते, ती या काव्यसंग्रहात निरनिराळ्या रूपांनी प्रगट झाली आहे. अनाथबालिकाश्रमातली आरंभीची खोली गंगेच्या उगमाप्रमाणे त्यांना पावन वाटते. (पृ. ९५) 'भावाचे अश्रू' व 'पाय घसरला तर' या कवितातही–

'अश्रूंस-अश्रू देण्यास कुणि नसे ज्यास।'
कशाला त्याने कंठणे जिणे अपमाने। मारसे'

असे ज्यांना वाटणे स्वाभाविक असते, त्या अभागी जिवाशी ते समरस झाले आहेत. 'सौभाग्य' या कवितेत आगगाडीतल्या भिकारणीने बालविधवेला कुंकू लावताच तिच्या हृदयात जी कालवाकालव झाली, तिचे करुणाजनक वर्णन त्यांनी केले आहे.

त्यांच्या भावनांना या विशिष्ट वळणांमुळेच त्यांना करुणरस चांगला साधतो. कृतज्ञता, याचना वगैरे कविता पाहाव्या. प्रेमाची तहान लागलेल्या पत्नीचे मन पतीने दिलेल्या अलंकारात ज्याप्रमाणे रमत नाही, त्याप्रमाणे गिरीशांचे चित्तही संसाराच्या नटव्या रूपांवर लुब्ध होत नाही. त्यांनी लिहिलेले करुण अभंग याच वृत्तीचे द्योतक आहेत.

रचनेच्या दृष्टीने त्यांचे काही गुण वाचकांच्या सहज लक्षात येतात. त्यांची भाषा शक्य तितकी साधी असली, तरी ती गद्यवजा भासत नाही. अवघड संस्कृत शब्द

धूमकेतूप्रमाणे त्यांच्या काव्याकाशांत क्वचितच उगवतो. त्यांची कविता वाचताना समुद्रकाठावर मृदू वालुकाराशीवरून आपण हळूच जात आहो असा भास होतो.

'राने भवताली हिरवळली।
शेते गन्धाने दरवळली।
जळे ओहळांतुनि खळखळली।
विंझण वारे वंशतरूतून गाती मंजुळ गान।।'

'सोड सोड आतां आपल्या गोड मोहिनीला।
मधुर गान ऐकायाला जीव हा भुकेला ।।धृ.।।
जोड नको सारंगीची साथ द्यावयाला।
नको गडे वीणेवरती फिरवु अंगुलीला।
सूर नको, ठेवी खाली ठेव सतारीला।
एकतार ही बोलेना ऐकुनी सुराला।।'

इत्यादी कडवी वाचताना प्रशांत सरोवरातील चांदण्यांच्या रात्रीच्या नौकाविहाराचा आनंद वाचकांना लाभेल. 'सारंगीवाला', 'बहाणा', 'शांतिस्थान', 'विश्रामबागेजवळ', 'मावळ्यांचे गाणे', 'भलरी', 'पाय घसरला तर', 'लाजविलेला गुलाब', 'भास', 'कृतज्ञता', 'गाणाऱ्या मोहिनीस' व अभंग इत्यादी कवने सुंदर शब्दरचना, विविध भावना व मर्यादित परंतु मधुर कल्पकता, यांचा त्रिवेणी संगमच आहेत. त्यांच्या कवितेत कल्पनेच्या गरुडभराऱ्या नाहीत हे खरे; पण गरुडाने देवांकरिता एकदाच अमृत आणले असले तरी कोकिळा मर्त्य मानवासाठी दर वर्षी वसंताला घेऊन येते हे ध्यानात आणले, म्हणजे कांचनगंगेतील कोकिलगीतांचे माधुर्य एका दृष्टीने परिपूर्णच आहे असे वाटू लागते.

(किं. १।। रु. पत्ता- चिटणीस रविकिरण मंडळ, ४६१ शनिवार पेठ, पुणे नं. २)

परिशिष्ट

परिशिष्ट १

अग्रलेख : प्रकाशनसूची

१.	मी कोण व माझे नाव काय?	४ नोव्हेंबर, १९२४
२.	कोकणचे छायचित्र	११ नोव्हेंबर, १९२४
३.	आमचा आजचा आळस	१८ नोव्हेंबर, १९२४
४.	जुगारी जत्रा	२ डिसेंबर, १९२४
५.	दलालांचा देश	१६ डिसेंबर, १९२४
६.	नोकरीची जपमाळ	३० डिसेंबर, १९२४
७.	परिषदांची पर्वणी	६ जानेवारी, १९२५
८.	सिंधमराठाकारांची मल्लिनाथी	२७ जानेवारी, १९२५
९.	शिशुसप्ताह	३ फेब्रुवारी, १९२५
१०.	तोंड दाबून बुक्क्यांचा मार	१० फेब्रुवारी, १९२५
११.	देवा, मला अस्पृश्याचा जन्म दे!	१७ फेब्रुवारी, १९२५
१२.	जननी जन्मभाषाच स्वर्गादपि गरीयसी	३ मार्च, १९२५
१३.	मुडिमन कमिटीची मलमपट्टी	१७ मार्च, १९२५
१४.	अर्ध्या लाखाची नकारघंटा	२४ मार्च, १९२५
१५.	न्यायाच्या दगडाला देवकळा आणा	३१ मार्च, १९२५
१६.	महाराष्ट्र हिंदुधर्म परिषद	१४ एप्रिल, १९२५
१७.	सहकारी पतपेढ्या	१२ मे, १९२५
१८.	छत्रपतींच्या राजधानीतील प्रांतिक परिषद	१९ मे, १९२५
१९.	रथाचे दुसरे चाक	२ जून, १९२५
२०.	नालाची वाण, राज्याची धूळधाण	३० जून, १९२५
२१.	लुटीला मी अन् तुटीला तू!	१४ जुलै, १९२५
२२.	अर्थशास्त्र की स्वार्थशास्त्र?	२८ जुलै, १९२५
२३.	लेजिस्लेटिव्ह असेंब्लीतील लोकमताचे निर्भीड दिग्दर्शन	१५ सप्टेंबर, १९२५
२४.	संपाचा वणवा	२२ सप्टेंबर, १९२५
२५.	संप तर झाला– पुढे काय?	२९ सप्टेंबर, १९२५
२६.	सिंहावलोकन	१३ आक्टोबर, १९२५

२७.	मतदारांचे मॅन्डेट	३० नोव्हेंबर, १९२६
२८.	ततो युद्धाय युज्यत्व	२१ डिसेंबर, १९२६
२९.	राष्ट्रीय सभेच अराष्ट्रीय स्थिती	२८ डिसेंबर, १९२६
३०.	केवळ धर्मासाठी!	४ जानेवारी, १९२७
३१.	बारावे महाराष्ट्र साहित्य संमेलन	३१ मे, १९२७
३२.	शास्त्रनीती की नीतिशास्त्र	२० डिसेंबर, १९२७
३३.	देवालयांचा जीर्णोद्धार	२७ मार्च, १९२८
३४.	कर्व्यांचा ७१ वा वाढदिवस	१७ एप्रिल, १९२८
३५.	बेळगावचे साहित्यसंमेलन	२६ मार्च, १९२९
३६.	कै. बाळकृष्ण अनंत भिडे	१४ मे, १९२९
३७.	राष्ट्रदेवाची पूजा	८ एप्रिल, १९३०
३८.	शृंखलांचे स्वागत	२२ एप्रिल, १९३०
३९.	तन नाही तर धन तरी द्या	२९ एप्रिल, १९३०
४०.	स्वातंत्र्यागीतेचा पहिला अध्याय	२० मे, १९३०

परिशिष्ट २

परिचयाची परडी : प्रकाशनसूची

१. धर्ममीमांसा : (लेखनसंग्रह) तांबेशास्त्री ११, २५ नोव्हेंबर, ३० डिसेंबर १९२७

२. राजाचे बंड : (नाटक) त्र्यं. सी. कारखानीस : १० फेब्रुवारी, १९२५

३. दुटप्पी की दुहेरी : (कादंबरी) श्री. कृ. कोल्हटकर : ३, १० मार्च, १९२५

४. मधु-माधव : (कवितासंग्रह) वि. द. घाटे व माधव ज्युलियन : १७ मार्च, १९२५

५. गोखले चरित्र : (चरित्र) पां. स. साने : २४, ३१ मार्च, १९२५

६. शिवपावित्र्य : (नाटक) श्री. कृ. कोल्हटकर : २८ एप्रिल, १९ मे, १९२५

७. कथासप्तक : (कथासंग्रह) श्री. कृ. कोल्हटकर व न. चिं. केळकर : २६, २५ मे, १९२५

८. श्यामसुंदर : (कादंबरी) श्री. कृ. कोल्हटकर : १५ सप्टेंबर, १९२५

९. लो. टिळकांची धर्मविषयक मते : (लेखसंग्रह) २२ सप्टेंबर, १९२५

९. श्री शाहुछत्रपती यांचे चरित्र : (चरित्र) मा. वा. लठ्ठे : ६ ऑक्टोबर, १९२५

१०. वनविहार अर्थात घोषयात्रा : (नाटक) भा. व. महाबळ व गो. वि. पटवर्धन : १५ नोव्हेंबर, १९२५

११. मातृगीतांजली : (राष्ट्रगीतसंग्रह) संपा. ना. गं. लिमये : ७ डिसेंबर, १९२६

१२. तुतारीचे पडसाद : (केशवसुतांच्या काव्यावरील टीकाप्रबंध) श्री. वि. वर्तक : ११ जानेवारी, १९२७

१३. पहाटेपूर्वीचा काळोख : (कादंबरी) ना. ह. आपटे : १५ फेब्रुवारी, १९२७

१४. श्रीपाद कृष्ण कोल्हटकर : (चरित्र) गं. दे. खानोलकर : २१ जून, १९२७

१५. झेंडूची फुले : (विडंबन कवितासंग्रह) संपा. दि. गं. केळकर : ८, १५, मे, १९२८

१६. पालखीचा गोंडा : काशीबाई कानिटकर : २, ९ आक्टोबर, १९२८

१७. आंबराई : (खंडकाव्य) गिरीश : ११ डिसेंबर, १९२८
१८. विष्णू गोविंद विजापूरकर : (चरित्र) गं. दे. खानोलकर : १९ फेब्रुवारी, १९२९
१९. यशोधन : (कवितासंग्रह) यशवंत : १९ मार्च, १९२९
२०. कथाकुंज : (कथासंग्रह) आनंदीबाई शिर्के : १६ एप्रिल, १९२९
२१. उदात्तवाणी : (कवितासंग्रह) उत्साहतीर्थ : २, ९ जुलै, १९२९
२२. दौलत : (कादंबरी) ना. सी. फडके : १५ ऑक्टोबर, १९२९
२३. दिवाकरदृष्टी : (कादंबरी) ना. ह. आपटे यांनी काशीबाई कानिटकर यांना लिहिलेल्या पत्रांचा संग्रह : ११ फेब्रुवारी, १९३०
२४. गोविंदांची कविता : (कवितासंग्रह) स्वातंत्र्यशाहीर गोविंद : १५ एप्रिल, १९३०
२५. कांचनगंगा : (कवितासंग्रह) गिरीश : २२ एप्रिल, १९३०

■

प्रज्ञा आणि प्रतिभा

वि. स. खांडेकर

संपादक

डॉ. सुनीलकुमार लवटे

प्रज्ञा व प्रतिभा यांचे पंथ निराळे असले तरी व्यक्तीच्या आत्मिकशक्तीला आवाहन करणे आणि सामाजिक मन जागृत करणे, ही कामे दोघीही आपापल्या पद्धतीने उत्कृष्ट करू शकतात. प्रतिभा प्रज्ञेसारखी प्रशांत वृत्तीने जीवन कंठू शकत नाही हे खरे, स्वच्छंदपणा हा तिचा गुण आहे... पण हे सर्व कबूल करूनही आपल्या प्रतिभावंतांचा थिटेपणा, संकुचितपणा आणि दुबळेपणा शक्य तितका लवकर नाहीसा होणे जरूर, असेच मी म्हणेन. खाडीत होडी वल्हवत बसण्यापेक्षा खवळलेल्या समुद्रातून ती हाकारण्यात जातिवंत खलाशाला अधिक आनंद होतो... खऱ्या कलावंताचा आत्माही असाच साहसी असतो.

– वि. स. खांडेकर